நானும் என் எழுத்தும்

நானும் என் எழுத்தும்

சுந்தர ராமசாமி (1931 – 2005)

தமிழின் முன்னோடி எழுத்தாளர்களில் ஒருவரான சுந்தர ராமசாமி நாகர்கோவிலில் பிறந்தார். பள்ளியில் மலையாளமும் ஆங்கிலமும் சமஸ்கிருதமும் கற்றார். 1951இல் 'தோட்டியின் மக'னைத் தமிழில் மொழிபெயர்த்ததே முதல் இலக்கியப் பணி. 1951இல் புதுமைப்பித்தன் நினைவு மலரை வெளியிட்டார். இவரது முதல் கதையான 'முதலும் முடிவும்' அதில் இடம் பெற்றது. மூன்று நாவல்களும் பல கட்டுரைகளும் சுமார் 60 சிறுகதைகளும், பசுவய்யா என்ற பெயரில் கவிதைகளும் எழுதினார். 1988இல் *காலச்சுவடு* இதழை நிறுவினார்.

சுந்தர ராமசாமிக்கு டொரொன்டோ (கனடா) பல்கலைக்கழகம் வாழ்நாள் இலக்கியச் சாதனைக்கான 'இயல்' விருதை (2001) வழங்கியது.

வாழ்நாள் இலக்கியப் பணிக்காகக் 'கதா சூடாமணி' விருதையும் (2003) பெற்றார்.

சுந்தர ராமசாமி 14.10.2005 அன்று அமெரிக்காவில் காலமானார்.

மனைவி: கமலா. குழந்தைகள் : தைலா, கண்ணன், தங்கு. (மூத்த மகள் சௌந்தரா 1996இல் காலமானார்.)

சுந்தர ராமசாமியின் பிற நூல்கள்

நாவல்

- ஒரு புளியமரத்தின் கதை (1966)
- ஜே.ஜே.: சில குறிப்புகள் (1981)
- குழந்தைகள் பெண்கள் ஆண்கள் (1998)

சிறுகதை

- காகங்கள் (2000)
- மறியா தாமுவுக்கு எழுதிய கடிதம் (2004)
- சுந்தர ராமசாமி சிறுகதைகள் (2006)
- பள்ளியில் ஒரு நாய்க்குட்டி (2008)
- வாசனை (2011)

கவிதை

- சுந்தர ராமசாமி கவிதைகள் (2005)

விமர்சனம்

- ந. பிச்சமூர்த்தியின் கலை: மரபும் மனித நேயமும் (1991)

மொழிபெயர்ப்பு

- செம்மீன் (1962) *தகழி சிவசங்கரப் பிள்ளை*
- தோட்டியின் மகன் (2000) *தகழி சிவசங்கரப் பிள்ளை*
- தொலைவிலிருக்கும் கவிதைகள் (2004)

நினைவுக்குறிப்புகள்

- ஜீவா (2003)
- கிருஷ்ணன் நம்பி (2003)
- க.நா.சு. (2003)
- சி.சு. செல்லப்பா (2003)
- பிரமிள் (2005)
- ஜி. நாகராஜன் (2006)
- தி. ஜானகிராமன் (2007)
- கு. அழகிரிசாமி (2011)

பிற

- தமிழகத்தில் கல்வி:
  வே. வசந்தி தேவியுடன் ஓர் உரையாடல் (2000)
- இவை என் உரைகள் (2003)
- இதம் தந்த வரிகள் (2002)
  (கு. அழகிரிசாமி - சுந்தர ராமசாமி கடிதங்கள்)
- வாழ்க சந்தேகங்கள் (2004)
- வானகமே இளவெயிலே மரச்செறிவே (2004)
- புதுமைப்பித்தன் கதைகள்: சு.ரா. குறிப்பேடு (2005)
- வாழும் கணங்கள் (2005)
- மூன்று நாடகங்கள் (2006)
- இந்திய இலக்கியச் சிற்பிகள் :
  கிருஷ்ணன் நம்பி (சாகித்திய அகாதெமி, 2006)

சுந்தர ராமசாமி

நானும் என் எழுத்தும்

தேர்வும் தொகுப்பும்
கே.என். செந்தில்

காலச்சுவடு பதிப்பகம்

நானும் என் எழுத்தும் • தன் படைப்புகள் பற்றி சு.ரா. • ஆசிரியர் : சுந்தர ராமசாமி • © கமலா ராமசாமி • முதல் பதிப்பு: டிசம்பர் 2012 • வெளியீடு: காலச்சுவடு பப்ளிகேஷன்ஸ் (பி) லிட்., 669 கே. பி. சாலை, நாகர்கோவில் 629001.

காலச்சுவடு பதிப்பக வெளியீடு: 487

naanum en ezuttum • SuRaa about his writings • Author: cuntara raamacaami • © Kamala Ramaswamy • Language : Tamil • First Edition: December 2012

Published by Kalachuvadu Publications Pvt. Ltd., 669 K.P. Road, Nagercoil 629001, India • Phone: 91-4652-278525 • e-mail: publications@kalachuvadu.com

ISBN : 978-93-81969-42-7

12/2012/S.No. 487, kcp 872, 18.6 (1) 600

பொருளடக்கம்

முகவுரை

சூழல் மனிதனை உருவாக்குகிறது என்பது அங்கீகரிக்கப்பட்ட உண்மை. ஆனால் சற்றே மாற்றிப் புரிந்துகொள்ளப்பட்ட உண்மையுங்கூட. அந்த உருவாக்கம் சார்ந்த தொடக்கநிலைகளைத் தாண்டிவிட்ட ஒருவன் அதில் பொருந்திக்கொள்ள முடியாமல் தத்தளித்து, அதன் மீது அதிருப்தி கொண்டு, அதன் சட்டகங்களிலிருந்து திமிறி வெளியேறி ஏற்கப்பட்ட அந்த உண்மையை ஆட்டங்காணச் செய்கிறான். இதில் ஒரு புரட்சியாளனின் இடத்தைக் காட்டிலும் ஒரு படைப்பாளியின் இடம் மகத் தானது. ஏனெனில் தற்காலிக வெற்றி சார்ந்த திட்டங்களும் முன்வரைவுகளும் புரட்சியாளனின் மேஜை முன் இறைந்து கிடக்கும்போது மனங்களைப் பற்றியெரிய வைக்கும் கனவுகள் படைப்பாளியின் மனதைக் கொந்தளிக்கச்செய்கின்றன. பேருவகை அளிக்கும் கொந்தளிப்பு அது. மனங்களை அசைக்காமல் எதுவும் சாத்தியமில்லை என்பதை அறிந்தவன் படைப்பாளி. மனங்களை மாற்றிவிட அல்ல, மாறாக அதன் ஊடு பாவுகளை ஊடுருவிச் சென்று அறிந்து வாசகனுக்கு உணர்த்துபவன் அவன். அடைந்த வெற்றிகளைக் காட்டிலும் இன்னும் தொடவேண்டிய இலக்குகளை நோக்கி ஓயாமல் ஓடும் கலைமனம் அவனுடையது. அந்த மனதை அறிந்துகொள்ள அவன் ஆக்கங்களைப் பயில்வதுதான் ஆகச்சிறந்தது என்றபோதிலும் அவனை இயக்கிய காரணிகளை அப்படைப்பாளியே கூறக் கேட்பது அப்படைப்புமனதை நெருங்கிப் புரிந்துகொள்ள மேலும் துணைசெய்யும்.

வாசிப்பு எவ்வாறு ஒரு அந்தரங்கச் செயல்பாடோ அதேபோல படைப்பும் ஒரு அந்தரங்கச் செயல்பாடு

தான். ஒரு ஆக்கம் உருவாகிவர அதற்கு முன்னும் பின்னுமான நிகழ்வுகளை அந்த எழுத்தாளனே சொல்வதைக் கேட்பது சுவாரஸ்யமான அனுபவம். ஆனால் அதிலுள்ள ரகசியங்களை சூட்சமங்களை ஒருபோதும் படைப்பாளி வாசகனிடம் பகிர்ந்து கொள்வதில்லை. ஏனெனில் வாசகன் நுழையும் உலகிற்குப் பயண வழிகாட்டி அல்ல அவன். வாசகன் தன் நுட்பமான அறிவால் அதனை உய்த்துணர்ந்த பின் அவனது பாராட்டுதல் களையும் கேள்விகளையும் அப்படைப்பாளி உற்சாகமாக எதிர்கொள்வான். மாறாக ஒரு கதாகாலட்சேபக்காரனைப் போல் தன் படைப்புலகின் கதையைக் கூறிப் பந்தி விளம்பும் விமர்சகனுக்கு ஒரு ஒளிநகல் இயந்திரத்திற்கு அளிக்கும் மதிப்பைக்கூட நுட்பமான படைப்பாளி அளிக்க மறுப்பான். எனவே நவீனத் தமிழின் முன்னோடியான சுந்தர ராமசாமி தன் வாசிப்பு, தன் எழுத்து பற்றிக் கொண்டிருந்த அபிப்ராயங் கள், தன் படைப்பாக்கத்தின் விதை மனதில் முளைத்துவந்த பின்னணி போன்றவற்றைப் பகிர்ந்துக்கொள்ளும் இத்தொகுப்பு முக்கியத்துவமுடையதாகிறது.

சு.ரா.வின் கட்டுரைகள், உரைகள், தன் நூலுக்கு எழுதிய என்னுரைகள், கேள்வி – பதில், நாட்குறிப்பு போன்ற பிரிவுகளில் தன் படைப்புகள் பற்றிய அவருடைய எழுத்துகளும் உரைகளும் தொகுக்கப்பட்டுள்ளன. அவர் சூழலில் எதிர்பார்த்த விழுமியங் களை, மதிப்பீடுகளை அவரது சொந்த எழுத்து வாழ்க்கை யிலிருந்து பிரித்துப்பார்க்க முடியாது என்பதற்கு வலுவான ஆதாரங்களாகவே இவையனைத்தும் உள்ளன. கட்டுரை உருவத்திற்குச் சற்றுப் பின்னால் சு.ரா. வந்துசேர்ந்திருந்தாலும் பல கட்டுரைகளிலும் அவர் வெளிப்படுத்தும் மொழி புனை விலக்கியத்திற்கு நிகரானது. தன் எழுத்து பற்றிப் பேசும்போதும் பிற படைப்புகளைப் பற்றி எழுதும்போதும் அவர் வற்புறுத்து வதில் முக்கியமானவையெனப் புதுமை, அனுபவம், மொழி, அது காலத்தைக் கடந்து செல்லும் ஆற்றலைக் கொண்டிருப்பது போன்றவற்றைச் சுட்டலாம். இதற்கு இணையாகத் தமிழ்ச் சூழலின் அவலம் பற்றியும் தொடர்ந்து பேசி வந்திருக்கிறார். எனவேதான் தன் கட்டுரைகளை ஒருசேர தொகுத்தபோது "தமிழ்ச் சூழல் தந்த விசேஷமான மூச்சுத்திணறலுக்கு ஒரு படைப்பாளி தர நேர்ந்த ஒழுங்கற்ற எதிர்வினைகள்" என்று அதைக் கூறினார். அவர் அரை நூற்றாண்டுகளுக்கு மேல் செயல்பட்டிருந்தாலும் குறைவாக எழுதியிருப்பதற்குச் சூழலும் ஒரு காரணியாக இருந்திருக்கக்கூடும் என்றே தோன்றுகிறது. "இரண்டு ஆண்டுகளில் *சரஸ்வதியில்* ஒன்பது கதைகள்

வெளிவந்தன. மிகக் குறைவாக எழுதும் என் இயற்கையைப் பார்க்கும்போது இதைப் படைப்பூக்கம் மிகுந்த காலம் என்று தான் சொல்ல வேண்டும்" எனக் கூறும் சு.ரா. "*சரஸ்வதி* இதழ் நின்றுபோன பின் நான் விரும்பும் வகையிலான இதழ் எதுவும் இல்லாமல் போயிற்று" எனச் சொல்வதை அவ்வாறு தான் புரிந்துகொள்ள முடிகிறது. ஆனால் சரஸ்வதி காலத்திற்கு இணையாக, ஏன் அதை மிஞ்சும் வேகத்தில் தன் இறுதிப் பத்தாண்டுகளில் தீவிரமாகக் கனவுகளுடன் செயலாற்றியதை எண்ணிக்கொண்டால் உயிர்ப்புள்ள களமும் சுதந்திரமான வெளியும் எழுத்தாளனுக்குக் கிடைக்கக்கூடுமெனில் அவன் மிகுந்த நம்பிக்கையுடனும் ஆற்றலுடனும் தன்னை வெளிப் படுத்துவான் எனும் எளிய உண்மை நமக்குப் புலப்படும். எனவே தான் அவருக்கு "சராசரி ஒரு வருடத்திற்கு ஒன்றேகால் கதை" எனச் சொல்லிக்கொள்ளவும், "அவ்வளவு மோசமில்லை" என அதைச் சமாதானப்படுத்திக் கொள்ளவும் வேண்டியிருந்தது. நவீனத்துவம் தமிழில் உருவாகிவந்தபோது அதன் முக்கிய மான ஆளுமையாக அதை வளர்த்தெடுத்தவர்களில் ஒருவராக சு.ரா. இருந்தார். ஆனால் தமிழில் பின்நவீனத்துவ முயற்சி களை அவர் கவனித்து வந்தபோதும் அதை ஐயத்துடனே நோக்கி வந்திருக்கிறார். அதைப் பற்றிப் பேசும் சு.ரா. "ஒரு சிலருக்கு நான் ஏன் இன்னும் பின்நவீனத்துவ பஸ்ஸில் ஓடி ஏறவில்லை என்ற கேள்வி இருக்கிறது. வயது ஒரு காரணம். பஸ்ஸின் வாசலும் எனக்குத் தெரியவில்லை" என அங்கதத் தொனியில் அதன் மீதான தன் பார்வையை முன்வைப்பதைக் காணலாம்.

படைப்பூக்கமும் அதன் வீச்சும் ஒரு படைப்பாளிக்கு அவனது ஓயாத வாசிப்பிலும் எழுத்துக் கனவுகளிலும் வகுக்கும் திட்டங்களிலும் சூழல் அளிக்கும் உந்துதல்களிலுமே அடங்கியிருக்கிறது. சு.ரா.வின் நாட்குறிப்புகளைக் காணும்போது அவர் ஆற்றவிருந்த பணிகளின் விரிவு நம்மை உசுப்பக்கூடிய வொன்றாகவே இருக்கிறது. அவ்வாறான கனவுகளைக் கொண்ட படைப்பாளி தன் எழுத்து பற்றி அதன் சூழல்கள் குறித்து பகிர்ந்துகொண்டவையே இந்நூலில் தொகுக்கப்பட்டுள்ளன.

சு.ரா.வின் புனைவெழுத்துக்கள் நீங்கலாகப் பிற படைப்பு களின் மொத்தத் தொகைநூலான 'மனக்குகை ஓவியங்கள்' நூலிலிருந்து இத்தொகுப்பின் பெரும்பாலான ஆக்கங்கள் (கட்டுரைகள், என்னுரைகள், உரைகள்) தொகுக்கப்பட்டுள்ளன. இவை தவிர 'குழந்தைகள் பெண்கள் ஆண்கள்' நாவலை

முன்வைத்து தில்லியில் அவர் ஆற்றிய உரை புதிதாகச் சேர்க்கப்பட்டுள்ளது. மற்றவை *காலச்சுவடு* இதழ்களிலிருந்தும், அவரது 'வாழ்க சந்தேகங்கள்' என்னும் நூலிலிருந்தும் எடுத்தாளப்பட்டுள்ளன. இந்நூலைத் தொகுக்கவும் முகவுரை எழுதவும் தூண்டிய கண்ணனுக்கும், இந்நூல் உருவாக்கத்தில் பங்குகொண்ட ரெத்தினகுமாரிக்கும் ஷாலினிக்கும் என் அன்பும் நன்றிகளும்.

அவிநாசி **கே.என். செந்தில்**
28.10.2012

செய்நேர்த்தி என்பதில் சிறிதும் நம்பிக்கையற்றவர்களாகி விட்டோம். காரியம் என்பது சமாளிப்பு என்றாகிவிட்டது. பெரிய மனிதர்கள் செய்யும் சிறிய காரியங்களைப் பக்கத்தில் நின்று பார்க்கச் சகிக்கவில்லை. இதற்குக் காரணம் மனத்திற்குள் அவர்களுக்குத் தாளம் இல்லாததே. இந்தத் தாளம்தான் செய்கைகளில், அசைவுகளில், காரியங்களில் ஒரு ஒத்திசைவை, லயத்தைக் கேட்டு நிற்கிறது. காரியங்களை லயத்தோடு செய்யச் செய்யத் தாளம் வேரூன்றி வளர்கிறது. லயங்கள் மேலும் தாளங்களை வற்புறுத்துகின்றன.

சுந்தர ராமசாமி

கட்டுரைகள்

கதைக்கு ஒரு கரு

ஒரு கதை சுவாரஸ்யமானதாகவே இருந்துவிடலாம். அந்தக் காரணத்தினாலேயே அக்கதை பிறந்த கதையும் சுவாரஸ்யமானதாக இருக்க வேண்டும் என்ற அவசிய மில்லை. ரொம்பவும் சுவாரஸ்யமான சம்பவங்கள் தினசரி களின் முதல் பக்கத்தைப் பிடித்துக்கொண்டு விடலாம். மூன்றாந்தர எழுத்தாளன் அப்படியே அதன்மேல் விழுந்து சுவாரஸ்யத்திற்கு மேலாக ஒன்றுமில்லாத ஒரு மொழு மொழு கதையைக் கொழுக்கட்டையாய் உருட்டி நம் மேல் விட்டெறிந்துவிட்டு அகம் மகிழ்ந்து போய்விடலாம். கதையும் ஒரு கலை என்று நம்புகிற கலைஞன் தன் னுடைய ஆத்மாவைப் பிரதிபலிக்கத் தோதான உடைந்த கண்ணாடித் துண்டுகள் எங்கேயாவது கிடக்கின்றனவா என்று பார்த்துக்கொண்டே போகிறான். அதில் ஒரு துண்டைப் பொறுக்கி தன்னுடைய கலை ஆத்மாவின் ரசத்தைக் கொஞ்சம் அதன் பின்னால் பூசிவைக்கிறான். அப்போது நமக்கு நம்முடைய முகத்தை அதில் பார்க்கக் கிடைக்கிறது. ரசிக்கிறோம். ரசிப்பது கண்ணாடித் துண்டை யல்ல; கலைஞனின் ஆத்மாவை. அது அவனுக்கே சொந்த மானது; அவனுக்கே உரித்தானது.

கண்ணாடித் துண்டுகள் சாக்கடை ஓரங்களில் விழுந்து கிடப்பது போல் கலை ஆத்மாக்கள் ஆங்காங்கு இறைந்து கிடப்பதில்லை. ஆகவேதான் ஒரு நல்ல கதை தோன்றுவதற்குள் குப்பைகள் மூவாயிரம் பிறந்துவிடுகின் றன. கதை கலையாக வெற்றி பெறுவது கண்ணாடித் துண்டில் கலைஞன் செய்துகாட்டும் ஜாலத்தைப் பொறுத் திருக்கிறது. அதனால்தான் ஒரே விஷயத்தை அடிப்படை யாகக்கொண்ட கதைகளில் ஒன்று கலையாக இருக்க, மற்றொன்று குப்பையாக இருக்கிறது. இருந்தாலும்

கண்ணாடித் துண்டிலிருந்துதான் கலை வருகிறது என்று சாதிக்கிற விமர்சகர்களின் சவடால் அவ்வப்போது நம் காதில் கேட்டுக்கொண்டுதான் இருக்கும். அதை நாம் பொறுத்துக் கொண்டுதான் ஆகவேண்டும்.

நான் பொறுக்கியெடுத்த ஒன்றிரண்டு கண்ணாடித் துண்டு களை உங்களுக்குக் காட்ட இங்கு முயலுகிறேன்.

'பிரசாதம்' என்று ஒரு கதை. ஒரு கோவில் பூசாரியையும் ஒரு போலீஸ்காரனையும் பற்றிய கதை அது. இந்தக் கதையின் கரு பிறந்த சம்பவத்தைச் சொல்கிறேன்.

அரிகர அய்யர் என்று ஒருவர் எங்கள் வீட்டோடு ரொம்ப நாட்களாக இருந்து வருகிறார். இருபத்தைந்து வருடங்களுக்கும் அதிகமாகவே இருக்கும். இவருக்கு ஒரு கோவிலில் பூஜை செய்கிற வேலை.

தினமும் இரவு பத்துப் பதினோரு மணிக்குமேல் இவர் என்னுடைய அறைக்கு வருவார். பத்தாண்டுகளுக்கு முன் இது அன்றாட வழக்கமாக இருந்தது. சிறிது நேரம் பேசிக் கொண்டிருந்துவிட்டு இருவரும் என் அறையிலேயே படுத்துக் கொள்வோம். அவர் விடியற்காலம் ஐந்து மணிக்கெல்லாம் எழுந்திருந்து கோவிலுக்குப் போய்விடுவார்.

ஒருநாள் இரவு அவர் என் அறைக்குள் நுழைந்தபோது கையில் ஒரு நீளக்கவர் இருப்பதைப் பார்த்தேன்.

"ஏது கவர்?" என்று கேட்டேன்.

"கோவிலுக்குப் பக்கத்தில் குடியிருக்கிறவர் ஒருவர் தந்தார், மெயின் போஸ்டாபீஸில் சேர்க்கச் சொல்லி" என்றார்.

"எங்கே பார்ப்போம்" என்று சொல்லிக் கவரை வாங்கிப் பார்த்தேன்.

யாரோ ஒரு தனி நபர் மற்றொரு தனி நபருக்கு எதையோ அனுப்பி வைக்கிற சாதாரணக் கவர்தான் அது. இருந்தாலும் கொஞ்சம் வெகுளியான அரிகர அய்யரை சரடு விட்டு காபுராப்படுத்தலாமே என்று தோன்றிற்று. "இது போலீஸ் இலாகாவைச் சேர்ந்த கவர் அல்லவா? இது எப்படி உம்முடைய கையில் வந்தது?" என்று ஆச்சரிய பாவத்துடன் கேட்டேன்.

"எனக்குத் தெரியாது. அவர் தந்ததுதான்" என்றார்.

"போலீஸ் இலாகாவைச் சேர்ந்த கவர்கள் திடீர் திடீரென்று களவு போய்விடுவதாகப் பேப்பரில் செய்திகள் வந்துகொண் டிருப்பது உமக்குத் தெரியுமோ?"

"அதனால் எனக்கு என்ன? என்னிடம் அவர் தந்தது, மெயின் போஸ்டாபீஸில் சேர்க்கச் சொல்லி, நான் என்ன திருடியா கொண்டு வருகிறேன்?"

"நீர் சொல்வது சரி. ஆனால் இந்தக் கவர் உம்முடைய கைவசம் இருப்பதை ஒரு போலீஸ்காரன் பார்த்தால் கைது செய்து ஸ்டேஷனுக்குக் கொண்டுபோய் விடக்கூடாதே! அநேக மாக அப்படிச் செய்யமாட்டான். இருந்தாலும் சொன்னேன்."

"என்னை எதற்குக் கைது செய்ய வேண்டும்? அவனுடைய அப்பன் நினைத்தாலும் அது முடியாது. அந்தக் கவரைத் தந்தவரை வேண்டுமென்றால் கைது செய்யட்டும். அவருடைய பெண்டாட்டியையும் சேர்த்துக் கைது செய்யட்டும்."

"கோபப்படாதையும். நமக்கு இப்போது கொஞ்சம் கெட்ட வேளை. களவு போன சாமான் யார் கையிலிருக்கிறதோ அந்த ஆளைத்தான் போலீஸ் பிடித்துக்கொள்ளும். உள்ளே போனால் என்ன? உடனேயே ஜாமீனில் வெளியே வந்து விடலாம். தராதரம் தெரியாமல் எல்லோரையும் அடிப்பார்களா."

இப்படியே எங்கள் சம்பாஷணை வளர்ந்துகொண்டிருந்தது. கடைசியில் அரிகர அய்யருக்கு வாய் கட்டிவிட்டது. எனக்குப் பதில் சொல்வது நின்றுவிட்டது. விளக்கை அணைத்து விட்டுப் படுத்துக் கொண்டோம்.

சிறிது நேரத்திற்கெல்லாம் என் பக்கத்தில் படுத்திருந்த உருவம் எழுந்திருந்து விளக்கைப் போடாமலே மேஜையைத் தடவி எதையோ எடுத்துக்கொண்டு வெளியே போய், ஒரு நிமிஷம் கழித்து உள்ளே வந்து பழையபடி படுத்து நிம்மதியாகத் தூங்கிற்று. கவர் எங்கள் வீட்டு வாசலிலிருந்த தபால் பெட்டிக் குள் விழுந்துவிட்டது என்பதில் எனக்குச் சிறிதும் சந்தேகம் ஏற்படவில்லை.

மேற்படி உரையாடலிலிருந்து தோன்றியதுதான் 'பிரசாதம்' கதையின் கரு. கதையாக அது விரிந்தபோது அநேக மாற்றங் களுக்கு அது ஆளாகிவிட்டிருக்கிறது என்பதைக் கூறத் தேவை யில்லை.

அக்கதையில் வரும் பூசாரியை நான் 'வயசுப் பெண் மாதிரி மார்பு; வளைகாப்புக்குக் காணும் அடி வயிறு' என்று வருணித்திருக்கிறேன். (ந.க.ஆ.ப. தொகுதியில் இக்கதை சேர்க்கப் பட்டபோது, 'வயசுப் பெண் மாதிரி மார்பு' என்ற வருணனையை என்னைக் கேட்காமலே அகற்றிவிட்டார்கள். தமிழ்ப் பண்பாடு கருதித்தானே இதைச் செய்திருக்க வேண்டும்? (அகற்றியது தமிழ்ப் பண்பாடா அல்லது என்னைக் கேட்காமலே அதைச்

செய்ததுதான் தமிழ்ப் பண்பாடா என்ற சந்தேகம் எழும் பட்சத்தில் இரண்டுமேதான் என்பதே என்னுடைய பதில்.) பிரஸ்தாப வருணனைக்குப் பொருந்தும்படியான தேக அமைப்பு உள்ளவரே அல்லர் அரிகர அய்யர். அவருடன் நடைபெற்ற உரையாடலிலிருந்து ஒரு கரு பிறந்து அதை நான் விரிக்கும்போது, ஒரு பூசாரியுமான அவருடைய ஆகிருதியையே முன் மாதிரியாகக் கொண்டு ஒரு கதாபாத்திரத்தை உருவாக்குவதுதானே ரொம்பவும் இயற்கையாய் நிகழக் கூடியது? அப்படி நான் ஏன் செய்யவில்லையென்று இப்போது என்னையே கேட்டுக் கொள்கிறேன். இருந்தாலும் நான் செய்த மாற்றம் அர்த்த புஷ்டியுள்ளதாகவே எனக்குப் படுகிறது – அர்த்தம் என்ன என்பது தெரியாவிட்டாலும். ஒரு எழுத்தாளன் தன்னுடைய கருவைக் கதையாக விரிக்கிறபோது காரண காரியங்களோடும் துல்லியமான காரணங்கள் சொல்ல முடியாமலும் எத்தனையோ மாற்றங்கள் செய்கிறான் என்பதற்காகவே இதைச் சொல்ல வந்தேன். ‘பிரசாதம்’ கதையில் வரும் பூசாரியை எனக்குத் தெரிந்த ஒரு ஓட்டல் சர்வரின் உடலமைப்பை முன் மாதிரியாக வைத்து வருணித்திருக்கிறேன். இதுபோல் ஆங்காங்கு கண்ணில் விழுந்ததும் காதில் விழுந்ததும் மனசில் விழுந்ததுமான நூறாயிரம் துண்டுத் துணுக்குகள் ஒரு கதைக்குள் அவற்றிற்கு உரிய பங்குகளை ஆற்றிக் கதையின் மொத்த வெற்றிக்குத் துணை புரிந்திருக்கும். அக்கு அக்காக அவற்றைப் பிரித்துக் காட்டுவது ஆகாத காரியம்; அவசியமற்ற காரியம்.

ஒருநாள் நண்பர் கிருஷ்ணன் நம்பியுடன் பேசிக்கொண்டிருந்த போது, தன் வீட்டு அண்டையிலுள்ள ஒரு பிராமண விதவை, வேறு யாரையோ விமர்சிக்கும் தோரணையில், “அவாளுக்கு தொழுவத்தில் பொண் பொறக்கணும்; ஆத்திலே ஆண் பொறக்கணும்” என்று சொன்னதாகச் சொன்னார். அந்த வார்த்தைகளை, அதற்குள் அடங்கியிருக்கும் விமர்சனத்தை, என் மனசு பிடித்துக்கொண்டது. அந்த விமர்சனத்தின் கூரான கவர்ச்சி மட்டும் இதற்குக் காரணமல்ல; அவ்வார்த்தைகள் மிகவும் அர்த்த புஷ்டியுள்ளவையாகப்படும் மனநிலையில் நான் அப்போது இருந்தேன் என்பதுதான் மிகவும் முக்கியமானது. அதனால்தான் சொன்னவர் ஒரு சிறுகதை எழுத்தாளராக இருந்துங்கூட அவருக்குப் புலப்படாத கரு எனக்கு அதில் புலப்பட்டது. அதற்கு என்னுடைய விசேஷமான குடும்பச் சூழ்நிலைதான் காரணம் என்று நினைக்கிறேன்.

எங்கள் குடும்பத்தில் பொதுவாகப் பெண் குழந்தைகள் செழிப்பு. இதுவரையிலுமுள்ள ஜனனங்களை வைத்து, ஆணுக்குப் பெண் 1:4 என்று புள்ளி விபரம் தரலாம். அதனால்

ஒவ்வொரு பிரசவத்திற்குப் பின்னும் 'இதுவும் பெண்தானா?' என்ற அங்கலாய்ப்பு அடிக்கடி காதில் விழுந்துகொண்டே யிருக்கும். அப்போது என் சகோதரி ஒருத்திக்கு மூன்று பெண் குழந்தைகள் வரிசையாகப் பிறந்து, நாலாவது கர்ப்பமுற்றிருந் தாள். நடுக் கூடத்தில் ஒரு பெரிய கேள்விக் குறி தொங்கிக் கொண்டிருந்தது. இது சம்பந்தமான பேச்சும் கேலியும் விசனச் சாயல்களும் வீட்டுக்குள் மிளிர்ந்த வண்ணமாக இருக்கும். என் வீட்டில் என்னைத் தவிர மீதி எல்லோரும் சாதாரண மனிதர்கள் தானே! நான் ஒருவன்தானே கலைஞன்! அப்போது, லௌகீகமாக மேற்சொன்ன குடும்ப விசாரங்களை கொஞ்சத் திற்குக் கொஞ்சம் நானும் பகிர்ந்து கொள்வேன் என்றாலும் பேனா பிடித்துவிடுகிற போது அந்த மனோபாவத்தை மன்னன் சிறிது விளாசத்தானே செய்வேன்! இந்த விமர்சனத் தூண்டிலில் தான் நம்பியின் அண்டை வீட்டு விதவை மீனாக வந்து விழுந்தாள். 'கிடாரி' என்ற கதை எழுதினேன்.

இந்தக் கதையில் வரும் சபேசய்யர், குஞ்சம்மாள், கோமதி, குழந்தைகளான கனகம், சச்சு, வெங்கு, வேலைக்காரன் சம்முகம், சமையற்காரி செல்லம்மா எல்லோருமே என் குடும்ப அங்கத் தினர்களை ரொம்பவும் ஒட்டி உருவாக்கப்பட்ட கதாபாத் திரங்கள்தான். என் அம்மா, அப்பா, சகோதரி, சகோதரியின் குழந்தைகள் எல்லோருமே அதே பதவிகளில் கதையிலும் வருகிறார்கள். சமையற்காரியாக வரும் செல்லம்மா அப்போது எங்கள் வீட்டில் வேலை பார்த்து வந்த ஆனந்த அம்மாள் என்பவரே. இவர் குழந்தைகளிடம் வெகு பிரியமாக நடந்து கொள்ளக் கூடியவர்; கதையிலும் அப்படியே வருகிறார். கதையில் வரும் வீட்டின் பின்னணியும் எங்கள் வீட்டுப் பின்னணியே. தேன்கூடும் ஆட்டுக்கல்லும்கூட அப்படித்தான். அதில் வரும் கிழவர் நான்தான். என்னை ஏன் அப்படி மாற்றிக்கொண்டேன் என்று கேட்டால் பதில் சொல்வது சிரமம். ஆனால் அப்படி மாற்றிக்கொண்டதில் அக்கதையை எழுதும்போது மிகுந்த திருப்தி அடைந்தேன். இப்போது நினைத்துப் பார்க்கிறபோதும் சந்தோஷமாகத் தான் இருக்கிறது.

தாமரை, **1966**

நானும் என் எழுத்தும்

நான் எழுத்துத் துறையில் புகுந்த வருஷம் பிறந்த அடுத்த வீட்டுப் பெண் குழந்தை ஸாரி கட்டிக்கொண்டு கல்லூரிக்குப் போகிறது. அவளுக்குப் பதினைந்து வயது தாண்டியிருக்க வேண்டும்.

இந்தப் பதினைந்து வருடங்களில் என்ன சாதித்தேன் என இப்போதெல்லாம் அடிக்கடி என்னையே கேட்டுக் கொள்கிறேன். இந்தக் கேள்வி பிறந்த மாத்திரத்தில் சோர்வு தட்டுகிறது. எழுதாமல் வீணாகிப்போன காலங்களின் சுமை நெஞ்சை அழுத்துகிறது. 'நாளையிலிருந்து அதி தீவிர எழுத்து வேலை ஆரம்பமாகிறது' எனும் வாக்கியத்தின் சாராம்சத்தை அவ்வப்போது இருந்த மன நிலைகளுக்கு ஏற்றாற்போல் பலவாறு விரித்து, கடந்த பதினைந்து ஆண்டுகளில் நான் எழுதியுள்ள டயரிக் குறிப்புகள் எண்ணிக் கணக்குப் பார்க்க இடமளிப்பவை அல்ல. எதை எதையோ தேடுகிறபோதெல்லாம் வாய்விட்டுச் சொல்லப்படாமல், மனசுக்குள் புதையுண்டு கிடந்தால் அவற்றிற்கு வலு அதிகம் என எண்ணி, புது வாழ்வின் துவக்கத்திற்கு அடையாளமாய் அவ்வப்போது வாங்கிய புத்தகங்களும் கண்களுக்குப் புலனாகின்றன. வாங்கப்பட்ட காலங்களில் அவை வெறும் புத்தகங்களாக மட்டும் பிறர் கண்களுக்குக் காட்சி தரும் அஞ்ஞானத்தை எண்ணி மனசுக்குள் சிரித்திருக்கிறேன். இப்போது எனக்கும் அவை வெறும் புத்தகங்களாகி விட்டிருக்கின்றன. முதல் பக்கத்தைத் திருப்பித் தேதியைப் பார்க்கிறேன். அன்றைய தேதியில் எதுவும் புதுசாய் ஆரம்பமாகிவிடவில்லை என்பதற்கோ ஆரம்பமாகியிருந்தால் அதுவும் வெகு விரைவில் ஆறிப்போய்விட்டது என்பதற்கோ

எனது இன்றைய நிலைமை தவிர வேறு சாட்சியங்கள் தேவை யில்லை. இன்னும் வேறு சில சந்தர்ப்பங்களில் – இவ்வாறு செய்யாததால்தான் காரியம் கெட்டுப் போய்விட்டது போல் – சபதங்களைக் கொட்டை கொட்டையாக எழுதுவதோடு, அடியில் கோணாமல் இரு வரைகளையும் இழுக்கிறேன். முக்கியத்துவம் மேலும் அதிகரிக்க, ஆங்காங்கு பெருக்கல் சின்னங்களில் புள்ளிகள் குத்துகிறேன். மனைவியையும் ஒரு சாட்சியாக இழுத்துப் போட்டுவிட்டால், அவளிடம் முகத்தைக் காப்பாற்றிக்கொள்ள வேண்டும் என்பதற்காகவேனும் இயங்கத் தொடங்கிவிடுவோம் என்றெண்ணி, 'ஞாபகம் வைத்துக்கொள். இன்னிக்குத் தேதி ஆறா?... 07.04.65' என்கிறேன்.

'08.12.64 என்னாச்சு?' என்கிறாள் அவள்.

'அது சரி. போனது போகட்டும்' என்கிறேன்.

'01.02.64?'

'அது சரி.'

'03.08.63?'

இப்படியே அவள் பின் நகர்ந்து, கழுத்தில் நான் தாலி கட்டிய தேதியை நெருங்கிவிடுவாள் என்பது எனக்குத் தெரியும்.

புத்தக அலமாரியின் பின்பக்கம் நூலாம்படை தட்டுகிற போது, அங்குச் சுவரில் சிவப்புப் பென்சிலால் எழுதியிருக்கும் ஒரு பழைய தேதி பார்வையில் தட்டுப்படுகிறது. அதையொட்டிப் பழைய நினைவுகள் கொஞ்சம் கிளம்புகின்றன. பச்சாதாபம் மனசில் கவிகிறது. துணிமணிகளை எடுத்துச் சுவர் அலமாரியைச் சுத்தப்படுத்துகிற போதும், பின் சுவரின் மூலையிருந்து 11.3.53 என்று ஒரு மிகப் பழைய தேதி தலையைக் காட்டுகிறது.

நாளை நாளை என நழுவவிட்டுப் பதினாறு ஆண்டுகள் ஓடிவிட்டன. மொத்தத்தில் இவை பச்சாதாப நாட்களே தவிர வேறு அல்ல. கனவு கண்டு கண்டு காரியம் காணாத நாட்கள் இவை. என்றாலும் இன்றுவரையிலும் கனவுகள் கண்டே வந்திருக்கிறேன். ஒரு இலக்கியக்கர்த்தா ஆகிவிட வேண்டும் என்றே எப்போதும் எண்ணி வந்திருக்கிறேன். இதைவிடவும் மேலானது என்று மற்றொன்றை நம்ப மனசு மறுத்துக்கொண்டேதான் வந்திருக்கிறது.

இவ்வாறு ஒரு ஆசை என்னை வாட்டி வதைத்துக்கொண் டிருப்பதை எண்ணுகிறபோது ஆனந்தமாகத்தான் இருக்கிறது.

எழுதாமல் வீணாகிப்போன நாட்கள் ஒருபுறமிருக்க, இன்று வரையிலும் நான் எழுதியிருப்பவை எவ்வாறு எழுதப் பட்டுப் பிரசுரமும் ஆகிவிட்டன என்று யோசிக்கையில் அதுவும் ஒரு ஆச்சரியமாகவே இருக்கிறது.

நவீன எழுத்தாளனின் ஒரே மேடை, சஞ்சிகை என்றாகி விட்டது. தமிழ்நாட்டிலோ எந்தப் பிரபல சஞ்சிகைக்கும் இலக்கியத் தகுதி கொண்ட ஒரு ஆத்மா ஆசிரியராக இருப்பதாகத் தெரியவில்லை. வாசகர் கூட்டத்தின் அசட்டுத் தேவைகளைப் பயன்படுத்திக்கொண்டு, நல்ல லாபத்தில் விற்று முதல் செய்ய, அவர்கள் எழுத்தாளர்களிடம் சரக்குக் கொள்முதல் செய்ய அலைகிறார்கள். தங்கள் கொள்முதல் கொள்கை செலாவணியில் இருந்துவர, அசட்டு வாசகர்களைத் தயாரிப்பதில் அவர்கள் மேலும் மும்முரமாக ஈடுபட்டு வருகிறார்கள்.

எனக்கு இவர்களுடைய தாட்சண்யம் தேவையில்லை. கடந்த முப்பதாண்டு இலக்கியச் சரித்திரத்தில், நவீனத் தமிழ் இலக்கியத்திற்கு அர்த்தமளித்திருக்கும் எந்த சிருஷ்டிகர்த்தாவை உருவாக்குவதிலும் பிரபல பத்திரிகைகளுக்குப் பங்கில்லை என்பது ஆராய்ச்சி தேவைப்படாத ஒரு உண்மையாகும். வேறு மேடைகளில் அவன் தன் குரலை வெளிப்படுத்தித் தன்னை உருவாக்கிக்கொண்ட பின்னரே இவர்களுடைய கவனம் அவன் மீது கவியும். எந்த அடிப்படைக் குணங்கள் அவனிடம் தொழில்பட்ட காரணத்தால் அவன் சிருஷ்டித் துறைக்கான தகுதியை ஏற்படுத்திக்கொண்டானோ, அவற்றையெல்லாம் அவன் காலப்போக்கில் இழந்துவிடுவதே அவர்களுடைய தொடர்பு அவனுக்கு அளிக்கும் பரிசாகவும் இருக்கும். சிருஷ்டியை அனுபவிக்க அக்கறை கொண்ட வாசகன் தன்னை அதற்கு ஏற்றாற்போல் தயார் செய்துகொள்ள வேண்டுமே தவிர, வாசகனின் தரத்தோடு சமரசம் செய்து கொள்வது இலக்கியக்கர்த்தாவின் நோக்கத்திற்கே நேர் எதிரானதாகும். பத்திரிகைகளோ வாசகர்களுடைய மேல்வாரியான தாகங்களைத் தீர்ப்பதற்காகத் தயார் செய்யப்படும் வியாபாரச் சரக்குகளே.

எதற்காக எழுதுகிறேன் எனும் கேள்வியை எழுப்பிக் கொள்கிறேன். லகுவாக அதற்குப் பதில் கிடைக்குமென்று தோன்றவில்லை. அப்போது எதற்காக எழுத ஆரம்பித்தேன் எனும் கேள்வி பிறக்கிறது.

படிக்க வேண்டிய காலத்தில் படிக்காத மாணவனும் சம்பாதிக்க வேண்டிய காலத்தில் சம்பாதிக்காத இளைஞனும் மலடியான மருமகளும் – அவர்களுக்கு வேறு தகுதிகள் ஆயிரம்

இருக்கட்டும் – குடும்பங்களில் அவர்களுக்குரிய அந்தஸ்தைப் பெற முடியாது. நான் முதல் வகுப்பிலிருந்து பள்ளிப் படிப்பு முடிப்பதுவரையிலும் கடைசி பெஞ்சு மாணவனாகவே இருந்து வந்திருக்கிறேன். என் பள்ளி வாழ்க்கையில் பக்தி சிரத்தையோடு நாலு வரிகள் உருப்போட்ட நினைவு எனக்கில்லை. இதன் விளைவாகக் குடும்பம் என்னை அசடு என்று முத்திரை குத்திற்று. அப்போது அந்தப் பட்டம் கன கச்சிதமாய்ப் பொருந்தும்படியாகவே நான் இருந்தேன் – குறைந்த பட்சம் வெளி உலகிற்கேனும். எனது துரதிர்ஷ்டம் என்னுடன் படித்து வந்த என் சகோதரி படிப்பில் கன சூட்டிகையாக வந்து வாய்த்தாள். அவளோடு ஒப்பிட்டுப் பேசப்படும் சங்கடங்களுக்கு ஆளானேன்.

நான் முட்டாள் அல்ல என்பதை நிரூபித்து என் தந்தையை ஒப்புக்கொள்ளச் செய்துவிட வேண்டும் என்பதற்காகவே எழுத ஆரம்பித்தேன். அவர் மதிக்க நிர்ப்பந்திக்கப்படும் ஒரு புத்திசாலி உலகம் என்னைக் கொண்டாடும் நாட்களை உருவாக்கி அவரை அசடு வழியச் செய்துவிட வேண்டும் என்று ஆசைப்பட்டேன். அதோடு என் எழுத்தில் மயங்கி அழகிய ரசிகைகள் யாரேனும் வலிய வந்து என்னைக் காதலிக்கக்கூடும் என்ற நப்பாசையும் எனக்கு இருந்தது.

எனக்கே முற்றிலும் தெளிவாகாத ஒரு இயற்கைத் தாகம் தான் இன்றும் என்னை எழுதத் தூண்டுகிறது எனத் தோன்று கிறது. ஒரு விதத்தில் இதைத் தவிர வேலை எதுவும் மேற்கொள்ள என்னால் ஆகாது என்றும் சொல்லலாம். ஒரு வியாபார ஸ்தாபனத்தின் தமிழ்க் கடிதப் போக்குவரத்தைக் கவனித்தல், ஒரு இலக்கியப் பத்திரிகைக்கு ஆசிரியராக இருத்தல், கவுரவ மான குடும்பம் ஒன்றில் காரோட்டியாக வேலை பார்த்தல், ஐந்து வகுப்பு வரையிலும் குழந்தைகளுக்கு வீட்டுப்பாடம் எடுத்தல் ஆகிய வேலைகளையும் என்னால் திருப்திகரமாகச் செய்ய முடியுமென்றாலும், எழுதுகிறபோது ஏற்படுகிற ஒரு ‘அட் ஹோம்’ உணர்ச்சி எனக்கு வேறு வேலைகளில் ஏற்படுவ தில்லை. வேறு காரியங்களில் ஈடுபட்டிருக்கும்போது எனது மூர்த்திகரம் சிந்திச் சிதறுவதாகத் தோன்றுவதாலும், எழுத்தில் குவிந்து தன்னம்பிக்கையையும் ஆத்ம திருப்தியையும் ஏற்படுத் துவதாலும் இயற்கை இந்த ஒரு வேலைக்கே என்னைத் தயார் செய்திருக்கிறதோ என எண்ணிக் கொள்கிறேன்.

எழுதுவதன் மூலம் நான் வாசகர்களுக்கு எந்த விதத்திலும் கடமைப்பட்டவனாக உணரவில்லை. என்னுடைய வாசகர்கள் யார் என்பதும் எனக்குத் தெரியாது. வாசகர்களை சுவாரஸ்யப்

படுத்துவதோ அவர்களுக்குக் கிச்சுகிச்சு மூட்டுவதோ வாழ்க்கைப் பாதையில் அலுப்பு நடை நடந்து அவர்கள் 'அப்பாடா!' என்று ஆயாசத்துடன் சோர்ந்து உட்காரும்போது குதிரைச் சதை பிசைந்துவிடுவதோ என்னுடைய வேலை அல்ல. இது தான் தர்மம் என்று காட்டவோ, இதுதான் உண்மை என உணர்த்திவிடவோ என்னால் ஆகாது. எது தர்மம், எது உண்மை என்பது எனக்கே குழப்பமாக இருக்கிறது. தமிழ்ப் பண்பாடு களைக் கொஞ்சம் அழுத்துவோம் என்றால் அதன் கீழ்வரும் அயிட்டங்கள் என்ன என்ன என்பது எனக்குத் தெரியவில்லை. மனிதாபிமானத்தையாவது பரப்பலாமே என்றால், நானே ஒரு மனிதாபிமானிதானா என்பது சந்தேகமாகவே இருக்கிறது.

நான் எனக்காக மட்டும் எழுதக்கூடியவனாக இருக்க வேண்டுமென்றே ஆசைப்படுகிறேன். எனக்குள் புதையுண்டு கிடக்கும் கலை உணர்ச்சி ஒரு வடிவம் பெற்று வெளிவந்த பின்புதான் எனக்கே அது இருந்திருப்பது தெரியவருகிறது. இதேபோல் வேறு என்ன என்ன இருக்கின்றன என்பதை அறிந்துகொண்டுவிடவே நான் எழுத முற்படுகிறேனோ என்னவோ! இவ்வாறு வெளிப்பட வெளிப்பட, நான் அத்தகைய அனுபவங்களுக்கு ஆளாக ஆளாக, என்னை நான் கண்டு கொள்வது ஒரு விதத்தில் சாத்தியமாக இருக்குமென்று தோன்று கிறது. என்னைப் பற்றி நான் தெரிந்துகொள்ள எழுதும் எழுத்துகள், தங்களைப் பற்றித் தெரிந்துகொள்ள உபயோகப்படும் என்று எண்ணுகிறவர்கள் தாம் என் வாசகர்கள். என்னுடைய பூட்டுக்கு நான் அடித்த சாவிகள் அவர்களுடைய பூட்டுகளுக் கும் சேரும் என்று கேள்விப்படுகிறபோது அவர்கள் என் வீடு தேடி வருவார்கள். நான் படித்துக்கொண்டும் கனவுகள் கண்டுகொண்டும் இருப்பதால் ஒன்றுக்கு இரண்டுமுறை தட்டினால்தான் கதவையே திறப்பேன்.

ஒரு பிரஜை என்ற அளவில் நான் சமூக வாழ்க்கைக்குத் தகுதியானவன்தான். என் வீட்டுக் கொல்லையைப் பெருக்கி அடுத்த வீட்டுக் கொல்லையில் கொட்ட நான் ஒருநாளும் இடமளிக்க மாட்டேன். எனது கைத்தடியைச் சுழற்றும் சுதந்திரம் எதிராளியின் மூக்கு நுனியோடு முடிவடைந்துவிடும் என்பது எனக்கு எப்போதும் நினைவிருக்கும். அரசாங்க வரிகளைப் பாக்கிப் போடாமல் செலுத்துவதில் அக்கறை கொள்வேன். சொந்தக்காரர்களின் பிணங்களைக் காடுவரையிலும் சென்று வழியனுப்பி வரத் தயங்க மாட்டேன். அகாலத்தில் வந்து சேரும் விருந்தாளியின் பசியாற என்னால் ஆகக்கூடியதைச் செய்வேன். பொது நன்மைக்காகக் குலுக்கப்படும் உண்டியல் களில் என் காணிக்கையையும் செலுத்திவிட வேண்டுமென்றே

நினைப்பேன். நட்புக்குத் துரோகம் இழைக்காமலிருக்கக் கூடுமான வரையிலும் முயல்வேன். பொய்கள் சொல்வதை – முற்றிலும் விட்டுவிடுவது சிரம சாத்தியமாகவே இருக்கிறது என்றாலும் – குறைத்துக்கொள்ள அந்தரங்க சுத்தியாகப் பாடு படுகிறேன்.

ஒரு எழுத்தாளன் என்ற முறையில் நான் எதற்கும் பூரண விசுவாசம் செலுத்துகிறவன் அல்ல. நடைமுறை அர்த்தப்படி கட்சிகள், அரசாங்கம், சமூகம், மதம், தேசம் இவற்றிற்கெல்லாம் பூரண விசுவாசம் அளித்துவிடக் கூடாது என்பதை எனது இலக்கியக் கொள்கையின் ஒரு பகுதியாக நான் ஏற்றுக்கொண் டிருக்கிறேன். வெகு ஜனத்தின் நம்பிக்கைகளைப் பிரதிபலிப்பதோ புதிய நம்பிக்கைகளை ஏற்றுக்கொள்ளும்படி அவர்களைத் தூண்டுவதோ என்னுடைய வேலை அல்ல. அவர்களுடைய பொது நம்பிக்கைகளுக்கு அப்பாற்பட்ட விதிவிலக்கான உண்மை களைச் சொல்லி, அந்தச் சந்தர்ப்பங்களில் அவர்களுடைய விரோதியாகவும் காலத்தின் நண்பனாகவும் இருப்பதே என் வேலை என்று எண்ணுகிறேன். மனிதனின் சராசரித் தன்மையின் அழுத்தத்தினால் வெளியே பிதுங்கிவிடும் விதிவிலக்கான உண்மைகள் அலட்சியப்படுத்தப்பட்டு முக்கால் உண்மைகள் முழு உண்மைகளின் தோற்றம் கொள்கிறபோது, மைனாரிட்டி யின் கால் உண்மையில் கலந்துகொண்டு கத்துவது தவிர்க்க முடியாத காரியமாகவே எனக்குப் படுகிறது. இந்திய – சீன எல்லையில் சண்டை மூண்டபோது ஒரு பிரஜை என்ற அளவில் நம் போர் வீரர்களின் தாக்குதல்கள் பற்றியும் இந்திய மக்களின் ஒற்றுமை உணர்ச்சியைப் புலப்படுத்துவதுமான செய்திகளை நான் அக்கறையுடன் கவனித்தேன் என்றாலும், அதை மேலும் ஊக்குவிக்கும் காரியத்தைக் கலை பூர்வமாகச் செய்யவேண்டிய பொறுப்பு எனக்குண்டு என நான் கருதவில்லை. அது என்னுடைய வேலை அல்ல என்றே கருதினேன். இந்தியாவில் பிறந்து நம்மிடையே வாழ்ந்துவரும் சீனர்கள் அந்நாட்களில் என்ன என்ன சிரமங்களுக்கு ஆளாவார்கள் என்பதை அவர்கள் மீது பரிவுணர்ச்சி கொண்டு விவரிப்பதே ஒரு இலக்கியக் கர்த்தா என்ற அளவில் அப்போது எனக்கு எழுதத் தகுந்த ஒரே விஷயமாகப்பட்டது. அந்தப் பார்வையை ஏற்றுக்கொண்டு நம்மவர்கள் ‘இந்தியச்’ சீனர்களுடன் சகோதரத்துவம் கொண்டாட ஒரு தேசிய அடிப்படையில் முற்படுவார்கள் என்றால், முழுக்க முழுக்க அவர்களை நம்புவது விவேகமல்ல என்று நான் சொல்ல ஆரம்பிப்பேன். இந்த விசுவாசமற்ற தன்மையை ஒரு எழுத்தாளன் காப்பாற்றி வர அவனுக்கு அத்தியாவசியமான சுதந்திரத்தையே எழுத்துச் சுதந்திரம்

என்று நான் மதிப்பேன். சுலபமாக விவரிக்கப்பட்ட மேற் சொன்ன காரியங்களை நடைமுறையில் பின்பற்ற அவசியமான அளவு சத்திய உணர்வோ தைரியமோ இன்று எனக்கில்லை. எனினும் அவை வளர்த்துக்கொள்ளப்பட வேண்டும். அது சாத்தியம் என்றே கருதுகிறேன்.

ஒரு நவீனத் தமிழ் எழுத்தாளனான நான் புதுமைப்பித்தன், மௌனி, கு.ப.ரா., பிச்சமூர்த்தி, செல்லப்பா, க.நா.சு., ராமாமிருதம், ஜானகிராமன், அழகிரிசாமி இவர்களுக்குப் பின்னால் வந்தவன் என்பதை எப்போதும் நினைவில் வைத்துக்கொள்கிறேன். சிருஷ்டிகள் மூலம் அவர்கள் பவித்திரப்படுத்தியும் கூராக்கியும் தந்த வார்த்தைகள் என் வேலைக்குப் பயன்படுகின்றன என்பது எனக்குத் தெரியும். இவர்களை முற்றாகப் புறக்கணிக்கிறவன் என்னை ஏற்றுக்கொள்ள மாட்டான் என்பதோடு இவர்களைப் புறக்கணிக்கும் எந்த ஸ்தாபனம், குழு, தனி மனிதனின் பாராட்டையும் நான் ஏற்றுக்கொள்ள மாட்டேன். தமிழ் வளர்ச்சிக் கழகத்தின் பரிசு எனக்கு அளிக்கப்படுமென்றால் அதை நான் அவர்கள் முகத்தில் விட்டெறிந்துவிடுவது என்பது என்னைப் பொருத்தவரையிலும் தவிர்க்க முடியாத காரிய மாகவே இருக்கும். இதற்குக் காரணம் என்னுடைய இலக்கிய முன்னோர்களைக் கவுரவிக்கத் தவறியதன் மூலம் எனக்குப் பரிசளிக்கும் தகுதியை அவர்கள் இழந்துவிட்டார்கள் என்ப தாகும்.

எழுத ஆரம்பித்த காலத்தில் எனக்கிருந்த மிதமிஞ்சிய உற்சாகம் இப்போது எனக்கில்லை. ஸ்வீடிஷ் அகாடமியிலிருந்து அழைப்பு வந்துவிட்டால் விலை உயர்ந்த பனிக்கோட்டுகள் வாங்குவது சிரமமாக இருக்குமே என எண்ணிக் கவலைப்பட்டுக் கொண்டிருந்த காலம் மலையேறிவிட்டதைப் பற்றி எனக்குச் சந்தோஷம்தான். நாள் போகப் போக உலக இலக்கியம் பொருட் படுத்தும்படி எதையேனும் அளிக்க என்னால் ஆகுமா என்று மலைப்புத் தட்ட ஆரம்பித்திருக்கிறது. என்னைக் கருவியாய்க் கொள்ளும் இயற்கையின் முகவிலாசம் பின்னால் எப்படி விரியும் என முன்கூட்டிக் கணிப்பது தர்க்க அறிவுக்கு அப்பாற் பட்டது என்று சமாதானம் அடைகிறேன். இலக்கிய உலகில் மகத்தான வெற்றி கிடைக்காவிட்டாலும் தோல்வி ஏற்படும் எனில் அத்தோல்வியும் மகத்தான தோல்வியாக இருக்க வேண்டும் என்று பிரார்த்தித்துக்கொள்கிறேன். அற்ப வெற்றி எனும் தண்டனைக்கு ஆளாகாமல் தப்புவேன் என்றால் அதுவே பெரிய அதிர்ஷ்டம் என்று கருதுவேன்.

வாழ்வின் அந்திமதசையில் இவ்வாறு கூறிக்கொள்ள முடிந்தாலே போதும்: "என்னுடைய கலைத்திறன் மிகச் சொற்பமானதுதான். எனினும் அந்தச் சொற்பமான கலை உணர்வையும் நான் பேணிச் சீராட்டி வளர்த்தேன். எனது அந்தரங்கத்துக்கு உவப்பான விஷயத்தையே நான் அளித்தேன். மூன்று வார்த்தைகளில் சொல்லக்கூடியதை நாலு வார்த்தைகளில் சொல்லலாகாது என்ற விதியைக் கடைசி வரையிலும் நான் காப்பாற்ற முயன்றேன். எனக்குக் கிடைத்த மொழியை மலினப் படுத்தாமல் மறு சந்ததிக்கு அளிக்க நானும் என்னால் ஆன முயற்சி எடுத்துக்கொண்டேன்."

இவ்வளவு போதும் எனக்கு.

நான் செல்லும் பாதை என்னைக் கோவிலின் சந்நிதானத் திற்கு இட்டுச் செல்வதற்குள் நான் களைப்படைந்து போய் விடலாம். ஆனால் நடந்து செல்கிற பாதை சுத்தமான பாதை யாக இருந்துவிட்டாலே போதும். அப்போது வழி நெடுகிலும் கோவில்கள்தாம்; வழி நெடுகிலும் கோபுரங்கள்தாம்.

***தீபம்*, 1966**

சில கெட்ட உறுப்புகள்

தமிழர்களுக்குச் சில வார்த்தைகளைக் கண்டாலே பயம் என்று நினைக்கிறோம். உண்மையில் நம் ஜனங் களுக்கு அவ்வித பயம் எதுவுமில்லை. உலகின் எல்லா இனங்களைப் போல இவர்களும் திட்டத் தெரிந்தவர் கள். காதல் பேசிக் கொஞ்சத் தெரிந்தவர்கள். இந்த வேளைகளில் 'குஷி' வார்த்தைகள் பேசத் தெரிந்தவர்கள். பத்திரிகை ஆசிரியர்கள் கொஞ்சம் போலி பவித்திரங் களைச் சுமந்துபார்க்கிறார்கள்.

'கல்கி'யின் பெருமை அவர் காதல் காதலாக எழுதி யும் கதாபாத்திரங்கள் கட்டியணைத்துக் கொண்ட தாகவோ முத்தமிட்டுக்கொண்டதாகவோ (குறைந்தபட்சம் கன்னத்தில்கூட) எழுதாததுதான் என்பார் என் பழைய நண்பர் ஒருவர்.

டி.கே.சி., தாகூரின் ஒரு மேற்கோளில் 'முத்தம்' என்று வந்ததை 'இளமுறுவல்' எனச் செப்பனிட்டதை வியந்து போற்றினார் ஒரு டி.கே.சி. பக்தர். முத்தமும் இளமுறுவலும் ஒன்றுதானா என்று நான் சந்தேகம் கேட்டேன். முத்தம் உலகம் பூராவிலும் இருக்கலாம். வங்காளத்திலும் பரவி மகான் தாகூரையும் அது பிடித்துக் கொண்டிருக்கலாம். உடனே நாமும் அந்த ஆபாசத்துக்கு ஆட்பட்டுத்தான் தீர வேண்டுமா என்ன?

'செம்மீனை' தமிழில் மொழிபெயர்த்தேன். சாகித்திய அகாடமிக்காக. மூல ஆசிரியன் 'கறுத்தம்மா'வின் முலை களைப் பற்றியும் பிருஷ்டத்தைப் பற்றியும் சொல்லியிருக் கிறார். அவருக்கு ஆசை. அல்லது அவசியம். சொல்லி யிருக்கிறார். என் கையெழுத்துப் பிரதி திரும்ப வந்து

விட்டது, முலைகளையும் பிருஷ்டத்தையும் வெட்டித்தர வேண்டுமென்று கேட்டுக்கொண்டு. 'தகழி'யிடம் ஒப்புதல் பெற்றுத் தந்தால் எந்த எந்த அங்கங்களை வெட்ட வேண்டுமோ எல்லாவற்றையும் ஒன்று பாக்கியில்லாமல் வெட்டித் தருகிறேன் என்று பதில் எழுதினேன். மொழிபெயர்ப்பாளர்களுக்கு இது போல் ஒரு கடிதம் இந்திய இனங்களில் தமிழனான எனக்கு மட்டும்தான் வந்திருக்கும் என்பது என் அனுமானம். மற்றவர்கள் இந்த அசிங்கங்களை எல்லாம் எப்படியோ பொறுத்துக்கொண்டு விடுகிறார்கள்.

ஆசிரியர் கேட்டு ஒரு பத்திரிகைக்குக் கதை அனுப்பியிருந் தேன். திடீரென்று ஒருநாள் சென்னையிலிருந்து எனக்கு போன் வந்தது. 'உங்கள் கதையில் வந்திருக்கும் முலையை மட்டும் எடுத்துவிடுகிறேனே' என்றார் ஆசிரியர். அதற்குள் எனக்கு மறந்துபோயிருந்ததால், 'எந்த முலை? எந்த முலை?' என்று கத்தினேன். மனைவி குழந்தைகள் எல்லோரும் என்னைச் சூழ்ந்துவிட்டார்கள். தனக்குக்கூட ஆட்சேபணையில்லை என்றும் அவருடைய இலக்கிய நண்பர் (எனக்கும் நெருங்கிய நண்பர்) மிகவும் சங்கடப்படுவதாகவும் சொன்னார் ஆசிரியர். 'என்ன சொல்கிறீர்கள்? வெட்டட்டுமா? முலையை மட்டும் . . . வெட்டட்டுமா? முலையை மட்டும் . . .' பேசி முடிக்க நேரமாகிக் கொண்டிருந்தது. 'இருந்துவிட்டுப் போகட்டும் சனியன்' என்று கத்தினேன். இப்போது அவருடைய பத்திரிகையில் வரும் கதைகளிலிருந்து அவருக்கு இந்த அங்கங்கள் மீது பழைய கோபம் இல்லை என்றே தோன்றுகிறது.

இலக்கிய நியாயங்களோடு பயன்படுத்தப்பட்டிருந்த சில வார்த்தைகளுக்கு இந்தப் பாடுபடுத்தினார்கள். இப்போது போட்டாப் போட்டியும் லாப வேட்கையும் மிகுந்துபோன போது அட்டைக்கு அட்டை ஆபாசமாய் அடிப்பதே 'வளமை' யாகிவிட்டது. பலர் இப்போக்கை இன்று கண்டிக்கிறார்கள். ஆனால் எனக்குத் தெரிந்து கம்யூனிஸ்ட் எழுத்தாளர்கள்தான் இந்தத் தீய வர்த்தக புத்தியை என்றும் ஊக்கமாக எதிர்த்து வந்திருக்கிறார்கள். இதைக் கம்யூனிஸ்ட் அல்லாதவர்கள் கவனத்துக்கு நான் கொண்டுவருகிறேன்.

ஞானரதம், ஜூலை 1973

என் நாவல்கள்

நான் இரண்டு நாவல்கள் எழுதியிருக்கிறேன். ஒரு புளியமரத்தின் கதையும், ஜே.ஜே. சில குறிப்புகளும்.

என் சிறு வயதில் நான் பிறந்த ஊரான நாகர்கோவில் என் மனத்தில் ஒரு கனவாகவே இருந்தது. எட்டு வயது வரையிலும் நான் கோட்டயத்தில் இருந்தேன். அங்கு நான் படித்த மொழி மலையாளம். நாங்கள் வீட்டில் பேசுகிற தமிழை நாகர்கோவிலில் ஊர் முழுக்கப் பேசு வார்கள் என்று என் அம்மா என்னிடம் சொன்னபோது தான் என் முதல் கனவு துளிர்க்கத் தொடங்கிற்று என்று நினைக்கிறேன்.

நாகர்கோவிலில் குதிரை வண்டிகள் இருந்தன. தெருக்களில் கழுதைகளை சகஜமாகப் பார்க்கக் கிடைக் கும். என் பாட்டியின் வீட்டுப் பக்கம் ஆறு ஓடிக்கொண் டிருந்தது. எங்கள் உறவுப் பெண்கள் குளிக்கப்போகும் போது அவர்கள் பின்னால் போகும் என் வயதை ஒட்டிய குழந்தைகளுக்குக்கூட நீச்சல் தெரிந்திருந்தது. பாட்டியின் வீட்டுப் பின்பக்கம் பெரிய தென்னந்தோப்பு. அதைத் தாண்டி வாய்க்கால். பச்சைப்பசேல் என்று காற்றில் தலை சாய்த்து ஓடத் தொடங்கும் பயிர்கள், மலைகளில் முட்டிக் கொள்வது வரையிலும் ஓடும். தோப்பிலிருந்து பார்த்தால் புத்தேரி ஆஸ்பத்திரி தெரியும். என் பிறப்பை மேற்பார்வை செய்ய வந்த வெள்ளைக்கார லேடி டாக்டர் நடுநிசியில் வலது கையால் டார்ச் விளக்கை அடித்தபடி இடது கையால் சைக்கிளை ஓட்டிக் கொண்டு வந்தாராம். என் இளமைக் காலக் கனவுகளை வளர்த்துக்கொள்ள எனக்குக் கிடைத்த போஷாக்குகளில் ஒரு சில இவை. எங்கள் குடும்பம் கோட்டயத்திலிருந்து

நாகர்கோவிலுக்கு வந்தபோது கனவின் கிளுகிளுப்பில் முகத்தைப் புதைத்துக் கொள்ளப்போகும் பரபரப்பில் நான் இருந்தேன்.

நாகர்கோவிலும் கோட்டயம்போல் புழுதியால்தான் செய்யப்பட்டிருக்கிறது என்பது எனக்குப் போகப்போகப் புரியத் தொடங்கிற்று. வீடுகள். கோவில்கள். கள்ளுக்கடைகள். விதவிதமான மனிதர்கள். அவர்களுக்குச் சிரிக்கத் தெரியும். பேசத் தெரியும். அற்புதங்களை நிகழ்த்திக்காட்டத் தெரியும். சிறுமைகளில் உழலவும் தெரியும்.

ஊர் சுற்றுவதில் எனக்கு மிகுந்த சந்தோஷம் இருந்தது. சாலைகள் அலுத்தபோது நான் சந்துகளில் நுழைந்தேன். அதில் ஆர்வமும் பரபரப்பும் இருந்தன. என் அம்மாவிடமிருந்து எனக்குக் கிடைத்திருந்த மன உலகங்கள் சந்துகளின் மோசமான பகுதிகளில் விழுந்து நொறுங்கின. அகலப் பாதையின் எந்த இடத்தில் இந்தச் சந்துகள் போய்ச் சேரும்? எதிர்பாராத இடங்களில் திருப்பங்கள். படிக்கட்டுகள். பேரழகியான ஒரு இளம் பெண் மிக மோசமான வசைகளைச் சொல்லிக் கத்தியது இப்போதும் என் நினைவில் இருக்கிறது. பேரழகும் வசைகளும் ஒரு ஜீவனில் இணையும் என்பதை அப்போது நான் கற்பனை செய்திருக்கவில்லை.

சந்துகளில் நான் இல்லாமையின் சகல கோலங்களையும் பார்த்தேன். அழுக்குகளின் நிறங்கள். வசைகளின் ஏற்ற இறக்கங்கள். சிதைந்துபோன ஒழுக்கங்கள்.

ஊர் சார்ந்த என் கனவுகள் குலையத் தொடங்கின.

2

அரசியல் சார்ந்த என் கனவுகள் குலைந்தது மற்றொரு விதம்.

ஒரு வயது மூத்தவரான என் சிறிய தாய்மாமா என்னை விடவும் ஊர் சுற்றுவதில் நம்பிக்கை கொண்டிருந்தார். நாகர்கோவில் சுற்று வட்டாரத்தில் ஐந்தாறு மைல்களுக்குள் நடைபெறும் சகல பொதுக் கூட்டங்களுக்கும் நாங்கள் போவோம். மாமாதான் என் அரசியல் குரு. அரசியலில் அவர் அறியாத விஷயம் இல்லை என்று எனக்குத் தோன்றிற்று. வெள்ளையன் வெளியேறியதும் இந்தியாவின் சகல கஷ்டங்களும் நீங்கும் என்று மாமா என்னிடம் சொன்னார். பொதுக் கூட்டங்களில் கேட்டுக்கொண்டிருந்த முழக்கங்களும் மாமாவின் பேச்சைத்தான் எனக்கு உறுதிப்படுத்தின. சுதந்திர இந்தியா என் மனதில் பெரிய கனவாக இருந்தது.

இந்தியா சுதந்திரம் பெற்றபோது தேசத் தலைவர்களின் பேச்சை நானும் மாமாவும் வானொலியில் நள்ளிரவில் கண்

விழித்துக் கேட்டோம். ஆனால் தொடர்ந்து நிகழ்ந்த நிகழ்ச்சிகள் ஏமாற்றத்தைத் தந்தன. இந்து முஸ்லீம் கலவரம். காந்திஜியின் மறைவு. தேசமே அனாதை ஆகிவிட்டது போல் இருந்தது. அந்நிய ஆட்சியை எதிர்ப்பதில் ஒன்று திரண்டிருந்த மக்கள் தங்களுக்குள் பிளவுபட்டு எதிரெதிர் அணிகளில் திரள்வது போல் தோன்றிற்று. ஜாதி, மதம், மொழி சார்ந்த பிரிவுகள். பொதுக் குறிக்கோள் காணாமல்போய்விட்டது.

நானும் மாமாவும் ஊரைச் சுற்றிக்கொண்டு வந்தபோது இனம் தெரியாத ஒரு வெறுமை எங்கள் மனத்தில் படிந்தது. புற உலகில் எவ்வித மாற்றத்தையும் காணோம்! குறுகிய தெருக்களில் அழுக்குகள் அப்படியே இருக்கின்றன. இல்லாமை. இன்னல்கள். கொடுமைகள். வெறுமைப்பட்டுப் போன முகங்கள். எல்லாம் அப்படியே இருக்கின்றன.

அரசியல் சார்ந்த என் கனவும் பொய்த்துப்போய்விட்டது போல் பட்டது.

ஊர் சார்ந்த கனவும் அரசியல் சார்ந்த கனவும் சிதறிப் போனதில் மனத்தில் படர்ந்த வெறுமையும் ஏமாற்றமுமே ஒரு புளியமரத்தின் கதை என்ற என் முதல் நாவலில் ஏதோ ஒரு விதத்தில் பிரதிபலிக்கிறது என்று கருதுகிறேன்.

இந்த நாவல் எழுதும்போது தமிழ் நாவல் எப்போதும் சுற்றிச் சுற்றி வரும் குடும்பம் என்ற கருதுகோள் என் மனத்தில் இருக்கவில்லை. புற உலகமும் மனிதர்களும். புற உலகில் மனிதர்கள் ஒருவருக்கொருவர் கொள்ளும் உறவுகள். முரண்கள். இதனால் என் நாவல் தமிழ் நாவலுக்கு மிகவும் பழக்கப்பட்டுப் போயிருந்த குடும்பத்தை விட்டுவிட்டு மரத்தடிக்கு வந்துசேர்ந்தது.

காலத்தின் போக்கில் ஒரு ஊர் மாறிவரும் விதம்; மனித உணர்வுகள் பின்னகர்ந்து பணம் சார்ந்த ஆசைகள் ஊடுருவும் கோலங்கள்; அரசியல் இயக்கங்கள்; லாப வேட்கை சார்ந்த இழுபறிகள்; அனைத்திற்கும் சாட்சியாக மையத்தில் நிற்கும் மரம். அந்த மையம்தானே மனிதனின் சரிவை உணர்த்திக் கொண்டிருக்கிறது? ஆகவே அதை அழித்துவிடும் சாகசமும் மனிதர்களின் அடி மனங்களில் உருவாகிவருகிறது. மரம் அழிக்கப்படுகிறது. இந்த நாவலை அப்போது என்னிடமிருந்த மொழிக்கும் விமர்சனத்திற்கும் பார்வைக்கும் ஏற்றவாறு சொல்ல முயன்றிருக்கிறேன்.

3

1950 வாக்கில்தான் எனக்கு எழுத வேண்டும் என்ற எண்ணம் ஏற்பட்டது. அப்போது நான் அரைகுறையாக அறிந்திருந்த மூன்று மொழிகளில் மலையாளமும் ஒன்று.

நான் மலையாளப் புத்தகங்களைப் படிக்க முயன்றேன். 1950இலிருந்து 1965வரையிலுமான காலகட்டத்தில் எனக்குத் தெரிய வந்திருந்த தகழி, கேசவ் தேவ், பஷீர், காரூர் போன்ற பலருடைய எழுத்துகளையும் படித்தேன். இந்திய மொழி இலக்கியங்களைச் சார்ந்த ஆசிரியர்கள் பற்றியும் உலக ஆசிரியர்கள் பற்றியும் தெரிந்துகொள்ள வேண்டும் என்ற அவா எனக்கு இருந்தது. இவர்களைப் பற்றிய செய்திகள் எனக்குத் தமிழில் கிடைக்கவில்லை. மலையாள விமர்சனங் களைப் படிக்கத் தொடங்கினேன். எம்.பி. பால், ஜோசப் முண்டசேரி, குட்டிக்கிருஷ்ண மாரார், எம். கோவிந்தன், சி.ஜே. தாமஸ், பி.கே. பாலகிருஷ்ணன் போன்றவர்களின் விமர்சனங்களைப் படித்தேன். சி.ஜே. தாமஸின் மொழியும் எம். கோவிந்தனின் கருத்துலகத் தேடல்களும் என்னை வெகுவாகக் கவர்ந்தன. மலையாள இலக்கிய உலகம் மனதில் நெருக்கமாக உணரக் கூடிய ஒன்றாயிற்று. அத்துடன் எழுத் தாளர்கள் ஒருவருக்கொருவர் கொண்டிருந்த உறவுகள் பற்றி, அவர்கள் பங்கு கொண்டிருந்த இயக்கங்கள் பற்றி, இயக்கங் களுக்கும் அவர்களுக்கும் இடையே இருந்த இடைவெளிகள் பற்றி, கருத்து மோதல்கள் பற்றியெல்லாம் அறிந்துகொண்டேன்.

இந்தக் காலகட்டத்தில் தமிழ் இலக்கியம் சார்ந்து எதிர் மறையான எண்ணங்கள் என் மனதில் வளர்ந்துகொண்டிருந் தன. தமிழ் சஞ்சிகைகளின் வணிகப் போக்கு எனக்கு மிகுந்த ஏமாற்றத்தைத் தந்தது. தீவிரமான படைப்புகளுக்கு அவற்றில் இடமில்லை. மேலான ஆசிரியர்கள் போதுமான வாசகர்களைச் சென்றடைய வழியுமில்லை. சினிமா, நாடகம் போன்ற கலை களும் மேலோட்டமாகவே இருந்ததில் ஏமாற்றம் அதிகமாயிற்று. தமிழ் இலக்கியம் சார்ந்தும் தமிழ்க் கலாச்சாரம் சார்ந்தும் தமிழ் வாழ்க்கை சார்ந்துமே கூரான விமர்சனங்கள் மனதில் உருவாகி வந்தன.

எனது இரண்டாவது நாவலாக, புதுமையான படைப்பு ஒன்றை உருவாக்க வேண்டும் என்ற எண்ணம் எனக்கு உள்ளூர இருந்திருக்கலாம்.

ஜே.ஜே: சில குறிப்புகள் நாவலுக்குரிய உத்வேகம் தற்செயலாக என்னிடம் வெளிப்பட்டது. உண்மையில் நான் எழுதிக்கொண்டிருந்தது மற்றொரு நாவல். அந்த நாவலின் ஒரு கதாபாத்திரத்தின் வீட்டுத் திண்ணையில் அமர்ந்து பல நண்பர்களும் தாழ்த்தப்பட்டோர்களைக் கோவிலுக்குள் அனுமதிக்கும் சட்டம் பற்றிப் பேசிக் கொண்டிருக்கிறார்கள். அப்போது விவாதத்தில் ஒரு தேக்கம் உருவாகிறது. பேசிக்கொண் டிருக்கும் கதாபாத்திரம் ஒன்று மறுநாள் தன் சகோதரனான சம்பத்தை அழைத்து வருவதாகவும் அவன் சில புதிய விஷயங்

களைக் கூறி முடிச்சு விழுந்துவிட்ட சிந்தனையை மேலெடுத்துச் செல்வான் என்றும் சொல்கிறது. மறுநாள் சம்பத் வந்து பேசுகிறான். விவாதம் தொடர்கிறது. தன் நண்பனும் மலையாள இலக்கியத்தின் புகழ்பெற்ற படைப்பாளியும் ஓவியனுமான ஜோசஃப் ஜேம்ஸை தான் மறுநாள் அழைத்து வருவதாகவும் கூரிய சிந்தனைவாதியான தன் நண்பன் விவாத விஷயத்தை முற்றிலும் புதிய கோணத்தில் பேசுவான் என்றும் சம்பத் சொல்கிறான்.

ஜோசஃப் ஜேம்ஸ் என்ற பெயர்ச்சொல்லை எழுதிய நிமிஷத்தில் என் மனம் சிறகு கட்டிப் பறக்கத் தொடங்கிற்று. மலையாள இலக்கியம் சார்ந்தும் மலையாள வாழ்க்கை சார்ந்தும் நான் பெற்றிருந்த அனுபவங்களின் சாரங்கள் என் மனதில் திரண்டன. மிகுந்த உவகை தரும் ஆவேசத்திற்கு ஆட்பட்டேன். எழுதிக்கொண்டிருந்த பெரிய நாவலை அப்படியே விட்டுவிட்டு என் மனதை வெகுவாகக் கவர்ந்த, ஆவேசம் மிகுந்த, சிந்தனைத் தெறிப்புகள் கொண்ட ஜோசஃப் ஜேம்ஸ் என்ற பாத்திரத்தைப் பின்தொடர்ந்து செல்லத் தொடங்கினேன். நான் மிகவும் விரும்பும் ஒரு மன உலகம் கலைப் பாங்காக விரியத் தொடங்கிற்று. ஜோசஃப் ஜேம்ஸின் ஆவேசம் தான் என்னை இழுத்துக் கொண்டுபோய் முழு நாவலையும் எழுத வைத்தது என்று நினைக்கிறேன்.

ஜே.ஜே: சில குறிப்புகள் மலையாளக் கலாச்சார உலகத்தைப் பின்னணியாகக் கொண்டதுதான். ஆனால் உண்மையில் அது தமிழ் கலாச்சார உலகம் சார்ந்து முன் வைக்கப்பட்ட ஒரு விமர்சனம். தமிழ் வாழ்வின் சாரம் சார்ந்த ஒரு விமர்சனம்.

தமிழ் வாழ்வை விமர்சிக்க மலையாளக் கலாச்சாரப் பின்னணி எதற்கு என்ற கேள்வி எழலாம். என்னிடமிருக்கும் குறையை ஒருவர் தன்னிடமிருக்கும் குறையாகக் கண்டு அக்குறையைச் சார்ந்து என்னிடம் பேசினால் அக்குறைகளுக்கு நான் செவி மடுக்கிறேன். அவற்றைக் கிரகித்துக்கொள்கிறேன். சிறிது சிந்திக்கவும் செய்கிறேன். அதே குறைகளை என்னுடைய குறைகளாக அவர் முன்னிறுத்தினால் என் மனம் விலகி அந்நியப்படுகிறது. எதிர்மறையான பாதிப்பும் அடைகிறது.

தமிழ் வாசகர்களை அந்நியப்படுத்தாமல் தமிழ் வாழ்க்கை சார்ந்த விமர்சனத்தை முன்வைக்க வேண்டும் என்ற ஆசை ஜே.ஜே. சில குறிப்புகள் எழுதும்போது என்னை அறியாமலே என்னிடம் வெளிப்பட்டிருக்க வேண்டும்.

புதின பூக்களம், 1994

(திருவனந்தபுரம் வானொலியில் 27.03.94இல் ஒலிபரப்பப்பட்டது.)

என் படைப்பனுபவம்

என் படைப்பனுபவம் பற்றிய சில எளிய தகவல் களை வாசகர்களுடன் பகிர்ந்துகொள்ளலாம் என்று நினைக்கிறேன். படிப்பனுபவத்திலிருந்து படைப்பனு பவத்தைப் பிரிக்க முடியும் என்று தோன்றவில்லை. மிகச்சிறந்த படைப்புகளைப் படிக்கும்போது 'இதுபோல் நம்மாலும் எழுத முடியுமா?' என்ற ஆதங்கம் தோன்று கிறது. இந்த ஆதங்கம்தான் படைப்பை உருவாக்கும் சக்தியாகப் பரிணமிக்கிறது.

என் சுய படைப்பு என்று என் இரண்டாவது சிறுகதையான 'தண்ணீரை'த்தான் சொல்ல வேண்டும். இடதுசாரிச் சிந்தனைகள் என்னை வெகுவாகக் கவர்ந் திருந்த காலம் அது. குடும்பச் சூழலில் அடக்குமுறைக்கு ஒடுங்கிப்போன வருத்தமும் கோபமும் என் மனத்தில் இருந்தன. இருப்பையும் சுதந்திரத்தையும் நிலைநாட்டி விட வேண்டும் என்ற ஆவேசம் பொங்கி வழிந்துகொண் டிருந்தது. இடதுசாரிச் சிந்தனை, மக்களை வர்க்கங்கள் என்று பிரித்துப் பேசினாலும் மனித குலத்தின் நன்மையை ஒட்டுமொத்தக் குறிக்கோளாகக் கொண்டிருந்தது என் மனத்தை வெகுவாகக் கவர்ந்தது. அச்சிந்தனை சார்ந்த கனவும் அந்தக் கனவிலிருந்த தர்க்கமும் என் எதார்த்த மனதுக்கு இசைவாக இருந்தன.

நாற்பதுகளில் தமிழில் நிறையத் துண்டுப் பிரசுரங்கள் வெளி வந்தன. ஏதோ ஒரு துறை சார்ந்த எதிர்ப்பை உரத்த குரலில் பதிவு செய்யும் துண்டுப் பிரசுரங்கள். கடவுளுக்கு எதிராக, சமயங்களுக்கு எதிராக, பணக்காரர் களுக்கு எதிராக, பிற்போக்குவாதிகளுக்கு எதிராக, வெள்ளையனுக்கு எதிராக. இந்தத் துண்டுப் பிரசுரங்களில்

வெளிப்பட்ட எதிர்நிலை அம்சம்தான் என்னை வெகுவாகக் கவர்ந்தது. கோபாவேசத்துடன் எழுதப்பட்டிருந்த இந்தத் துண்டுப் பிரசுரங்களை வாங்கிப் படிப்பதை நான் பழக்கமாகக் கொண்டிருந்தேன். ஒவ்வொரு நாள் காலையிலும் ஒரு தமிழ்ப் புத்தகத்தை எடுத்து மாலைக்குள் அதைப் படித்து முடிப்பேன். மாலையில் ஒரு துண்டுப் பிரசுரத்தை வாங்கி அதை முடித்த பின்னரே படுக்கைக்குப் போவேன்.

அன்றே தமிழ் இதழ்களைப் படிப்பதில் எனக்கு ஆர்வம் இருக்கவில்லை. நகைச்சுவைகளின் எல்லா வகைகளும் எனக்குச் சிரிப்பை மூட்டின என்றாலும் துணுக்குகளைப் படித்துச் சிரிக்கும்போது ஏதோ ஒரு வெட்கம் மனதில் கவிந்தது. சஞ்சிகைகளில் எதைப் படித்தாலும் மேலோட்டமாகப்பட்டது. தமிழில் படித்த புதுமைப்பித்தன், ஆர். சண்முக சுந்தரம், க.நா.சு. போன்றவர்களின் எழுத்துகளும் மலையாளத்தில் படிக்க நேர்ந்த தகழி, பஷீர், எம். கோவிந்தன் போன்றவர்களின் எழுத்துகளும் என் மனதில் இருந்த ரொமான்டிக்கான கனவைச் சிதறடித்துவிட்டிருந்தன. இந்தக் கனவை ஒருவன் இழந்துவிட்டால் அதன்பின் அவன் மனம் தமிழ்ச் சஞ்சிகைகளுடன் ஒட்டாது என்றுதான் நினைக்கிறேன். 'நான் வாழும் இந்த மண்ணைப் பற்றிப் பேசினால்தான் உங்கள் குரலுக்கு என்னால் செவி சாய்க்க முடியும்' என்ற நிபந்தனை எல்லாப் படைப்பாளிகள் சார்ந்தும் என் மனதில் இருந்த காலம் அது.

என் ஆரம்பகாலக் கதைகள் என் நண்பர் தொ.மு.சி. ரகுநாதனின் 'சாந்தி' இதழ்களில்தான் அதிகம் வெளிவந்தன. இந்தக் கதைகளின் மூலம் ஒரு சில வாசகர்களையும் சில எழுத்தாளர்களின் அறிமுகங்களையும் நான் பெற்றுக்கொண்டேன். கதைகளின் உள்ளடக்கம் முற்போக்காக இருந்தாலும் அவற்றின் கலைத்தன்மை வலுவாக இருந்தால்தான் அவை வாசகனைச் சென்றடையும் என்ற என் நம்பிக்கையை உறுதிசெய்துகொள்ளும் வகையில் என் ஆரம்பகாலக் கதைகள் அமைந்தன.

'சாந்தி' நின்றுபோன பின் நான் மற்றொரு சிற்றிதழின் வருகைக்காகக் காத்துக்கொண்டிருந்தேன். என் இலக்கிய நம்பிக்கை சார்ந்து ஜனரஞ்சக இதழ்களுடன் எனக்கு எந்தத் தொடர்பும் இல்லாமல் இருந்ததால் இக்காத்திருப்பு கடினமாக இருக்கவில்லை. நண்பர் வ. விஜயபாஸ்கரனை ஆசிரியராகக் கொண்டு 'சரஸ்வதி' வெளிவரத் தொடங்கியபோது என் 'கைக்குழந்தை' என்ற கதை அதில் வெளிவந்தது. தொடர்ந்து பல கதைகள் 'சரஸ்வதி'யில் வெளிவந்தன.

சோவியத் ஆட்சி மிகக் கொடுமையான சர்வாதிகாரப் போக்கு கொண்டது என்ற உண்மையை நான் அறிந்தபோது எனக்கு மிகுந்த அதிர்ச்சியும் ஏமாற்றமும் ஏற்பட்டன. இயக்கங்கள் மீதும் அரசியல்வாதிகள் மீதும் மிகுந்த அவநம்பிக்கை ஏற்பட்ட காலம் அது. இதன் தொடர்ச்சியாக வாழ்க்கைபற்றி ஒரு மறுபரிசீலனை உருவாயிற்று என்றே சொல்லலாம். பொருளாதாரத் தன்னிறைவு கூடிவிட்ட காரணத்தினாலேயே மனிதன் நிம்மதியாக வாழ்வான் என்பதற்கு ஆதாரம் இல்லை என்ற எண்ணம் எனக்கு ஏற்பட்டது. பொருளாதாரத்தைத் தாண்டியும் மனிதனுக்கு எண்ணற்ற பிரச்சினைகள் இருக்கின்றன. மனித மனத்தின் சிக்கலையும் சமூக அமைப்பின் சிக்கலையும் நுட்பமாகப் புரிந்துகொள்ளாத வரையிலும் வாழ்க்கையின் அடிப்படையை மாற்றும் காரியங்கள் எதையும் செய்ய முடியாது என்று நம்பத் தொடங்கினேன்.

இரண்டு ஆண்டுகளில் 'சரஸ்வதி'யில் ஒன்பது கதைகள் வெளிவந்தன. மிகக் குறைவாக எழுதும் என் இயற்கையை எண்ணிப் பார்க்கும்போது இதைப் படைப்பூக்கம் மிகுந்த காலம் என்றுதான் சொல்ல வேண்டும். 'சாந்தி' மூலம் இடதுசாரி எழுத்தாளர்களுக்கும் வாசகர்களுக்கும் தெரிய வந்திருந்த நான் 'சரஸ்வதி'யில் எழுதியதன் மூலம் மறுமலர்ச்சி எழுத்தாளர்களுக்கும் இலக்கிய வாசகர்களுக்கும் தெரியவந்தேன். சென்னை எழுத்தாளர்கள் ஒரு சிலருடன் எனக்கு இந்தக் காலத்தில் உறவும் ஏற்பட்டது. 'சரஸ்வதி' இதழ் நின்று போனபின் நான் விரும்பும் வகையிலான இதழ் எதுவும் இல்லாமல் போயிற்று.

ஐம்பதுகளின் மத்தியில் எனக்கு நா.பார்த்தசாரதியுடன் நட்பு ஏற்பட்டது. பின்னர் அவர் மிகுந்த புகழ்பெற்ற எழுத்தாளராக மலர்ந்த போது விரிந்த தளத்தில் வாசகர்கள் என்னை அறிய வேண்டும் என்று பெரிதும் விரும்பினார். என் படைப்புகளைப் பாராட்டியும் நான் புகழ் பெற வேண்டிய அவசியத்தை வற்புறுத்தியும் கடிதங்கள் எழுதுவார். அவரிடம் எனக்கு நட்பும் மதிப்பும் இருந்தன. ஆனால் அவருடைய எழுத்துப்போக்கு என்னைக் கவரவில்லை. அவர் விருப்பத்திற்கு ஏற்ப நான் அவ்வப்போது ஒரு சில கதைகளைத் தலைப்பின்றி எழுதித் தந்தேன். இக்கதைகளுக்கு அவர் விருப்பப்படி தலைப்பிட்டு 'கல்கி' இதழ்களிலும் தீபாவளி மலர்களிலும் வெளியிட்டார். ஜீவாவுடன் எனக்கு இருந்த நெருக்கத்தால் என் ஒரு சில படைப்புகள் 'தாமரை'யிலும் வெளிவந்தன.

நா.பா. அவரது சொந்தப் பத்திரிகையான 'தீப'த்தை உருவாக்கிய போது அதன் ஆரம்ப இதழ்களில் நான் எழுதினேன்.

அதன்பின் 'ஞானரதம்', 'சதங்கை', 'கொல்லிப்பாவை' போன்ற பல சிற்றிதழ்களில் கதைகளும் கவிதைகளும் எழுதினேன்.

என் முதல் நாவலான 'ஒரு புளியமரத்தின் கதை'யின் ஆரம்பப் பகுதிகள் 'சரஸ்வதி'யில் வெளிவந்தன. 'சரஸ்வதி' நின்றபோது நான் அந்த நாவலை எழுதி முடிக்க ஆர்வம் கொள்ளவில்லை. ஐந்தாறு வருட இடைவெளிக்குப் பின் காஞ்சிபுரத்தில் ஒரு ஓட்டலில் தங்கி அந்நாவலை எழுதி முடித்தேன். வாசிப்பில் எனக்கு இருந்த ஆர்வம் காரணமாகத் தமிழ், மலையாளம், ஆங்கிலம் ஆகிய மூன்று மொழிகளிலும் படிக்கக் கிடைக்கும் வாய்ப்பை இயன்றவரையிலும் பயன்படுத்தி வருகிறேன். ருஷ்ய இலக்கியமும் பிரெஞ்சு இலக்கியமும்தான் என் மனதை வெகுவாகக் கவர்ந்தன. அமெரிக்க எழுத்தாளரான ஜான் ஸ்டீன்பெக்கின் *Grapes of Wrath* என்ற நாவல் என்னைப் பாதித்தது. அதைத் தொடர்ந்து அமெரிக்கப் படைப்புகள் பலவற்றையும் படித்தேன். வால்ட் விட்மனின் கவிதைகள் மிகுந்த மன எழுச்சியைத் தந்தன.

படைப்புகளில் எனக்கு எந்தளவுக்கு ஆர்வம் இருந்ததோ அந்த அளவுக்குச் சிந்தனைகளிலும் தத்துவங்களிலும் ஆர்வம் இருந்தது. மேற்கத்திய சிந்தனை சார்ந்த இன்றையப் படைப்பு களையும் நவீனத்துவத்துக்குப் பிந்தைய கவிதைகளையும் படித்துப் புரிந்துகொள்வது கடினமாகவே இருக்கிறது. நாம் வந்து சேர்ந்திருக்கும் சிந்தனையின் தளத்துக்கும் உலகம் உருவாக்கிக்கொண்டிருக்கும் சிந்தனையின் தளத்துக்கும் இடையே மிகப்பெரிய இடைவெளி உருவாகி இருக்கிறது. இந்த இடைவெளியைத் தாண்டிச் செல்ல நாம் கடுமையாக உழைக்க வேண்டும் என்றே நான் நினைக்கிறேன்.

இன்றைய தமிழ்க் கலாச்சாரத்தின் பின்தங்கல் என் மனதைத் தொடர்ந்து உறுத்திக்கொண்டு வந்திருக்கிறது. இந்தப் பின்தங்கலின் குணங்களை வெளிப்படுத்துபவை நம் வெகுஜன இதழ்கள், திரைப் படங்கள், அரசியல் செயல்பாடுகள், கல்வி, தொலைக்காட்சி, சமயப் பின்னணி கொண்ட மூட நம்பிக்கை கள் போன்றவை. வணிக சினிமாவும் தொலைக்காட்சியும்தான் பெரியளவில் தமிழனின் மனதைக் கட்டமைக்கிறது. தமிழ்க் கலாச்சாரத்தின் தாழ்வைக் கலைபூர்வமாக ஆராய வேண்டும் என்ற நோக்கம்தான் 'ஜே.ஜே: சில குறிப்புகள்' நாவலில் வெளியாயிற்று. இந்த நாவலின் பின்னணி மலையாள வாழ்க்கையாக இருந்தாலும்கூட மறைமுகமான விமர்சனத்துக்கு இலக்காவது தமிழ்க் கலாச்சாரத்தின் அவலம்தான். தமிழில் அதிகளவுக்கு விமர்சனத்தை உருவாக்கிய நாவல் இது.

ஏறத்தாழ ஐம்பது விமர்சனங்களை நான் படித்திருக்கிறேன். இவற்றில் அதிகமும் எதிர்மறையானவை. ஒருசில கடுமையான தாக்குதல்கள். இந்த விமர்சனங்கள் எவற்றுக்கும் நான் பதில் சொல்லவில்லை. நாவல் ஒரு பெரிய கலை உருவம். அந்தக் கலை உருவம் அளிக்கும் சவால்களை இன்றையப் படைப்பாளிகள் பலரும் எதிர்கொள்ளவில்லை. இன்றும் கதை சொல்வது தான் நாவலின் குறிக்கோள் என்று கருதப்படுகிறது.

1963இலிருந்து நான் கட்டுரைகளும் எழுதி வருகிறேன். என் முதல் கட்டுரையான 'நான் காணும் பாரதி' க.நா.சு.வின் 'இலக்கிய வட்டம்' மலரில் வெளியிடப்பட்டது. ஜீவாவின் மறைவைப் பற்றிய 'காற்றில் கலந்த பேரோசை' என்ற கட்டுரை தாமரை – ஜீவா மலரில் வெளிவந்தபோது என் இலக்கிய நண்பர்களில் பலரும் அதைப் பாராட்டினார்கள். தொடர்ந்து கட்டுரைகள் எழுத முடியும் என்ற நம்பிக்கை இதன் பின்னர் தான் ஏற்பட்டது. இலக்கியம், விமர்சனம், மதிப்புரை, சமூகம், கல்வி என்று பல துறைகள் சார்ந்தும் என் கருத்துக்களை வெளிப்படுத்தியிருக்கிறேன். இவை 'காற்றில் கலந்த பேரோசை', 'விரிவும் ஆழமும் தேடி' என்ற இரு தொகுப்புகளாக வெளி வந்திருக்கின்றன.

என் இளம் வயதில் நான் கவிதை எழுத முடியும் என்று நம்பியதில்லை. ஐம்பதுகளின் மத்தியில் க.நா.சு.வைச் சந்தித்தேன். அவருடன் முப்பது வருடங்களுக்கு மேற்பட்ட நட்பு எனக்கு இருந்திருக்கிறது. யாப்பைத் தாண்டியும் கவிதையைத் தமிழில் உருவாக்க முடியும் என்று முதலில் என்னிடம் தர்க்க ரீதியாகச் சொன்னவர் க.நா.சு. அவருடைய சிந்தனைகள் என்னைப் பாதித்தன. கவிதை, வாழ்க்கையின் நெருக்கடியைப் பிரதிபலிக்க வேண்டும் என்று க.நா.சு. கூறினார். 1959இல் 'உன் கை நகம்' என்ற என் முதல் கவிதை சி.சு.செல்லப்பாவின் 'எழுத்து' இதழில் வெளிவந்தது. இதற்குப் பின் கவிதைகள் எழுதுவதும் கவிதைகளை மொழிபெயர்ப்பதும் என் ஆர்வங்களாக இருந்துவருகின்றன. என் கவிதைகள் '107 கவிதைகள்' என்ற தலைப்பில் புத்தக வடிவம் பெற்றுள்ளன.

1962இல் நான் தகழி சிவசங்கரப்பிள்ளையின் 'செம்மீன்' நாவலை மொழிபெயர்த்தேன். தமிழ் வாசகர்கள் மிகவும் விரும்பிப் படித்த கதை இது.

சற்றுப் பெரிய நாவல் ஒன்றை எழுத வேண்டும் என்ற விருப்பம் எனக்கு எப்போதும் இருந்து வந்திருக்கிறது. இளமைக் காலம்தான் என் மனதில் பசுமையாக இருக்கிறது. இளமையில்

நான் வாழ்ந்த மலையாளப் பின்னணியும் அங்கு நான் பார்த்த மனிதர்களும் இடங்களும் இன்றும் என் நினைவில் நீங்காது நிற்கின்றன. *1937, 38, 39* ஆகிய காலத்தைச் சேர்ந்த நிகழ்வுகளாக நான் இந்த நாவலைக் கற்பனை செய்திருக்கிறேன். 'குழந்தைகள் பெண்கள் ஆண்கள்' என்ற தலைப்பில் இந்த நாவல் வெளிவந்திருக்கிறது. வாழ்க்கையில் மனிதர்கள் வெகு சகஜமாகக் காட்சி அளிக்கிறார்கள். இலக்கியம் என்ற கற்பனை யின் ஊடாக வாழ்க்கையை வெளிப்படுத்தும்போது அதன் மீது ஒரு மாயத்திரை படிந்துவிடுகிறது. இந்த மாயத்திரையின்றி நம்மால் இலக்கியத்தை நேசிக்க முடியுமா? வாழ்க்கைக்கு இல்லாத பூச்சை இலக்கியத்துக்குத் தந்து அதை நேசிப்பது வாழ்க்கையை நேசிப்பது ஆகுமா? குணங்களுடனும் குறை களுடனும் வாழ்க்கை ஓடிக்கொண்டிருக்கிறது. உயர்வின் மிகப்பெரிய வீச்சும் தாழ்வின் மிக மோசமான குறுகலும் ஒன்றிலிருந்து மற்றொன்றைப் பிரிக்க முடியாதவாறு வாழ்வில் விரவிக் கிடக்கின்றன.

வாழ்க்கையை ஆழ அறிந்து அதனுடன் உறவு வைத்துக் கொள்வதே நேசம். இந்த நேசத்தை உருவாக்குவதே இலக்கியம். இந்த நேசத்தின் அடிப்படையில்தான் வாழ்க்கையை மாற்றவும் முடியும். இலக்கியம் என்பதைச் சாதாரணத்தின் அசாதாரணம் என்றால் 'குழந்தைகள் பெண்கள் ஆண்கள்' நாவலைச் சாதாரணத்தின் சாதாரணம் என்று சொல்லவேண்டும்.

விண்நாயகன், **16 – 31, ஜனவரி 2000**

நவீனத்துவமும் நானும்

நவீனத்துவம் என்றால் என்ன? இந்தக் கேள்விக்குப் பதில் சொல்ல தமிழில் நவீனத்துவத்தை உருவாக்கிய படைப்பாளிகளில் எவரும் ஆர்வம் காட்டவில்லை. அவர்கள் புதுமையாகவும் வித்தியாசமாகவும் படைக்க வேண்டும் என்று கனவு கண்டார்கள். மரபில் நிகழ்ந்து விட்ட காரியங்களை மீண்டும் செய்வது படைப்பாளியின் குணம் அல்ல என்று நம்பினார்கள்.

எல்லாப் புதுமைகளையும் தூண்டியவன் பாரதி தான். படைப்புக்கு வழிகாட்டுவது மரபு இலக்கியம் என்று இறுகிப் போயிருந்த பழக்கத்தை மாற்றி, படைப்புக்கு முன் சிந்தனை என்று உறுதி செய்தவனும் அவன்தான். தமிழ்ச் சிந்தனையை இந்தியச் சிந்தனை களோடும் உலகச் சிந்தனைகளோடும் அவன் இணைக்க முயன்றதில் தமிழைச் சுற்றி எழுப்பப்பட்டிருந்த கற் கோட்டைகள் இடிந்தன. உலகத்தின் காலமும் தமிழின் காலமும் நெருங்கிற்று.

முப்பதுகளில் 'மணிக்கொடி' இதழ் தோன்றியபோது அதைச் சுற்றி உருவான எழுத்தாளர்கள் எல்லோருக்குமே புதிய சிந்தனைகளால் தமிழ்ச் சிந்தனையைச் சீர்திருத்த வேண்டும் என்ற கனவு இருந்தது. இதைப் பாரதி கண்ட கனவின் வீரியம் இழந்த எச்சம் என்று சொல்லலாம். புதுமை சார்ந்த தீவிர சிந்தனைகள் மூலம் தமிழ்ச் சமூகத்தை உடைத்துப்பார்க்க வேண்டும் என்ற வெறியும் செயல்பாடும் புதுமைப்பித்தனிடம் மட்டுமே இருந்தன. தமிழ் இலக்கிய மரபு அலுப்பின்றி இரண்டு குணங்களைத் தான் வெளிப்படுத்தி இருக்கிறது. 1. மரபு சார்ந்த நிறை களைப் பொதுவாக அழுத்துவது. 2. தமிழ்ச் சமூகத்தின்

ஊனங்களைப் பொத்தி வைத்துக்கொள்வது. இந்த மரபின் மறுபரிசீலனையில் அதன் சாதனைகளைத் துல்லியப்படுத்தி குறைகளை விமர்சித்தவன் பாரதி. ஹிந்து மதத்தில் புரோகிதம் சார்ந்த கலப்படத்தை அகற்றிவிட்டால் அதன் அடிப் படை களை ஆதாரமாக வைத்து சமத்துவ சமூகத்தை உருவாக்கி விடலாம் என்பதுதான் பாரதியின் அடிப்படைச் சிந்தனை. பாரதியின் படைப்பு வெறியையும் அறிவு சார்ந்த துல்லியத்தை யும் மதித்த அளவிற்கு அவனுடைய முடிவுகளைப் புதுமைப் பித்தனால் ஏற்க முடியவில்லை. மனிதன் மிகச் சிக்கலான ஒரு ஜீவராசி என்றும் அவனை நம் திட்டம் அல்லது தத்துவம் சார்ந்து குறுகிய காலத்தில் மேல்நிலைப் படுத்துவது சுலபமல்ல என்றும் அவன் நம்பினான். திட்டமும் தத்துவமும் மனித மூளையின் மேற்பரப்பில் ஒட்டிக்கொண்டிருக்கும்போது பரிணாமத்தின் இருப்புச் சார்ந்த போராட்டமே மூளையின் திசுக்களில் கரைந்து ஆட்டிப் படைத்துக் கொண்டிருக்கிறது என்பது அவன் எண்ணம்.

புதிய சிந்தனைகளை நிலைப்படுத்திய பாரதியும் மனித மனத்தின் சிக்கலை நிலைப்படுத்திய புதுமைப்பித்தனும் தமிழில் நவீனத்துவம் முளைக்க மிக முக்கியமான காரணிகளாக இருந்திருக்கின்றனர். மேலைக் காற்று உள்ளே புக ஜன்னலைத் திறந்துவைத்தவர்கள் அவர்கள்.

தமிழுக்கு, பின்பாரம் அதிகம். எந்தப் புதுமையையும் அது தன் பழமையில் முக்கி அதன் வீரியத்தை வெளிறச் செய்துவிடும். பாரதியும் ஹிந்து மதத்தில் அவன் இருப்பதாக நம்பிய, முற்போக்குச் சிந்தனைகளுக்குத் தந்த அழுத்தத்தை தமிழ் இலக்கிய மரபுக்கு அளிக்கவில்லை. புதுமைப்பித்தனுக்கு மதம் உள்ளிட்ட நேற்றைய மதிப்பீடுகள் எவற்றிலும் துளியும் நம்பிக்கை இல்லை. நேற்றைய வாழ்க்கையை அவன் பரிகசித்தான். இன்றைய வாழ்க்கையை விமர்சனம் செய்தான். எதிர்காலம் அவனுக்குச் சூன்யமாக இருந்தது. அவனது நிகழ்கால விமர் சனத்தை முன்வைத்து அவனை முற்போக்குவாதி என்று சொல்பவர்களும் நாளைய வாழ்க்கையை மேம்படுத்த முயன்ற எல்லாச் சிந்தனைகளிலும் ஓட்டைகளைக் கண்டு பிடித்ததை முன்வைத்து அவனை அவநம்பிக்கைவாதி என்று சொல்பவர் களும் உண்டு. பாரதி இன்று உயிர்பெற்று வந்தால் தமிழ் வாழ்க்கையில் நிகழ்ந்துள்ள முன்னேற்றங்கள் எவையும் அவனுக்கு அதிர்ச்சி அளிக்காது. தன் தீர்க்கதரிசனம் பலித்து விட்டதாக அவன் ஆர்ப்பரிக்கக்கூடும். புதுமைப்பித்தன் திரும்பி வந்தால் தான் சுட்டியதைவிடவும் குறைகள் மலிந்து கிடப்பதைக் கண்டு தன் அவநம்பிக்கையை உறுதிப்படுத்திக் கொள்வான்.

மேற்கில் நவீனத்துவத்தின் எழுச்சிக்கான காரணங்களைத் திட்ட வட்டமாக என்னால் சொல்ல இயலாது. மாடர்னிசம் குறித்து, பல ஆண்டுகளுக்கு முன்னர் நான் படித்த ஒரு நூலில், சென்ற நூற்றாண்டில் வெர்ஜீனியா ஊல்ஃப் எழுதிய நாவல் ஒன்றில் ஒரு கதாபாத்திரம், 'என்ன இது? நம்மிடம் எந்த புதுமையும் இல்லையா?' என்ற கேள்வியைக் கேட்ட நிமிஷத்தில்தான் மாடர்னிசத்தின் முதல் விதை ஊன்றப்பட்டது என்று எழுதியிருப்பதாக நினைவு. தமிழ் சார்ந்து இப்படியெல் லாம் சொல்ல முடியாது. காலப்போக்கில் தெரிந்தும் தெரியா மலும் நவீனத்துவம் என்று நாம் அழைக்க விரும்புகிற சில எழுத்துக்கள் உருவாகி வந்திருக்கின்றன.

தமிழில் க.நா.சு. நீங்கலாக எல்லா விமர்சகர்களுக்கும் உலக இலக்கியப் படைப்புகளைப் படிப்பதைப் பார்க்கிலும் அப்படைப்புகள் உருவாக்கியுள்ள கோட்பாடுகளைத் தமிழ்ப் படைப்புகளின் தலையில் ஏற்றிப் பார்ப்பதில்தான் நம்பிக்கை இருந்திருக்கிறது. இந்திய மொழிகள் எல்லாவற்றிலுமே இவ் வகையான விமர்சகர்கள் தான் பெரிதும் தத்தம் இலக்கியங்கள் பற்றிப் பிறருக்கு எடுத்துக்கூறும் 'ஸ்போக்ஸ்மே'னாக இருக்கிறார் கள். இவர்களைப் பற்றி ஒவ்வொரு மொழிகளிலும் படைப்பாளி களுக்கு உள்சிரிப்பு உண்டென்றாலும் அவர்களுக்குப் பதிலாக இவர்களால் பேச முடிவதில்லை. அவர்களுக்கு எல்லாவற்றைப் பற்றியும் சந்தேகமற்ற தீர்மானம் இருக்கிறது. இவர்களை எதைப் பற்றியும் தீர்மானத்துக்கு வர முடியாத சங்கடம் அலைக்கழித்துக்கொண்டிருக்கிறது. நிரந்தர சந்தேகம் தரும் மனச் சஞ்சலமும் அதிலிருந்து பிறக்கிற கேள்விகளும்தான் காலத்துக்கு ஏற்ற புதிய படைப்புகளை உருவாக்குகிறது என்பது என் எளிய நம்பிக்கை. ஐம்பதுகளிலும் அறுபதுகளிலும் இதற்கு முன் நாம் கண்டிராத படைப்புகளின் புதுமையையே மாடர்னிசம் என்று அழைக்க நாம் விரும்பினோம்.

புதுமைப்பித்தன் நிகழ்த்திய உடைப்பை அவன் காலத்திற்குப் பின் பல முக்கிய எழுத்தாளர்களும் கணக்கிலெடுத்துக் கொள்ள வில்லை. லா.ச. ராமாமிர்தம், தி. ஜானகிராமன் போன்ற பலரும் பழமையில் ஆறுதலைத் தேடியவர்கள்தான். ஜெயகாந்தன் புதுமைப்பித்தனால் பாதிக்கப்பட்டவர் என்பது உண்மை. ஆனால் அறிய வந்திருந்த இடதுசாரிச் சிந்தனைகளுக்கே, புதுமைப்பித்தனால் பாதிக்கப்பட்ட மொழியில், அவர் கலை உருவம் தர முயன்றார். புதுமைப்பித்தன், உருட்டித் திரட்டும் கதையை உடைத்து, சிறுகதைகளின் எண்ணற்ற கோலங்களுக்குப் படைப்புருவம் தந்தவன். ஜெயகாந்தன் மீண்டும் கதைகளுக்குத் திரும்பினார். கதை சார்ந்த விளக்கங்களைக் கதைகளுக்குள்ளேயே

வைத்து முற்போக்குச் சிந்தனைகளையும் மையத்தில் வைத்துச் சுழற்றினார். இச்சிந்தனைகளின் வேறுபட்ட பரிணாமங்களைப் பற்றி அவர் கவலை கொள்ளவில்லை.

'ஒரு புளியமரத்தின் கதை' என்ற நாவலை நான் எழுதிய போது முற்றாக நம்பிக்கை இழந்திருந்த என் மனம் எதையேனும் தொற்றிக்கொள்ள அலைந்தது. மார்க்சீயத் தத்துவத்தைப் பற்றிய விமர்சனத்தை முன்வைக்க எந்தத் தகுதியும் எனக்கு இருக்க வில்லை. ஆனால் மார்க்சீயத் தத்துவத்தை ஒட்டி ஒழுகுவதாக உரிமை கொண்டாடிய கட்சியின் நடவடிக்கைகளைத் தீவிரமாக விமர்சிக்கப் போதுமான அனுபவம் எனக்கு இருந்தது. அப்போது வெளிப்படையாக விமர்சிக்க நான் தயங்கினேன். காரணம் என்னுடைய எல்லா நண்பர்களும் இயக்கத்தில் ஒட்டிக்கொண் டிருந்ததுதான். இதுதான் என் வாழ்க்கையில் மிகவும் சங்கடப் பட்ட காலம்.

பத்தொன்பதாம் நூற்றாண்டைச் சேர்ந்த ருஷ்ய படைப்பு களில் நான் என் மனத்தைப் பறிகொடுத்திருந்தவன். அவர் களுடைய வாரிசுகளை – அதிலும் முக்கியமாகக் கவிஞர்களை – ஸ்டாலின் கொடுமைப்படுத்துவதை என்னால் தாங்கிக்கொள்ள முடியவில்லை. பல இரவுகளில் அவர் தனது பூட்ஸ் கால்களால் என்னை உதைப்பது போல் கனவு கண்டிருக்கிறேன். என் மனநெருக்கடியும் ஆறுதல் தேடிக்கொள்ளத் தெரியாத தத்தளிப்பும் மதநம்பிக்கைகளை ஏற்கெனவே இழந்திருந்த என்னை, எல்லாக் கட்சிகளைச் சார்ந்த அரசியல்வாதிகள் மீதும் அவநம்பிக்கைக் கொள்ள வைத்தது. இந்தச் சூழலில் தான் நான் 'ஒரு புளியமரத்தின் கதை'யை எழுதினேன். புளிய மரம் என் கடைசி நம்பிக்கை. அதையும் நாவலில் பட்டுப் போக வைத்துவிடுகிறார்கள்.

'ஒரு புளியமரத்தின் கதை'யை என் நண்பர்கள் பலரும் ஒரு மாடர்ன் நாவல் என்று சொன்னார்கள். அந்தப் பட்டம் என்னை அவ்வளவாகக் கவரவில்லை. நூறு வயது நெருங்கிக் கொண்டிருந்த தமிழ் நாவலை, நான் அறிந்தவரையிலும் முதன் முதலாக, குடும்பத்திற்குள் இருந்து வெளியேற்றி தெருவுக்குக் கொண்டுவர என்னால் முடிந்திருந்தது. மற்றொரு நிறைவு அரசியல்வாதிகள் மீதும் பொதுத் தொண்டர்கள் மீதும் நான் அன்று கொண்டிருந்த அவநம்பிக்கையைப் பதிவு செய்தது.

தமிழ் விமர்சகர்களும் மாடர்னிசம் பற்றிய சிந்தனைகளை உதிரியாக அவ்வப்போது சொல்லிக்கொண்டு வந்திருக்கிறார்கள். சில நவீனப் படைப்புகளும் விமர்சனத்தில் அக்கறை கொண் டிருந்த நவீனப் படைப்பாளிகளின் சில கூற்றுக்களும்

என்னைக் கவர்ந்தன. எஸ்ரா பௌண்ட் *'Is it new?'* என்று கேட்ட கேள்வி ஒரு மந்திரம்போல் என் மனத்தை ஆட் கொண்டது. அந்தக் கேள்வியை அடிக்கடி அரற்றிக் கொண்டே இருந்தேன். விமர்சனம் என் மனத்தில் முளைத்தபோது அந்தக் கேள்வியை ரகசியமாகத் தமிழ்ப் படைப்புகள் மீது போடத் தொடங்கினேன். முக்கால் பங்கு எழுத்தாளர்கள் இந்தச் சிறியக் கேள்விக்குப் பதில் சொல்லத் தெரியாமல் ஓடி ஒளிந்து கொண்டு விட்டார்கள். பௌண்ட் என்னைப் பார்த்து இந்தக் கேள்வியைக் கேட்டால், *'Why should it be new? Mine is the newest'* என்று பதில் சொல்லத் தகுதியான ஒரு படைப்பை என்னால் படைக்க முடியுமா? அப்படி ஒன்றைப் படைத்துவிட்டால் அதற்குப் பின் மரணம் ஒரு பொருட்டல்ல என்று எனக்குத் தோன்றிற்று. இருக்கும்போதே படைப்புகள் வழி மீண்டும் மீண்டும் சாவதைவிட புத்தம்புதிய ஒன்றைப் படைத்துவிட்டால் உண்மையிலேயே விடைபெற்றுக்கொள்ளலாம். ஆனால் அதைப் படைப்பது எப்படி?

'ஒரு புளியமரத்தின் கதை' வெளிவந்து பதினைந்து ஆண்டுகளுக்குப் பின் எழுதிய 'ஜே.ஜே: சில குறிப்புகள்,' அன்று வரையிலும் என் மனதில் வளர்ந்திருந்த உள்ளார்ந்த ஆசையின் வெளிப்பாடுதான். அதை நான் யோசித்து எழுத வில்லை. என் கனவு என் ரத்தத்தில் கலந்திருந்ததால் எழுதினேன். எஸ்ரா பௌண்டிடம் நான் சொன்ன பதில் வெறும் பொக்கான தல்ல என்று அப்போது நினைத்ததில் சிறிது ஆறுதல் கிடைத்தது.

ஜே.ஜே. தமிழில் மிகுந்த வரவேற்பைப் பெறும் என்ற எதிர்பார்ப்பு எனக்கு இருந்தது. நல்ல வாசகர்கள் அதை ஆர்வத்துடன் வரவேற்கவும் செய்தார்கள். ஆனால் எழுத்தாளர் களின் எதிர்மறை விமர்சனங்களில் ஐம்பதுக்கும் மேற்பட்ட வற்றை நானே படிக்கும்படி ஆயிற்று. இவ்வளவு சர்ச்சைக் குள்ளான நாவல் தமிழ் மரபில் ஜே.ஜே.தான். சந்தோஷப்பட வேண்டிய நான் உள்ளூர வருத்தத்தோடு இருந்தேன். புதுமை, படைப்புக் கிளர்ச்சியைத் தூண்டக் கூடியதுதான்; ஆனால் அதே சமயம் ஆபத்தானதும்கூட என்பது எனக்குத் தெரிந்தது. இதற்கு மத்தியிலும் இரண்டு ஆறுதல்கள் வந்து சேர்ந்தன. ஜே.ஜே.யின் புதுமையைப் பாராட்டிக் க.நா.சு. எழுதிய ஒரு முழுப்பக்கக் கட்டுரை 'ஃபைனான்ஸியல் டைம்'ஸில் வெளி வந்தது. ஜே.ஜேயைப் பின்னால் மிகச் சிறப்பாகப் பிரசுரித்த க்ரியா எஸ். ராமகிருஷ்ணன் அதன் கையெழுத்துப் பிரதியை எம். கோவிந்தனிடம் படித்துக் காட்டியபோது 'இந்த நாவல் எனக்கு மிகுந்த சந்தோஷத்தைத் தருகிறது' என்று அவர் சொன்னதாகத் தொலைபேசியில் ராமகிருஷ்ணன் சொன்னார்.

என்னை இன்னும் சந்தோஷப்படுத்தக்கூடிய கருத்துக்களை அவர் சொல்லியிருந்தும் அதைப்பற்றி நான் விசாரிக்கவில்லை. என் போலி அடக்கமும் உண்மையான வெட்கமும்தான் காரணம்.

கோவிந்தனின் சந்தோஷம் உண்மையானது. அந்த சந்தோஷத்தை, பலமுறை பின்னால் நான் அவரைச் சந்தித் திருந்தும் ஒரு தடவைகூட அவர் என்னுடன் பகிர்ந்துகொண்ட தில்லை. இதில் எனக்கு ஏமாற்றம் இல்லை. ஏனெனில் மலையாள வாசகர்களில் ஒருசிலரேனும் இன்று என்னுடன் மானசீக உறவு கொண்டிருக்கிறார்கள் என்றால் கோவிந்தன் தன் சந்தோஷத்தை வெளிப்படுத்திய அபூர்வ முறையினால் தான் அது சாத்தியப்பட்டிருக்கிறது என்பது எனக்குத் தெரியும். தமிழில் பின்னால் உருவான இளைய தலைமுறையினரில் ஜே.ஜே. பற்றிய ஜெயமோகனின் வெளிப்படையான எழுத்தும் பேச்சும் இளைஞர்களின் கவனத்தை என் பக்கம் இழுத்திருக்கிறது.

இளைய தலைமுறைகளில் ஒரு சிலருக்கு நான் ஏன் இன்னும் பின் – நவீனத்துவ பஸ்ஸில் ஓடி ஏறவில்லை என்ற கேள்வி இருக்கிறது. வயது ஒரு காரணம். பஸ்ஸின் வாசலும் எனக்குத் தெரியவில்லை.

பச்சைக்குதிரை, **19.01.02**

என்னுரைகள்

பிரசாதம்

என் கைவசமிருக்கும் பத்துப் பதினெட்டுக் கதைகளின் அச்சுப் பிரதிகளிலிருந்து நானே பொறுக்கி எடுத்தவை இந்த ஒன்பதும். என்மீது நான் வைத்திருக்கும் நம்பிக்கையை இவை ஆமோதிப்பதாக எனக்குள் ஒரு எண்ணம்.

1951இல் எழுத ஆரம்பித்த நான், மனித குலத்தை உய்விக்கும் பெரும் பணியில் எனது தொண்டையும் செலுத்திவிட வேண்டும் என்ற ஆசையினாலும் புதுமையிலும் புரட்சியிலும் அப்போது என் மனம் கொண்டிருந்த மோகத்தினாலும் மார்க்சிய அரசியல் – இலக்கியக் கொள்கைகளைத் தழுவி, சுருதி சுத்தமான உலகம் மலரக் கனாக் கண்டு, தத்துவம் – திட்டம் சுமந்து பிறப்பித்த கதைகளில் சில, என் முதல் கதைத் தொகுதியில் இடம் பெற்றுள்ளன. சும்மா தரையில் உட்கார்ந்து எழுதிய கதைகளும் அதில் உண்டு. 1956ஆம் ஆண்டு உலக நிகழ்ச்சிகள், அன்று வரையிலும் மன வேதனையை அளித்துக் கொண்டிருந்த சந்தேகங்களைச் செம்மையாக ஊர்ஜிதம் செய்து என் முள் முடியைப் பிடுங்கி எறிந்துவிட்டன. இதன்பின் வாழ்க்கைக் கண்ணோட்டமும் அதன் ஒரு கிளையான கலைக் கொள்கைகளும் மாறுதலுற்றன.

இந்த 'இரண்டாவது' மனநிலையில் எழுதிய கதைகள் இவை.

இப்போது மீண்டும் படித்துப் பார்க்கையில், இக்கதைகள் கலைமீது நான் கொண்டுள்ள பிரேமையை எனக்கு உணர்த்துகின்றன. கலை என்று கிளம்பி, நடுவில் மற்றொன்றில் தாவி, வேறொன்றைத் தழுவி, தழுவியதை எல்லாம் கலை எனச் சாதித்து, எதெதெற்கோ எழுந்த

கரகோஷங்களை எல்லாம் கலை வெற்றி எனக் கருதி ஏமாறுவது என் விதி அல்ல என்பதை இக்கதைகள் எனக்கு உணர்த்து கின்றன.

எனது தளைகள், எனது சஞ்சலங்கள், எனது மீட்சி இவை அல்ல, நான் காணும் அறுவடையே உங்களுக்கு முக்கியம். சொல்லப்போனால் எனக்கும் அப்படித்தான். நான் படைப்பவை என்னை அர்த்தப்படுத்தாத வரையிலும் என் முயற்சி வீண் – என்னைப் பொறுத்தவரையிலும்.

என்னை அர்த்தப்படுத்தும் வரிகள் ஏதோ ஒரு வகையில் உங்களுக்கும் அர்த்தமுள்ளதாகப்படும் என்பதே என் நம்பிக்கை. இந்த நம்பிக்கை பொய்த்துவிட்டாலும் இத்தொழிலே என் விதி. ஏனெனில் வேறு யாருக்காக இல்லாவிட்டாலும் எனக்காக நான் இதை மேற்கொண்டாக வேண்டும். வேதனையுடன், அதிருப்தியுடன், பேருவுவகையுடன், தீராத குறையுணர்ச்சியுடன், கசப்புணர்ச்சியுடன், பழையபடி துளிர்க்கும் நம்பிக்கைகளுடன், சிலுவை சுமக்கப் பிறந்தவன் கலைஞன்.

கைக்கு எட்டாது நிற்கும் கனவும் எட்டிய மறுகணம் புளிப்பது இத்தொழிலின் விதிபோலும். இக்கதைகளை எண்ணி இவை பிறந்த காலத்தில் நான் அடைந்த உற்சாகம் இப்போது எனக்கு இல்லை. திட்டமிட்டபடி எழுதி முடித்த கதைகள் இவை. சர்வாதிகாரத்தின் கீழ் திட்டங்கள்போல் இவை கறுக்காய் இலக்குகளை எட்டிவிட்டன. இலக்குகளை மட்டுமே எட்டின. நான் எறிந்த கத்திகள் புள்ளிகளில் குத்தி நிற்கும் அழகைக் கண்டு சந்தோஷப்படுகிறேன். ‘இருந்தாலும் . . .’ என இப்போது எண்ணாமல் இருக்க முடியவில்லை.

வாழ்வின் கதி நதியின் பிரவாகம்; அது நம் இச்சைக்கு அப்பாற்பட்டது. தத்துவம், திட்டம், அனுமானம், ஹேஷ்யம், ஜோஸ்யம் இத்தனைக்கும் அது வெற்றிகரமாக ‘பெப்பே’ காட்டிவிட்டு ஓடுகிறது. கை குலுக்க வரும் பாவனையில் அருகணைந்து, மறுகணம் புறங்கையைக் காட்டிவிட்டு நழுவிப் போய்விடும் பித்து அதன் போக்கு. அர்த்தத்தை அதன்பால் திணித்துவிடுவது மிகவும் லேசான காரியம்தான். அகப்பட்டதை எல்லாம் தொங்கவிடும்படி ஒரு நீளமான ‘கோட் ஸ்டாண்டு’ கைவசமிருப்பது எத்தனை ஆசுவாசமானது! இன்றுவரை தோன்றியுள்ளதும் இனிமேல் தோன்றப்போவதுமான வியாதி களுக்கு மருந்துச் சீட்டுகள் கைவசமிருக்கும் நிலையில் ஆஹா, எத்தனை நிம்மதி! அத்துடன் கைவசமிருக்கும் விடைகளுக்கு ஏற்ற கேள்விகளும் அவ்வப்போது கிளம்பத்தான் செய்கின்றன. நம்பரைப் பார்த்து மருந்துச் சீட்டை எடுக்க வேண்டியது. வேலை முடிந்தது. சில சமயம் கடவுளின் அஜாக்கிரதையால்

நடைமுறை, தத்துவத்திற்கு விரோதமாகக் கிளம்பி விடுகிறது அல்லவா? ஓ, அந்த விஷயமா? அதனால் என்ன? தத்துவ வாதிக்கு மூளையில்லையா? ஒரு கண்ணை லேசாகச் சுழித்துக் கொண்டு, 'வால் முளைத்துவிட்ட' நடைமுறையை நாலாக முறித்துத் தத்துவத்திற்குள் திணித்துவிட வேண்டியது. அவ்வளவு தான். இவர்களுக்குத் தத்துவம் யானைக்கால் மாதிரி. நடை முறை, தத்துவத்தை மறுப்பதை மனசார உணர்ந்த பின்பும் அதையே விடாமல் சுமந்து கொண்டிருக்கும் முரண்பாடில்லாத கோழைகள் இவர்கள்.

அர்த்தமற்றதாயும் மாறுபட்ட கோலங்காட்டுவதாயும் முரண்படுவதாயும் நன்மை – தீமை எனும் முகங்களை மாறி மாறி அணிவதாயும் அமையும் இவ்வுலகை எவ்வாறு நான் புரிந்துகொள்வது? எனக்கு என் வாழ்க்கை என்றாலே என் அனுபவம் மட்டும்தானே. ஆக, இதுதான் வாழ்க்கை என்று நான் 'பிடித்து' வைத்துக் கோடு கீச்சுகிற போதே, நான் சற்றும் எதிர்பாராத விதமாய், என்னை ஆச்சரியத்தில் ஆழ்த்தும் வண்ணமாய் எவ்வாறு இவ்வுலகம் புதுக்கோலம் கொண்டு இயங்குகிறதோ அதுதான் வாழ்க்கை என நான் எண்ணவா? என் கைக்கு எட்டாது, எனது காலடியில் நழுவும் அதன் வெற்றியை நான் ஒப்புக்கொள்கிறேன்.

இருந்தாலும் இலக்கியம் சங்கீதம் அல்ல என்பதாலேயே அர்த்தமும் தத்துவமும் அதன் உடன் பிறந்த சங்கடங்கள். எனவே தத்துவத்தின் ஒரு சாயலில், திட்டத்தின் ஒரு நிலையில் நின்றே தொழிலைத் தொடங்க வேண்டியதாக இருக்கிறது. எனினும் கலைஞன், சிருஷ்டி கருமத்தில் முன்னேறும்போது, மனசை ஏற்கனவே பற்றியிருக்கும் முடிவுகள், தத்துவச் சாயல்கள் இவற்றைத் தாண்டி, சத்திய வேட்கை ஒன்றையே உறுதுணை யாய்க் கொண்டதன் விளைவால், கலை சத்திய வெறி பெற்று, குறுகிய வட்டங்களை 'நிரூபிக்க'க் குறுகாமல், அனுபவத்தின் நாலாவிதமானதும் மாறுபட்டதும் முரண்பட்டதுமான சித்திரங் களின் மெய்ப் பொருளை உணர்த்தவேண்டும். நான் நம்பும் கலை இது.

இன்றுள்ள மனநிலையில் இத்தொகுதியிலுள்ள 'வாழ்வும் வசந்த'மும் என்ற கதை எனது ஆசையைப் பூர்த்தி செய்வது போல் அமைந்திருக்கிறது. தத்துவம் – திட்டம் இவற்றின் உபாதை கள் நீங்கி, உருவாக்கப்பட்ட தன்மை காட்டாது, ஒரு மண்புழு போல, ஒரு பூப்போல, வானவில் போல, ஒரு வெற்றிலை போல சிருஷ்டியின் முழுமையும், இயற்கையின் அமைதியும் அக்கதை பெற்றுவிட்டது என் அதிர்ஷ்டம். வாழ்க்கைத் தோட்டத்திலிருந்து ஒரு செடியைப் பிடுங்கி வைக்காமல், செடியை அதன் வேரோடும் வேரடி மண்ணோடும் இடம்

மாற்றிய காரியம் ஒன்றையே நான் செய்திருக்கிறேன் என்ற பிரமையை ஏற்படுத்துவதில் இக்கதையில் வெற்றி கண்டிருக் கிறேன். உத்தேசத்தைப் பூரணமாக மறைக்கும் பாவனையின் வெற்றி, உத்தேசத்தைப் பூரணமாக நிறைவேற்றித் தந்திருக்கிறது. இவ்வாறு அமைந்த ஒன்று என் பேனாவுக்குச் சொந்தமாகி விட்டது என் அதிர்ஷ்டம்.

மற்ற கதைகள் ஒவ்வொரு விதத்தில் வெற்றி அடைந்த கதைகள். வெவ்வேறு விதத்தில் வெற்றி பெறாத கதைகள்.

இத்தொகுதியிலுள்ள ‘சன்னல்’ என்ற கதை மட்டும் 1953இல் எழுதியது. ஒருநாள் பழைய நினைவுகளுக்கு ஆட்பட்டு வீட்டு முற்றத்தில் நின்றிருந்த நான் திடுமென அறைக்குள் நுழைந்து மனவேதனையுடனும் ஆவேசத்துடனும் ஒரே மூச்சில் எழுதி முடித்த கதை அது. இதுபற்றி இப்போதும் பசுமையான நினைவு. 1958இல் நண்பர் ஸ்ரீ வ. விஜயபாஸ்கரனுக்கு இக்கதையை அனுப்பிக்கொடுத்தபோது நகல் எடுத்த நினைவே தவிர திருத்தம் எதுவும் செய்த நினைவு இல்லை. அதில் வரும் அம்பி நான்தான். இப்போது எவ்வளவோ ஆரோக்கியமாக இருந்து வருகிறேன்.

இந்தத் தருணத்தில் ‘சரஸ்வதி’யையும் நண்பர் விஜய பாஸ்கரனையும் நினைவுகூராமல் இருக்க முடியவில்லை. தனக்குத்தானே பேசிக்கொள்வது போல் ஆத்மாவுக்கு அவசிய மான சுதந்திரத்தை வழங்கி பேனாவை ஓட்ட நண்பரோ அவருடைய பத்திரிகையோ தடையாக இருந்தது இல்லை. ஒரு தமிழ்ப் பத்திரிகை ஆசிரியராக இருந்தபோதிலுங்கூட நண்பர் விஜயபாஸ்கரனால் என் கதைகள் என் விருப்பப்படி இருந்தால் போதுமென எவ்வாறு எண்ண முடிந்தது என்பதை நினைத்து இன்றுவரையிலும் ஆச்சரியப்பட்டுக் கொண்டிருக் கிறேன். மகான்தான் அவர்.

‘மெய் + பொய் = மெய்’ என்ற கதைதான் இத்தொகுதியின் பின்னுரை. மூளையால் எழுதிய அக்கதையில் நான் எதிர் பார்த்த அளவு கலை திரளவில்லை. ஒரு நீண்ட கட்டுரைக்குள் அடங்கும் விஷயத்தை அதில் சுருக்கமாகச் சொல்ல முடிந்து விட்டது.

அக்கதையில் வரும் அருள்ராஜ் பொன்னப்பா, “பொய் சொல்லி, தந்திரங்களைக் கையாண்டு, மீண்டும் உண்மையை நிரூபித்துவிட்டது போலீஸ்” என்றதும் எழுத்தாளர் முத்தையா, “நானும் அதைத்தான் செய்யப் பார்க்கிறேன், என்னால் முடிந்த வரையிலும்” என்று பதில் சொல்கிறார்.

அவர் கட்சி நானும்.

(‘பிரசாதம்’ கதைத்தொகுதிக்கு எழுதிய முன்னுரை – 1963)

ஒரு புளியமரத்தின் கதை

இது என்னுடைய முதல் நாவல்.

நண்பர் ஸ்ரீ விஜயபாஸ்கரன் 'சரஸ்வதி'க்கு ஒரு தொடர்கதை வேண்டுமென்று கேட்டார். 1959இல் நாவலாக எழுதிவிடலாம் என்று நான் நம்பிய கரு ஒன்று அப்போது என் மனசில் ஊசலாடிக் கொண்டிருந்தது. ஒப்புக்கொண்டேன். நாலைந்து அத்தியாயங்கள் வெளிவந்ததும் 'சரஸ்வதி' தளர்ந்துவிட்டது. கையோடு அப்போதே இந்த நாவலை எழுதி முடித்திருக்கலாம். எழுதியிருந்தால் அன்றே புத்தக உருவம் பெற்றிருக்கவும் கூடும். இதற்குள் – ஏழு வருடங்களில் – முதல் பதிப்பு ஆயிரம் பிரதிகள் விற்று முடிந்திருந்தால்கூட ஆச்சரியப் படுவதிற்கில்லை. எத்தனையோ வாசகர்கள் என் எழுத்தை விரும்பிப் படித்துத் தான் வருகிறார்கள். ஏனோ அப்போது எழுதி முடிக்கவில்லை. அதனால் விசேஷ நஷ்டம் ஒன்றுமில்லையென்று இப்போது சமாதானப்பட்டுக் கொள்கிறேன். 1959இல் எனக்கு வயது 28. இப்போது 35. ராஜம் அய்யர், 'கமலாம்பாள் சரித்திர'த்தைச் சிறுவயதில் தான் எழுதினார். அந்நாவலின் குறைகள் இன்று விமர்சகர்களால் எடுத்துக்காட்டப்பட்டு வருகின்றன. வயோதிகத்தில் எழுதப்பட்ட தரமற்ற படைப்புகளுக்கு நம் மொழியில் மட்டுமல்ல, உலக மொழிகளிலும் உதாரணங்கள் சொல்லலாம்.

தமிழ் இலக்கியத்தின் நாவல் மரபைத் திசைதிருப்பி விட வேண்டுமென்றோ, உரு, உத்தி இத்யாதிகளில் மேல்நாட்டுக் களஞ்சியத்திலிருந்து கொஞ்சம் கொள்ளையடித்துத்தான் தீருவது என்று ஆசைப்பட்டோ, திட்டம்

வகுத்தோ எழுதிய நாவல் அல்ல இது. தமிழ் அன்னைக்கு இதோ ஒரு புதிய ஆபரணம் என்று எண்ணியும் இதை எழுத வில்லை. எந்தக் கலைஞனும் தன் மொழியில் இல்லாததைத் தேடி அளிக்கவோ, இடைவெளிகளை நிரப்பவோ, இலக்கிய வளர்ச்சிக்குத் தோள் கொடுக்கவோ, மொழிக்குச் செழுமை யூட்டவோ எழுதுவதில்லை. நவநவமாய் ஆபரணங்களைச் செய்து அன்னையின் கழுத்தில் சூட்டுவது அல்ல, தன் கழுத்திலேயே மாட்டிக்கொண்டு அழகு பார்க்கவே அவனுக்கு ஆசை. கலைஞனின் சமூகப் பொறுப்புகளும் பொதுநல உணர்ச்சிகளும் பெரிதும் மிகைப்படுத்தப்பட்டுவிட்ட காலம் இது. அவன் எந்த அளவுக்குச் சுயநலக்காரன், திமிர்பிடித் தவன், அரசாங்க அமைப்பின் எதிரி, அனைவரையும் திரண மென மதிக்கும் அகங்காரி, சகோதரத் தொழிலாளிகள்மீது தீராத பொறாமை உணர்ச்சியை அடைகாத்து வருபவன், சிலவேளைகளில் எப்படி மனிதனிலும் கடைமனிதன் அவன் – இவை எல்லாம் மறந்துவிட்ட பாவனை காட்டும் காலம் இது. வெகுளிகளில் அவன் அக்கிரகண்ணியன். அவனால் சொந்தம் பாராட்ட முடியாத அர்ச்சனைகள் சொரியப் படுகிற போது அதையும் அவன் கேட்டுக்கொண்டுதான் இருப்பான். ஆமோதிக்க, உண்மை உணர்ச்சி அவனை உறுத்தும். மறுக்க, அவனுடைய புகழாசை விடாது. விமர்சகர்களுக்கு வேட்டைதான். காண ஆசைப்படுவதையெல்லாம் கண்டு விட்டதாகவே சொல்லிவிடலாம். ஆட்சேபணை இல்லை.

எழுத்தாளனும் ஒரு கலைஞன். தன் எழுத்து எவ்வாறு பிறர் படித்து ரசிக்கும்படியாக அமைந்துவிடுகிறது என்ற கேள்விக்கு விடை தெரியாமல் தத்தளிக்கும் அப்பாவி அவன். அவன் வாழ்கிற காலத்தின் ஜீவரசம் அவனுள் ஓடிக்கொண் டிருக்கிறது. தன்னுடைய பொறிகளுக்கு வசப்பட்ட வாழ்க்கை யின் கோலத்தை எழுதுவதிலும், எழுதாமல் விடுவதிலும், அதன் அடுக்கிலும், தேர்விலும், அழுத்தத்திலும், முடிப்பிலும் அவனுடைய ரத்த நம்பிக்கைகள் துளிர்க்கின்றன. வைஷ்ணவன் நெற்றியில் நாமம் போல் டைட்டில் பக்கத்தில் அவை பொறிக்கப் பட்டிருக்க வேண்டுமென்பது இல்லை. பிரமாணமாக உருவாகாத சிந்தனைகளும், தீர்ப்புகளுமே படைப்பில் கசிகின்றன. விஞ்ஞான பத்ததிக்கும் தருக்க சாஸ்திர முறைக்கும் இலக்காகாத அவ் வுணர்வுகளின் தீர்ப்புகளில் முரண்பாடுகள் சகஜம்; தவிர்க்க முடியாதவை. இதற்கு நேர்மாறாக, கலையுலகில் அங்கீகரிக்கப் பட்ட தத்துவங்களுக்குத் தலையணை உறை தைப்பவன் கலைஞனே அல்ல. தெருக்கோடி கிருஸ்துவ பஜனையில் தொண்டையைக் கிழித்துக் கொள்பவனுக்கும் அவனுக்கும்

எவ்வித வித்தியாசமும் கிடையாது. கலைஞனின் படைப்பின் விளைவால் புதிய மாற்றங்கள் நிகழலாம்; மொழி செழுமை அடையலாம்; இடைவெளிகள் அடைக்கப்படலாம். இவை விளைவுகள். தலைகீழாகச் சொல்லிப் பழகிவிட்டார்கள் சமூக சாஸ்திரிகளான விமர்சகர்கள். கலைஞனின் வெகுளித்தனம் மறுக்காமல் பழகிவிட்டது.

1956 – 57 ஆண்டுகளில், சாயங்கால வேளைகளில் பள்ளி மணி அடித்துச் சில நிமிஷங்களுக்கெல்லாம் பஜாரில் தெற்கேயிருந்து ஒரு வாத்தியாரம்மா தோன்றி வடக்கே போவதை எண்ணற்ற நாட்கள் பார்த்திருக்கிறேன். அவளுடைய நடையழகு என்னை வெகுவாகக் கவர்ந்தது. தேவதூதர்கள் இருமருங்கும் நின்று அவள் பாதம்படப் பூக்கள் தூவிச் செல்வது என் கண்களுக்குத்தான் தெரியவில்லை என்று எண்ணிக்கொள்வேன். மனசில் பதிந்துவிட்ட அவளுடைய உருவமே இந்நாவலில் செல்லத்தாயின் உருவாக அந்தர்முகமாய் நின்று தொழில் பட்டிருக்கிறது என்ற உண்மை சமீபத்தில் ஒருநாள் ஏதோ ஒரு நிமிஷத்தில் என் மனசில் பளிச் சிட்டது. அவளுக்கும் செல்லத்தாயிக்கும் ஒட்டும் உறவும் இல்லை தான். இருந்தாலும் விஷயம் உண்மை.

இந்நாவலின் கதாபாத்திரங்களில் பெண்கள் மிகக் குறைவு. நம் தேச ஜனத்தொகையில் பெண்களுக்குரிய வீதாசாரமான பிரதிநிதித்துவம் ஏகதேசமாய்க்கூட இந்நாவலில் அளிக்கப்படவில்லை. ஏதோ அவ்வாறு நிகழ்ந்துவிட்டது. உண்மையில் ஒரு பெண் கதாபாத்திரத்திற்கு நிறையப் பங்கு அளிக்கவே உத்தேசித்திருந்தேன். *1958*இல் எங்கள் ஊரில் நான் விரும்பும் நாவலாசிரியர் ஒருவர் வந்து தங்கியிருந்தார். நானும் என் இலக்கிய நண்பரும் வெகு நேரம் ஆசையோடு அவருடன் பேசிக்கொண்டிருப்போம். பேச்சு அலுப்புற்ற வேளைகளில் அந்த ஓட்டலின் இரண்டாவது மாடியில் நின்று பஜார் இயக்கங்களை வேடிக்கை பார்த்தபடி இருப்போம். அங்கிருந்து நேராகக் கீழே பார்த்தால் சினிமா தியேட்டரை ஒட்டிப் பொரி கடலைக்காரி ஒருத்தி உட்கார்ந்து கொண்டிருப்பது தெரியும். மேலே இருந்து பார்க்கையில் முறத்தில் பொரிகடலைக் குவியல்மீது அவளுடைய சிரம் வெட்டி வைக்கப்பட்டிருப்பது போல் தெரியும். இந்தக் கோணத்தில் பார்க்க நேர்ந்ததால் அவள் என் மனசில் இடம் பெற்றாள். கொழகொழவென்று வெற்றிலைச் சாறு தளும்பும் வாயுடன், தலையில் கனகாம்பர மூட்டையுடன், பெரிய பொட்டுடன், மலிவான அலங்காரங் களுடன், செயற்கைக் கவர்ச்சிகளுடன், ‘இது என் தொழில்

அல்ல; உப தொழில்' எனப் போடாமல் போடும் கோஷத்துடன், சிரிப்பும் வசையுமாக, கண்களால் ஆண்மையை அவ்வப்போது சீண்டியபடி இருப்பாள். அவளுக்கு இந்நாவலில் முக்கிய பங்கு அளிக்கவேண்டுமென்று எண்ணியிருந்தேன். ஒரு அத்தி யாயத்தில் அவளை அறிமுகப்படுத்தியும் வைத்தேன். கூலி ஐயப்பனின் காதலியாகவோ, சகோதரியாகவோ, மாமியா ராகவோ பின்னால் வளர்த்திக் கொண்டு வரவேண்டுமென்று யோசித்திருந்தேன். அடித்துத் திருத்திக் கிழித்துப்போட்டுத் திரும்ப எழுதிய பக்கங்களின் அவஸ்தையில் அவள் எப்போது நழுவி வெளியே விழுந்தாள் என்பதே தெரியவில்லை.

இது என்னுடைய முதல் நாவல்.

நாவல் துறைக்கு இந்நாவல்வழி நான் அறிமுகமாக நேர்ந்தது எனக்கு ஏதேதோ வகைகளில் திருப்தியைத் தருகிறது.

படித்துப் பாருங்கள். இந்த நாவல் உங்களுக்குப் பிடிக்கலாம். பிடிக்காமலும் இருக்கலாம். சில நாவல்கள் நன்றாக இருக்கும். சில நாவல்கள் நன்றாய் இராது.

நான் இதைவிடவும் விரும்பும் நாவல் ஒன்றைப் பின்னால் எழுதக் கூடுமென்று தோன்றுகிறது.

நாகர்கோயில் **சுந்தர ராமசாமி**
23 ஜூன் 1966

(முதல் பதிப்பின் முன்னுரை)

❖

'ஒரு புளியமரத்தின் கதை'யின் ஐந்தாவது பதிப்பை இப்போது காலச்சுவடு பதிப்பகம் வெளியிடுகிறது.

இந்நாவலை நான் எழுதத் தொடங்கியது ஐம்பதுகளின் பிற்பகுதியில். மன உலகில் இலக்கியமும் கிருஷ்ணன் நம்பியும் நிறைந்திருந்த காலம். என் அன்றையத் தமிழ்மீது நம்பிக்குத் திருப்தி இல்லை. மொழி பிசிறின்றிப் படிய வேண்டும் என்ற தாகம் என்னைச் சதா வாட்டிக்கொண்டிருந்தது. நம்பி ஏற்றுக் கொள்ளும்படி என் தமிழ் திரள வேண்டும் என்று ஏங்கிக் கொண்டிருந்தேன். 'புளியமர'த்தின் முதல் அத்தியாயம் 'சரஸ்வதி' யில் வெளிவந்தபோது அதை வெகுவாகப் பாராட்டிய நம்பி என் மொழி தனக்கு முழுமையான நிறைவு தருவதாகச் சொன்னார். அப்போது நான் உள்ளூர அடைந்த பூரிப்பை வெளியே காட்டிக் கொள்ளவில்லை.

'புளியமரம்' என்ற தலைப்பில் இரண்டு மூன்று அத்தியா யங்கள் 'சரஸ்வதி' யில் வெளிவந்ததாக நினைவு. க.நா.சு.வுக்குப் பிடித்திருந்தது. சி.சு. செல்லப்பா 'ம் . . . பரவாயில்லை' என்றார். பல எழுத்தாளர்களும் படிக்கத்தான் செய்தார்கள். எழுத்துலக நண்பர்கள் பொதுவாகப் பரஸ்பரம் அவர்கள் எழுதியுள்ள புத்தகங்களைப் பற்றிப் பேசிக்கொள்வதில்லையே. இடைஞ்சல் என்று அறிந்திருக்கிறார்கள். கால மாற்றங்களில் இந்த எண்ணமும் அவர்களைவிட்டு நீங்கலாம்.

நாவலை 'சரஸ்வதி' நின்று நாலைந்து வருடங்களுக்குப் பின் காஞ்சிபுரத்தில், அப்போது சென்னையிலிருந்த பழைய உட்லண்ட்ஸின் மாடலில் கட்டப்பட்டிருந்த ஒரு ஓட்டலில் வைத்து எழுதினேன். மிகுந்த சங்கடத்துடன் இருந்தேன். மிக மோசமான நோய் என்னைத் தாக்கிக்கொண்டிருக்கிறது என்ற பயம் ஆட்டிக் குலைத்துக்கொண்டிருந்தது. மன நெருக்கடிகள் எழுதத் தடையாகவும் இருந்திருக்கின்றன; துணையாகவும் இருந்திருக்கின்றன.

இந்த நாவலின் முதற்பதிப்பைக் கொண்டுவந்தவர் தமிழ்ப் புத்தகாலயம் கண. முத்தையா அவர்கள். மேலட்டையில் ஆணும் பெண்ணும் கண்ணோடு கண் பார்த்துக்கொள்ளும் படத்தைத் தவிர்க்க வேண்டும் என்று நான் கேட்டுக்கொண்டதை அவர் ஏற்றுக்கொண்டார். பின்னணியில் தாமரை பூத்த தடாகம் வேண்டாம் என்றும் சொல்லியிருந்தேன். முதற்பதிப்பின் முகப்புப் படம் இப்போது எனக்கு முற்றாக நினைவில்லை. நான்காவது பதிப்பு க்ரியா வெளியீடாக வந்தபோது க்ரியாவின் பின்னணியிலிருந்த பல நண்பர்களுடன் நாவலைப் படித்துப் பார்த்துத் திருத்தங்கள் செய்தேன். இன்னும் சில பிழைகள் இருக்கக்கூடும். ஒரு நாவலைச் செப்பனிடுவதற்கு முடிவில்லை.

'ஜே.ஜே : சில குறிப்புக'ளை மலையாளத்தில் மொழி பெயர்த்த ஆற்றூர் ரவிவர்மா 'ஒரு புளியமரத்தின் கதை'யையும் மொழிபெயர்த்தார். மலையாள இதழ் 'கலாகௌமுதி' யில் அது தொடராக வந்தது. மீனாட்சிபுரி சமீபத்தில் இந்தியில் மொழிபெயர்த்திருக்கிறார். எஸ். கிருஷ்ணனின் மொழிபெயர்ப்பில் பெங்குவின் ஆங்கிலப் பதிப்பு இந்த ஆண்டு வெளி வந்திருக்கிறது.

புளியமரம் என்பது எங்கள் ஊரில் நிற்கும் வேப்பமரம். ஊரில் அதை வெட்ட சிலர் திட்டமிட்டபோது வேறு சிலர் மரத்தைச் சாமியாக்கி – இவர்கள் என் நாவலைப் படித்திருக்க வாய்ப்பில்லை – அதைக் காப்பாற்றிய சமீபத்திய நிகழ்ச்சி எனக்குச் சந்தோஷத்தைத் தந்தது. அதே போல் நாவலில் நான் வர்ணித்திருக்கும் சில நிகழ்வுகளின் சாயல்களைப்

பிரதிபலிக்கும் சில கலவரங்கள் இந்த ஆண்டு நிகழ்ந்தன. என் தீர்க்கதரிசனம் இந்த வகையில் நிறைவேறியது எனக்கு வருத்தத்தைத் தந்தது.

எல்லோரும் சற்று நிம்மதியாக வாழும் காலம் ஒன்று வரும்.

நாகர்கோவில் **சுந்தர ராமசாமி**
13.04.96

(ஐந்தாவது பதிப்பின் முன்னுரை)

❖

'ஒரு புளியமரத்தின் கதை' நாவலின் அமைப்பில் காலக் குழப்பம் இருப்பதைப் பல வருடங்களுக்கு முன் முதலில் என்னிடம் தெரிவித்தவர் என் நண்பர் கி. நாராயணன் அவர்கள். சமீபத்தில் திருமதி பவானி சிவராமன் எனக்கு எழுதியிருந்த கடிதம் வழியாக இக்குறையை விளக்கியிருந்தார். திரு. ராஜன்குறை அவர்கள் 'நிறப்பிரிகை'யில் எழுதியிருந்த விமர்சனக் கட்டுரையிலும் இப்பிழையைச் சுட்டி விவாதித்திருந்தார். திரு. ராஜ் கௌதமன் காலக் குழப்பங்களைச் சுட்டிக்காட்டி ஒரு விரிவான குறிப்பை அனுப்பியிருந்தார். நால்வருக்கும் என் நன்றியைத் தெரிவித்துக்கொள்கிறேன்.

சில எளிய திருத்தங்களைச் செய்ததன் மூலம் இக்காலக் குழப்பத்தைத் தீர்க்க முயன்றுள்ளேன். இதற்கான யோசனையைத் தெரிவித்து உதவியவர் என் நண்பர் எம்.எஸ். அவருக்கு என் மகிழ்ச்சியையும் அன்பையும் தெரிவித்துக்கொள்கிறேன்.

கலிஃபோர்னியா **சுந்தர ராமசாமி**
10.04.2001

(ஆறாவது பதிப்பின் முன்னுரை)

ந. பிச்சமூர்த்தியின் கலை : மரபும் மனிதநேயமும்

கவிஞன் அல்லாத, கவிதை வாசகன் ஒருவனை வெகு காலமாகத் தேடிக்கொண்டிருக்கிறேன். கடைசியில் கிடைத்துவிட்டான் என்று என் மனம் துள்ளிய நேரங்களிலெல்லாம் 'நானும் கவிதை எழுதியிருக்கிறேன்' என்று அவன் தன் ஜேபிக்குள்ளிருந்து காகிதங்களை வெளியே இழுப்பான். மீண்டும் ஒரு கவிஞன்! எனக்குப் பார்க்கக் கிடைக்காத, கவிஞன் அல்லாத ஒரு கவிதை வாசகன், இந்த அகண்ட தமிழ் மண்ணில் எங்கேனும் ஒரு மூலையில் இருக்கக்கூடும். இன்று இல்லையென்றாலும்கூட நாளையே அவன் முளைவிடக்கூடாது என்பதும் இல்லை. முக்கியமாகக் காணக் கிடைக்காத அவனை நினைத்துத் தான் இந்தக் கட்டுரைகளை எழுதியிருக்கிறேன்.

நேற்றைய கவிதையின் இன்றைய பாதிப்புப் பற்றியும் மரபு பற்றியும் மரபுக்கும் இன்றைய வாழ்க்கைக்குமான முரண்கள் பற்றியும் யாப்பின் சுமை பற்றியும் யாப்பை உதைத்த கவிதைகளின் சிறகுகள் பற்றியும் தெரிந்துகொள்ள பிச்சமூர்த்தியுடையதுபோல் வாய்ப்பான ஒரு படைப் புலகம் அவனுக்குக் கிடைக்காது. பழைய கவிதையிலிருந்து பிரியா விடைபெற்று, இந்தப் படைப்புலகம் வழியாக, அவருக்கு முன்னால் நிற்கும் நவீனக் கவிதைக்கு அவன் வரலாம். பழைமைக்கும் நவீனத்துவத்துக்குமான ஒரு இணைப்புப் பாலம் பிச்சமூர்த்தி. நல்ல திடமான, சுத்தமான பாலம்.

கவிதைக்குப் புதிதாக வருபவனைக் குழப்ப நாங்கள் நூறு கவிஞர்கள் காத்துக்கொண்டிருக்கிறோம். பிச்சமூர்த்தி

அவனை இடுப்பில் தூக்கி வைத்துக்கொள்ளக்கூடியவர். அவனுக்கு நிம்மதியையும், மன ஆரோக்கியத்தையும் தரக் கூடியவர். படுத்தாமல் அவனிடம் சொல்ல வேண்டியதைச் சொன்னவர். மேலும் அவர் காலத்தில் அவர் நம்பியவற்றை மட்டுமே அவர் எழுதினார்.

பிச்சமூர்த்தி ஒரு சஞ்சாரி என்பதால் அவருடைய படைப் புலகத்தில் ஒரு வாசகனுக்கும் சிறிது சஞ்சார சுகம் உண்டு. சதா தன்னைச் சோதித்துக் கொண்டிருந்தவர் அவர். தன்னம் பிக்கைகள், கருத்துகள், பிரச்சினைகள், ஈடுபாடுகள், மயக்கங்கள் எல்லாவற்றையும் படைப்பு என்ற உரைகல்லில் உரைத்துப் பார்த்துக்கொண்டே இருந்தவர். சஞ்சாரம் இருந்ததால் அவருக்கு வளர்ச்சியும் இருந்தது. சில தடுமாற்றங்களும் ஏற்றத்தாழ்வுகளும் இருந்தன. நல்ல படைப்பாளிகளுக்குரிய நிம்மதியின்மை என்ற ஆசீர்வாதமும் அவருக்கு இருந்தது.

முதுமையில் அவருடைய படைப்புகளில் இளமை கூடி வந்தது. உருவம் சார்ந்தும் உள்ளடக்கம் சார்ந்தும் அவர் சுமந்து வந்து கொண்டிருந்த சுமைகளைச் சிறுகச் சிறுக வழி நெடுக உதறிக் கொண்டே வந்தவர் அவர். கடைசியில் மேல்சட்டையைக்கூட அவர் கழற்றி எறிந்தாயிற்று. அப்போது மரணம் குறுக்கிட்டது.

பிச்சமூர்த்தியின் தனிக் குணங்கள் துலங்க நம்முடைய பெரிய படைப்பாளிகளின் பொதுக் குணங்களை நாம் நினைத்துப் பார்க்க வேண்டும். இளமையில் சில சத்தான படைப்புகளைத் தந்து வயது ஏற ஏற படைப்பாக்கங்கள் மெலிய, முதுமையில் தங்கள்மீது அபரிமிதமான பக்தி கொண்ட வாசகர்கள்கூட மென்று விழுங்க முடியாத நோஞ்சான்களைத் தரத் தொடங்குவார்கள் அவர்கள். இவர்களுடைய படைப்புகள் வெளிவந்த ஆண்டுகளை மறைத்துவிட்டு, துறைக்குப் புதிதாக வந்து சேர்ந்திருக்கும் ஒரு இலக்கிய ரசிகனிடம், தரம் சார்ந்து இவர்களுடைய நூல்களை வரிசைப்படுத்தச் சொன்னால், இவர்கள் முதுமையில் எழுதிய நூல்களை முதலில் எழுதிய தாகவும் முதலில் எழுதியவற்றை முதுமையில் எழுதியதாகவும் அவன் வரிசைப்படுத்துவான். ஆனால் அந்த ரசிகன் வரிசைப் படுத்தும் பிச்சமூர்த்தியின் நூல்கள் அவை வெளிவந்த காலத்தை ஏறத்தாழ அனுசரித்திருக்கும்.

கலையிலும் அறிவிலும் முதுமையில் முதிர்ச்சி கூடுவதும் ஒரு விந்தையா என்று கேட்கலாம். விந்தையான தமிழ்ச் சூழலில் எண்ணற்ற விந்தைகள் இருக்கின்றன. அதில் பிச்சமூர்த்தி

யும் ஒரு விந்தை. அவருக்கு வயது ஏற ஏற ஞானம் கூடிற்று. கலையார்வம் மிகுந்தது. மரபு சார்ந்த மயக்கங்கள் தெறித்தன. லட்சிய வானிலிருந்து அவர் நிதர்சனப் புழுதிக்கு வந்து சேர்ந்தார். அவருக்குத் தார்மீகக் கோபம் சுர்ரென்று ஏறிற்று. கடைசியாக எழுதியிருக்கும் கவிதையில், 'பொறுமைக்கும் ஒரு எல்லை உண்டு' என்று எழுதினார். 'மயில் இறகு போடாது / நவபாரதம் பிறக்க / தூக்கு மரம் தேவை' என்று எழுதினார். போகிற போக்கைப் பார்த்தால் நக்சலைட்டுகளுக்கும் அவருக்குமான இடைவெளி மிகக் குறைந்துவிடும் என்றுகூடத் தோன்றிற்று.

ஐம்பத்தொன்பதாவது வயதில் – தமிழ்ப் படைப்பாளிகள் குருவி முட்டைகளை வெளியே தள்ளும் வயதில் – அவர் இரண்டாவதாகப் பிறந்தார். யாப்புக்கும் அவருக்குமான இழுபறி அதுவரையிலும் நீடித்திருந்தது. யாப்பை முற்றாகத் தளர்த்திக்கொண்டு கவிதை எழுத ஆரம்பித்து, சில நல்ல கவிதைகளை எழுதியபின், யாப்புக்குள் மீண்டும் விழுந்து பொருட்படுத்த அவசியமில்லாத ஜோடனைகளை உருவாக்கி, தனது ஐம்பத்தொன்பதாவது வயதில் முற்றாக யாப்பு என்ற தளையிலிருந்து தன்னை விடுவித்துக்கொண்டார். தன் ஆத்மாவை சந்தேகத்திற்கு இடமின்றி கண்டுகொண்ட சந்தோஷம் அப்போது அவருக்கு ஏற்பட்டது. அவருடைய கவிதைகளைக் கால வரிசைப்பட படித்துக்கொண்டுவரும் வாசகன், அவருடைய 'விஞ்ஞானி' என்ற கவிதையை – ஐம்பத்தொன்பதாவது வயதில் எழுதியது – படிக்கும்போது அந்தக் கவிதையில் படைப்பாளி யிடம் வெளிப்படும் சுதந்திர ஓட்டம் மிகுந்த மனநிறைவை அளிக்கக்கூடும். இந்தச் சுதந்திரத்தை அனுபவிக்கத் தொடங் கியதும் அவருக்கு வலுக்கூடிற்று. அதன்பின் அவர் வெகுதூரம் போனார். நின்று நின்று, தோன்றியும் மறைந்தும் வந்துகொண் டிருந்தவர், ஓடத் தொடங்கிவிட்டார். இந்தக் காலகட்டம் படைப்பாளியாக அவருடைய வாழ்க்கையில் மிக முக்கியமானது ஆகும்.

பிச்சமூர்த்திக்குப் பார்வை சம்பந்தப்பட்ட குழப்பம் எதுவும் இல்லை. தன்னைச் சோதித்துக்கொள்ளும் தர்மத்தைப் படைப்பின் நியதியாக ஏற்றுக்கொண்டவர் அவர். அக விமர்சனம் ஓங்கி ஒலித்துக் கொண்டிருந்ததால் வெளி விமர் சனங்கள் சார்ந்த தடுமாற்றங்களும் இல்லை. ஆனால் உருவங் களில் அவருக்குத் தடுமாற்றங்கள் அதிகம். இதற்கு நாம் அவரைக் குறை காண்பதற்கில்லை. அவர் கவிதை எழுத முற்பட்ட காலத்தையும் நாம் நினைத்துப் பார்க்க வேண்டும். இன்று சகஜமாகக் கொள்ளும் பல நிலைப்பாடுகள் அன்று

உறுதிகொள்ள முடியாதவையாக இருந்திருக்கின்றன. யாப்புக்கும் கவிதைக்குமான உறவு, தமிழ்ப் புலமை மனதின் முழு ஆட்சிக்கு உட்பட்டிருந்த காலத்தில் ஒரு புதிய கவிஞனின் தடுமாற்றங் களாக அவை இருந்திருக்கலாம். தமிழ்ப் புலமை மனம், கவிதையின் நுட்பங்களைப் புரிந்து கொண்டுவிட்டதற்கான தடயங்களை இன்றுவரையிலும் வெளிப்படுத்தாத அந்தப் புலமை மனம் ஒற்றைக் கேள்வியின் பலத்தில் நின்று சகல புதிய கவிஞர்களையும் பிடுங்கிக்கொண்டிருந்தது. 'யாப்புத் தெரியுமா உனக்கு?' என்று கேட்டு நச்சரித்தது அது. இந்தக் கேள்வி மிகக் கொடுமையானது. யாப்பைக் கற்பது ஒரு பெரிய வித்தை என்ற அகங்காரத்திலிருந்து பிறந்த கேள்வி இது. உலக இலக்கியத்தை, தரம் சார்ந்து பிரித்துப் போடவும் தமிழ் இலக்கியத்தின் தரத்தை உலகத் தரம் சார்ந்து நிர்ணயிக்க வும் வலுக்கொண்ட ஒரு படைப்பாளியின் ஆகிருதியைப் பற்றிச் சிறிதும் கவலைப்படாமல் அவரிடம் கல்வித் துறைச் சுண்டெலிகள் எண்ணற்ற தடவைகள் இந்தக் கேள்வியைக் கேட்டபோது நானும் பல சந்தர்ப்பங்களில் உடன் இருந்திருக் கிறேன். பதிமூன்றாம் வாய்ப்பாடு வரையிலும் கற்கத் திறன் கொண்ட எந்தக் குருவி மூளையாலும் கற்கக்கூடியது யாப்பு. நச்சுப் பிடித்த இந்தக் கேள்விகளுக்குப் புதிய கவிஞர்கள் – பிச்சமூர்த்தி உட்பட – சொன்ன பதில் கேள்வியைவிடக் கொடுமையானது. அவர்கள் 'தெரியும்' என்று சொன்னதோடு யாப்பில் சில்லறை வித்தைகளும் செய்துகாட்டினார்கள். இது முடிவுகளில் அவர்களுக்கு உறுதி இல்லை என்பதையே காட்டுகிறது. யாப்பு விலங்கு என்ற முடிவுக்கு வந்தபின், விலங்கையும் மாட்டிக்கொண்டு நடக்க முடியும் என்பதில் என்ன பெருமை? பிச்சமூர்த்தியும் விலங்கைப் போட்டுக் கொண்டு சிறிது தூரம் நடந்தார். அவருடைய முயற்சிகள் வீணாயின. அந்த வீண் இன்றும் அவர் கவிதைத் தொகுதியில் கணிசமான இடத்தைப் பிடித்துக்கொண்டிருக்கிறது. அந்த விலங்கை சஞ்சலமின்றி அறுத்துக் கொண்டபோதுதான் அவருக்கு இரண்டாவது பிறப்பு சித்தியாயிற்று.

மணிக்கொடிக்காரர்களின் சாதனைகள் வேகமாகப் பழசாகிக் கொண்டிருக்கும் காலம் இது. வ.ரா.வின் பிரச்சார ஜோடனைகள் – அவர் தழுவி நின்ற கருத்துக்கள் எவ்வளவு மேலானவையாக இருப்பினும் சரி – படைப்புகள் அல்ல என்பதைக் காலம் இப்போது நமக்குச் சங்கடம் இன்றிக் காட்டிக்கொண்டிருக்கிறது. வ.ரா.வைப் போல் இன்றைய வாழ்க்கையைக் கடுமையாக விமர்சிக்கும் நூல்கள் நமக்குத்

தேவைதான். ஆனால் இந்தக் கருத்துகள் புனைகதைகளின் ஜோடனைக்குள் திணிக்கப்படும்போது, இந்தக் கருத்துகளை வரவேற்கும் கலை மனங்களும் இந்த ஜோடனைகளை நிராகரிக்க நேருகிறது. கருத்துகள் மீது அலுப்புக்கொள்ள நேருகிறது. கருத்துகள் மீது கொள்ள வேண்டிய புத்துணர்வும் மழுங்கிவிடுகிறது. பிரச்சாரவாதி கருத்துகளைச் சாகடிக்கிறான். கலைவாதி கருத்துகளைக் கூர்மைப்படுத்துகிறான்.

பிற மணிக்கொடிக்காரர்களான கு.ப. ராஜகோபாலன், ந. சிதம்பர சுப்ரமணியன், சி.சு. செல்லப்பா, க.நா. சுப்ரமண்யம் (மணிக்கொடிக்காரர் என்ற கைவைத்த நாற்காலியை மணிக்கொடிக்காரர்களின் சம்மதமின்றியே நான் அவருக்குப் போட்டிருக்கிறேன்!) பி.எஸ். ராமையா, சிட்டி எல்லோரும் வேகமாகப் பழசாகிக்கொண்டிருக்கிறார்கள். மணிக்கொடியைச் சார்ந்து எழுப்பப்படும் ஒளிவட்டங்கள், காலத்தின் முன் மங்கும் இவர்களுடைய படைப்புகளுக்கு முட்டுத்தராது.

மணிக்கொடிக் காலத்தின் மூன்று முக்கியக் கலைஞர்கள் என்று புதுமைப்பித்தன், மௌனி, பிச்சமூர்த்தி ஆகியோரைச் சொல்லலாம்.

இன்றும் புதுமைப்பித்தனை முழுமையாகவும் புத்துணர்ச்சியுடனும் படிக்க முடிகிறது. காலத்தை அவர் சுலபமாக வென்று கொண்டிருக்கிறார் என்பதற்கு இதைவிடப் பெரிய தடயம் ஒன்றும் தேவையில்லை. பல ஆக்கங்களில் அவருடைய சரிவுகள் வெளிப்படையானவை. ஆனால் பழமையைக் கண்மூடித்தனமாக அணைத்துக் கொண்டதன் விளைவுகள் அல்ல இந்தச் சரிவுகள். அதிகமும் அனாயாசத்தில் இருந்து பிறந்த சரிவுகள். தான் தட்டும் விதத்தில் சகல உலோகங்களிலிருந்தும் நாதம் எழும் என்ற அதீத நம்பிக்கையிலிருந்து பிறந்த சரிவுகள். ஆனால் அவர் தோல்வி அடைந்த படைப்புகளிலும் புதிய சிந்தனையின் தெறிப்பு வெளிப்படுகிறது. அவர் கண்டுபிடித்த மொழியின் ஆற்றல் நின்றுகொண்டிருக்கிறது. அவருக்கு முற்பட்ட காலத்தின் களிம்பு அவருடைய படைப்பில் எங்கும் இல்லை. மரபின் அழுத்தமற்ற சுதந்திரம் அந்த அளவுக்கு அவருக்குக் கூடியிருக்கிறது. சுதந்திரமும் சுமையற்ற பாங்கும் மரபின் வாரிசாகச் சிபாரிசு செய்ய அவருக்கு எதுவும் இல்லாமல் ஆக்கிவிட்டது. எதையும் காப்பாற்றும் பொறுப்பும் அவருக்கு இருக்கவில்லை. சுற்றிவரக் காணக்கிடைத்த சகல கோலங்களிலும் ஒளிந்துகொண்டிருக்கும் ஊனங்களை அவர் அம்பலப்படுத்திக்கொண்டே வந்திருக்கிறார். லௌகீகத்தின் தளத்தில் இதுதான் கடைந்தெடுத்த

தறுதலைப் புத்தி. இலக்கியத் தளத்தில் இதுதான் ஆகப்பெரிய பண்பாடு. உண்மையை அறிந்த நிமிஷத்தில் போட்டு உடைப்பது. அக்கம்பக்கம் பார்க்காமலும் அனுசரணையான காலத்திற்காகக் காத்துக்கொண்டிருக்காமலும் உடைப்பது. அழுகிச் சொட்டிக் கொண்டிருக்கும் அரசியல்வாதியின் அரைவேக்காடு உண்மைகளை வெட்கங்கெட்டுப் பிரதிபலிக்காமலும் அவர்கள் தரும் அங்கவஸ்திரங்களால் தங்கள் அவமானங்களைப் போர்த்திக் கொள்ளாமலும் இருப்பது.

பிச்சமூர்த்தியின் வெற்றிகள் புதுமைப்பித்தன் அளவுக்கு நேர்மையானவைதான். ஆனால் அவருடைய சரிவுகள் புதுமைப் பித்தனைவிடச் சங்கடமானவை. ஏனெனில் அவருடைய கற்பனை மனோபாவங்கள், லட்சிய வாழ்க்கைக்கான ஏக்கம் ஆகியவை காலாவதியாகிவிட்டவற்றை நிலைநிறுத்த முயலுகின்றன. காலத்தின் வேகமான சுழற்சியில் அவற்றை நிலைநிறுத்த முடியாமல் சரிகின்றன.

மௌனியிடம் மரபு சார்ந்த ஓட்டைகள் பிச்சமூர்த்தியைவிட அதிகம். ஆனால் படைப்பின் தளத்தில் தன் ஆளுமையை அவர் முற்றாகக் காப்பாற்றிக் கொண்டுவிட்டார். மீண்டும் மீண்டும் கருத்துகளின் தளங்களில் பிச்சமூர்த்தி வந்து நிற்கும் போது, மொழியின் சுருதியைத் தளமாகக் கொண்டிருக்கும் மௌனி, அர்த்தங்களிலிருந்து முற்றாக நகர்ந்து உணர்வுகளின் உலகத்திற்குப் போய்விடுகிறார். காதல், நிராசை என்ற இரண்டு நிரந்தர உணர்வுகளை மாறிமாறிப் பிசைந்து மொழி நுட்பத்தையும் அழகுணர்ச்சியையும் பயன்படுத்தி மனச் சுருதிகளை எழுப்பி இசை மூட்டங்களை உருவாக்குகிறார். அதிலும் அவருடையது வாத்திய இசை. சாகித்யத்தின் சொற்ப அர்த்தம் கூட இல்லாத வாத்திய இசை.

பிச்சமூர்த்தியின் இரண்டாவது பிறப்புதான் அவருடைய முக்கியமான பிறப்பு என்று நாம் கொள்வோம் என்றால், சி.சு. செல்லப்பாவைப் போற்றாமல் இருக்கமுடியாது. ஏனெனில் இந்தப் பிறப்புக்கு இங்கித அனுசரணைகளைக் கூட்டியவர் அவர். ‘எழுத்து’ மூலமும் பிச்சமூர்த்தியிடம் கொண்டிருந்த மதிப்பு மூலமும் சகல சுதந்திரங்களையும் அனுபவிக்கும் தளத்தை அவருக்குத் திறந்து தந்தார். இதனால் பிச்சமூர்த்தியின் படைப்பில் பல அனுகூலங்கள் கூடின.

பிச்சமூர்த்தியை ஒரு மகாகவி என்று அழைக்க விரும்புகிறார் செல்லப்பா. ஆனால் ஆசைகள் ஒருபோதும் இலக்கிய

விமர்சனத்தின் அடிப்படைகளை உருவாக்கிவிடுவதில்லை. மகாகவி என்பது மிகப் பெரிய சொல். அந்தச் சொல்லை மழுங்கடிக்காமல் வைத்துக் கொண்டிருந்தால் கவிதையின் ஆகப்பெரிய சிகரங்களைத் தொட்டிருக்கும் மகானுபாவர்களைச் சுட்ட அதை உபயோகப்படுத்த முடியும். இரண்டாயிரம் வருடங்களை அடக்கிக்கொண்டிருக்கும் உலக இலக்கியச் செல்வத்தின் அடர்த்தியான வனாந்தரத்தில், ஐந்தாறு கலைஞர் களைத்தான் கவிதையின் நுட்பத்தில் தேர்ந்த விமர்சகர்கள், மகாகவிகள் என்று இனம் காட்டுகிறார்கள். கம்பனை மகாகவி என்று வ.வே.சு. அய்யர் சொல்லும்போதுகூட பிறர் ஏற்றுக் கொள்ளத் தயங்கும் ஒரு ஆச்சர்யமான கண்டுபிடிப்பாகவே அன்று அதைச் சொன்னார். பிச்சமூர்த்தி வெற்றி அடைந்திருக் கும் கவிதைகளின் எண்ணிக்கைக்கூட அவர் ஒரு மகாகவிதானா என்பதைப் பரிசீலிக்கப் போதுமானவையாக இல்லை. ஒரு நல்ல கவிக்கு எதிராக, எதிர்மறை விமர்சனங்களை கட்டாயப் படுத்தாமல் இருப்பதும் நாம் அவருக்குச் செய்யும் உதவியாகும்.

('ந. பிச்சமூர்த்தியின் கலை: மரபும் மனித நேயமும்'
நூலின் முன்னுரை, 1991)

சுந்தர ராமசாமி சிறுகதைகள்

நான் 1950இலிருந்து 1990 வரையிலும் எழுதியுள்ள கதைகள் 52. சராசரி ஒரு வருடத்திற்கு ஒன்றேகால் கதை என்பது அவ்வளவு மோசமில்லை என்றே நினைக் கிறேன். இவற்றிலிருந்து 48 கதைகளை இத்தொகுப்பில் சேர்த்திருக்கிறேன். சேர்க்கப்படாத நான்கும் பலவீன மானவையாக இப்போதுபட்டன. அவை பற்றிய விபரம்: 'கடன் கொடுத்தார் நெஞ்சம்போல்' (கல்கி), 'செல்லப்பன்' (கல்கி), 'நானும் மனிதன்' (மனிதன்), 'தபாலில் வேலை வரும்' (தாமரை).

என் வளர்ச்சி, மாற்றங்கள், தடுமாற்றங்கள், கவலை கள் எல்லாவற்றையும் என் வாசகர்கள் தெரிந்துகொள்ள வசதியாகக் கதைகளைக் காலக்கிரமத்தில் தந்திருக்கிறேன். நாற்பதாண்டுகளில் வெகுதூரம் நகர்ந்திருக்கிறேன். உயர்வோ, தாழ்வோ நான் தேர்ந்தெடுத்த பாதைகள் இவை. என் பேனா. என் மை. திரும்பிப் பார்க்கும்போது இந்த நினைப்புதான் முதல் திருப்தியைத் தருகிறது.

இக்கதைகள் வெளிவந்த இதழ்களின் பெயர்களும், வருடங்களும் தந்திருக்கிறேன். கதைகள் எழுதப்பட்ட காலமும் அவை வெளிவந்த காலமும் அதிக இடைவெளி இல்லாதவை. ஆக, வெளிவந்த காலத்தையே எழுதப்பட்ட காலமாக எடுத்துக்கொள்வதில் தவறில்லை. விதிவிலக் காக 'சன்னல்' மட்டும். அது நாலைந்து ஆண்டுகள் கையெழுத்துப் பிரதியாகக் கையில் இருந்தது நினை விருக்கிறது.

'உமா'வில் அச்சேறிய 'காலிப்பெட்டி' வெளிவந்த வருடம் கிடைக்கவில்லை. வாசகர்கள் யாரேனும் இதைத்

தெரிவித்து உதவினால் அடுத்த பதிப்பில் – வெளிவர நேர்ந்தால் – சேர்க்கலாம். ‘மெய்க்காதல்’ ‘கல்கி’ 1961இல் வெளிவந்தது. அச்சேற்றம் முடிந்த பின்பே இந்த விபரம் கிடைத்தது.

ஆண்டுகளைக் கண்டுபிடிப்பதில் பலர் உதவினார்கள். முக்கியமாக, நண்பர்கள் வல்லிக்கண்ணன், அரவிந்தன், ஆர். சீனிவாசன், ஆ. இரா. வேங்கடாசலபதி ஆகியோர்.

என் கதைகள், நாவல்கள், கட்டுரைகள் ஆகியவற்றிலுள்ள பிழைகளைத் திருத்தி உதவி வருபவர்கள் நண்பர்கள் கே. நாராயண னும் அ. ஸ்ரீனிவாசனும். நவீன எழுத்தாளனின் மொழிப் பிரச்சினைகளையும் படைப்புப் பிரச்சினைகளையும் புரிந்து கொள்வதில் இவர்களுக்கு இருக்கும் சிரத்தை காரணமாக எழுந்த விவாதங்கள் என்னைச் செழுமைப்படுத்திக்கொள்ள உதவியிருக்கின்றன.

இத்தொகுப்பின் அச்சேற்றத்தை முழுமையாகக் கவனித்துக் கொண்டவர் இளமைக் காலத்திலிருந்தே என் நண்பராக இருக்கும் எம். சிவசுப்பிரமணியன்.

என் ஆரம்பகாலச் சிறுகதைத் தொகுப்புகள் இருபது ஆண்டுகளுக்கும் மேலாக மறுபிரசுரம் காணாதவை. நீண்ட இடைவெளிக்குப் பின் இப்போது என் முழுக் கதைகளையும் வாசகர்கள் முன் வைக்கிறேன். இதில் நான் கொள்ளும் மனநிறைவு க்ரியா மூலம் எனக்குக் கிடைத்திருக்கிறது.

என் வாழ்க்கை நலன்களிலும், படைப்பாளியாக என் வளர்ச்சியிலும் மிகுந்த அக்கறை கொண்டு உற்ற துணையாக என்னுடன் நின்றுகொண்டிருப்பவர் என். சிவராமன். இந்தத் தொகுப்பு வெளிவருவதில் அவர் பங்கு கணிசமானது.

இந்த நண்பர்கள் எல்லோருக்கும் என் மனப்பூர்வமான நன்றி.

நாகர்கோவில் **சுந்தர ராமசாமி**
21.2.1991

(க்ரியா வெளியிட்ட ‘சுந்தர ராமசாமி சிறுகதைகள்’ தொகுப்பின் முன்னுரை)

காற்றில் கலந்த பேரோசை

என் முதல் இலக்கியக் கட்டுரையான ‘நான் காணும் பாரதி’யைக் க.நா.சு.வின் தூண்டுதலின் பேரில் தான் எழுதினேன். அவர் சென்னையில் வாலாஜா தெரு, கதவிலக்கம் 48இல், மூன்றாம் மாடியில் குடியிருந்த காலம். வருடம் 1962. அம்முறை நான் சென்னை சென் றிருந்த போது அவரை அவருடைய வீட்டில் பல தடவை சந்தித்துப் பேச சந்தர்ப்பம் கிடைத்தது. க.நா.சு. தான் நடத்தி வந்த *இலக்கிய வட்டம்* இதழின் ஆண்டு மலரைப் பாரதி பற்றிய கட்டுரைகளின் தொகுப்பாகக் கொண்டு வரத் திட்டமிட்டு, தன் நண்பரொருவரின் உதவியுடன் மும்முரமாக விளம்பரங்கள் சேர்த்துக்கொண்டிருந்தார். விளம்பரங்கள் பெறுவதிலிருந்த வாய்ப்புத்தான் மலர் வெளியிடும் யோசனையையே அவரிடம் உருவாக்கியிருக் கிறதோ என்று எனக்குச் சந்தேகம் தட்டிற்று. லட்சியவாதி களான தமிழ் எழுத்தாளர்கள் எதிர்கொள்ளும் சோதனை களும் அதன் விளைவாக அவர்களிடம் நேரும் சரிவுகளும் வாழ்க்கையைப் பற்றி மேலோட்டமாகக் கற்பனை செய்து அதன்மீது எழுப்பப்பட்டிருந்த என் கனவுகளைச் சிதறடித்துக்கொண்டிருந்த காலம் அது.

‘பாரதி மலருக்கு ஒரு கட்டுரை எழுதேன்’ என்றார் க.நா.சு. அவர் குரலில் போதிய அழுத்தம் இல்லையென்று தோன்றவே மௌனமாக இருந்தேன். ஐம்பதுகளில் தொ.மு.சி. ரகுநாதனின் ‘சாந்தி’ மாத இதழில் எஸ்.ஆர். என்ற பெயரில் நான் சிறு கட்டுரைகள் சில எழுதியிருந் தாலும் அவை மூலம் இலக்கியக் கட்டுரை எழுத இயலும் என்ற நம்பிக்கை எனக்கு ஏற்பட்டிருக்கவில்லை. என் கட்டுரைபற்றி மறுநாள் க.நா.சு. மீண்டும் குறிப்பிட்ட

போது, 'என்னால் எழுத முடியுமா?' என்று அவரிடம் கேட்டேன். 'முயற்சி பண்ணிப் பாக்கறது. அதிலே என்ன தப்பு?' என்று கேட்டார் க.நா.சு.

ஊர் திரும்பியதும் என் முழு உழைப்பையும் செலுத்திக் கட்டுரை எழுதத் தொடங்கினேன். க.நா.சு. விரும்பும்படி கட்டுரை அமைய வேண்டுமே என்ற கவலை மனத்தை அரித்துக்கொண்டிருந்தது. என் உடல்நிலை மிகப் பலவீனமாக இருந்த நாட்கள் அவை. எழுத்து தரும் உடல் உழைப்பு மூட்டுகளில் வீக்கத்தை ஏற்படுத்தி என்னைப் படுக்கையில் தள்ளிவிடுவது அப்போது தவறாமல் நடந்துகொண்டிருந்தது. அம்முறையும் அப்படியே நிகழ்ந்தது.

'கட்டுரை நன்றாக வந்திருக்கிறது' என்ற க.நா.சு.வின் அஞ்சலட்டை கிடைத்ததும் உடல்வலி சற்று நீங்கி புத்துணர்ச்சி பெற்றதுபோல் உணர்ந்தேன். பாரதி மலர் வெளிவந்த பின்னர் என் கட்டுரையை வெகுவாகப் பாராட்டி கு. அழகிரிசாமி எனக்குக் கடிதம் எழுதியிருந்தார். டி.கே.சி. பாணியை நினைவூட்டும் 'ஆஹா' 'பேஷ்' உற்சாகப்படுத்தல்களை ஏற்கக் கூடாது என்ற எண்ணம் எனக்கு இருந்ததால் அழகிரிசாமியின் பாராட்டில் அதிக மகிழ்ச்சி அடையவில்லை. என் கட்டுரை தனக்குப் பிடித்திருப்பதாக நகுலனிடமிருந்து கடிதம் வந்தது. அத்துடன் அவரது சகோதரி அவருக்கு எழுதியிருக்கும் கடிதத்தில் என் கட்டுரையைப் பாராட்டி எழுதியிருப்பதாகவும் மலையாளத்தில் 'அடியுறச்ச தன்டேடம் அல்லே?'* என்று அவர் கேட்டிருப்பதாகவும் நகுலன் குறிப்பிட்டிருந்தார். அந்த மலையாளச் சொற்கள் எனக்கு அதிக உற்சாகத்தைத் தந்தன. அவ்வப்போது அச்சொற்களை என் மனம் தன்னுணர்வின்றி அரற்றியபோது என்மீது நம்பிக்கை ஏற்படுவதுபோல் உணர்ந்தேன்.

2

என் முதல் கட்டுரையை எழுதி இப்போது முப்பத்தைந்து வருடங்கள் ஓடிவிட்டன. எழுதத் தொடங்கிய காலத்தில் என் மனத்தில் படைப்பு முதன்மையாகவும் படைப்புக்கு வெளியே நிற்பதாகக் கற்பனை செய்துகொண்டிருந்த கட்டுரை வடிவம் வெகு தொலைவிலும் இருந்தன. கட்டுரை வடிவம் பற்றிய இக்கற்பனை என் இலக்கிய முன்னோர்களிடமிருந்து

---

* 'அடியுறச்ச தன்டேடம் அல்லே?' என்பதை 'வேரோடிய துணிச்சல் அல்லவா?' என்று தமிழில் கூறும்போது என்னை உற்சாகப்படுத்திய அம்சம் அந்த வாக்கியத்திலிருந்து காணாமற் போய்விடுகிறது.

என்னிடம் வந்து சேர்ந்த ஒன்று. ஆனால் இந்த நீண்ட காலப் பகுதியில் கட்டுரை வடிவத்தின்மீது தன்னிச்சையாக நான் வெளிப்படுத்தியிருக்கும் கவனம் இலக்கிய உருவங்கள் சார்ந்த என் கற்பனையை உடைத்துக்கொண்டு செயல்பட்டிருக்கிறது. கவிதை, சிறுகதை, நாவல் ஆகிய வடிவங்கள்மீது என் கவனம் வெளிப்பட்டுள்ள அளவுக்குக் கட்டுரைகள் மீதும் வெளிப்பட்டுள்ளதை இக்கட்டுரைகளை நூல் வடிவத்தில் தொகுக்க முற்பட்டபோதுதான் நான் உணர்ந்தேன்.

இலக்கியத் திறனாய்வை இளமையிலேயே தன் இயற்கைக்கு ஏற்ற பணியாகத் தேர்ந்தெடுத்து அத்துறையில் நிறைவாகச் செயல்படத் துணை நிற்கும் ஆற்றல்களைக் காலப்போக்கில் திட்டமிட்டு வளர்த்துக் கொண்ட ஓர் ஆளுமையின் கட்டுரைகள் அல்ல இவை. தமிழ்ச் சூழல் தந்த விசேஷமான மூச்சுத் திணறலுக்கு ஒரு படைப்பாளி தர நேர்ந்த ஒழுங்கற்ற எதிர் வினைகள் என இக்கட்டுரைகளை மதிப்பிடலாம்.

தனக்கென்று ஒரு பார்வையும் விமர்சனமும் கொண்ட படைப்பாளிக்கு இலக்கிய வாழ்க்கை ஒரு போராட்டமாகவே இருக்கும் என்ற உண்மையை எழுதத் தொடங்கிய காலத்திலேயே அறிந்திருந்தேன். இப்போராட்டத்தை நிகழ்த்தியுள்ள இந்தியப் படைப்பாளிகளின் பெயர்களும் பெருமிதம் தரும் வகையில் என் மனத்தில் அப்போது இருந்தன. இப்போராட்டம் இயற்கையானது; படைப்பாளியின் தொழிலில் தவிர்க்க இயலாதது. இது சமத்துவச் சிந்தனைகளைத் தன் பார்வைக்கேற்ப முன்னிறுத்தும் படைப்பாளிக்கும் அவனது மதிப்பீடுகளுக்கு எதிராக இயங்கும் சமூக நியதிகளுக்குமிடையே நடைபெறுகிறது. ஆனால் தமிழ்ச் சூழலில் இப்போராட்டத்தைப் படைப்பாளியால் உருவாக்க முடிகிறதா? இது முக்கியமான கேள்வி.

படைப்பாளி சமூகத்தை எப்படிப் பாதிக்கிறான்? வாசக உறவு மூலம்தான். தமிழில் தொடர்ந்து இயங்கும் படைப்பாளியால் வாசகர்களைப் பெற முடிகிறதா? பிற இந்திய மொழிப் படைப்பாளிகள் பெறும் வாசகப் பரப்பும் தமிழ்ப் படைப்பாளி பெறும் வாசகப் பரப்பும் ஒப்பிடத் தகுந்த அளவில் உள்ளனவா? எழுதத் தொடங்கிய காலத்தில் என்னை முதலில் துன்புறுத்திய கேள்விகள் இவை. அப்போது மலையாளப் படைப்புச் சூழலுடன் எனக்கு இருந்த பரிச்சயத்தின் விளைவாக இக் கேள்விகள் என் மனத்தில் மேலும் கூர்மை அடைந்தன. அங்கு மிகத் தீவிரமான படைப்பாளியும் பிரபல பத்திரிகைகள் வழியாக லட்சக்கணக்கில் வாசகர்களைச் சென்றடைவது சாத்தியமாக இருப்பதை அறிந்தேன். அவர்கள் ஓரம் கட்டப்பட்ட சக்திகளாக அங்கு இல்லை. அவர்களால் தங்கள் பார்வையை

முன்வைத்து சமூகப் பாதிப்பை வெற்றிகரமாக நிகழ்த்த முடிகிறது என்பதும், படைப்புக் களத்தில் தங்களுக்கு ஒரு இருக்கை உருவாக்கிக்கொள்ளும் முயற்சியில் அவர்கள் தமிழ்ப் படைப் பாளிகள் போல் தங்கள் ஜீவனை மாய்த்துக்கொண்டிருக்க வில்லை என்பதும் எனக்குத் தெளிவாயின.

இன்றுகூட படைப்புத் துறைக்குள் நுழையும் இளம் படைப்பாளிக்குத் தமிழ்ச் சூழல் அளிக்கும் வரவேற்பு எத்தகை யது என்பதை நாம் யோசித்துப் பார்க்க வேண்டும். இன்று அவனுடைய போராட்டம் அவனுடைய பார்வைக்கும் சமூக அமைப்புக்கும் இடையே உருவாகும் முரண்பாடுகள் சம்பந்தப் பட்டதுதானா? அல்லது அவன் தன்னை வெளிப்படுத்திக் கொள்ள ஒரு களத்தைத் தேடிக் கண்டுபிடிப்பது தொடர் பானதா? அவனுடைய சக்தி, ஆர்வம், முனைப்பு ஆகியவை எந்தத் தளத்தில் சுழன்றுகொண்டிருக்கின்றன?

சமீபத்தில் 'புதிய மண் புதிய முளைகள்' என்ற தலைப்பில் நான் ஒரு கட்டுரை எழுத நேர்ந்தது. அதில் இளம் படைப்பாளி கள் சிலரின் நூல்களை – எண்ணிக்கையில் இவை சுமார் பத்து இருக்கலாம் – நான் பத்திரிகை வாசகர்களுக்கு எளிய அளவில் அறிமுகப்படுத்த முயன்றிருக்கிறேன். இப்படைப்பு களில் ஒன்றுகூட பிரபல பத்திரிகைகளில் வெளிவந்தது அல்ல என்பதை அப்போது கவனித்தேன். இதிலிருந்து முப்பத்தைந்து வருடங்களுக்கு முன் என்னை அலட்டிய பிரச்சனைகளைத் தமிழ்ச் சூழல் இன்னும் உயிரோடு வைத்துக்கொண்டிருப்பது எனக்கு உறுதிப்பட்டது.

தமிழ்ப் படைப்பாளி கண்டடையும் வெளியின் குறுகல் அவனைப் பல உளவியல் சிக்கலுக்கும் ஆளாக்கி வருவது கண்கூடு. இக்குறுகிய வெளிக்குரிய மூச்சுத் திணறல்கள் இப்போது நம் படைப்பாளிகளுக்கு சகஜமான ஒரு உபாதையாகிவிட்டது. சிற்றிதழ்கள் வழியாகப் படைப்பாளி வாசகர்களைச் சென்ற டைவதான கற்பனையில் தன் சக படைப்பாளிகளைத்தான் அதிகமும் சென்றடைந்து கொண்டிருக்கிறான். வாசகனுக்கும் படைப்பாளிக்குமான குண வேறுபாடு மிக முக்கியமானது. வாசகனுக்குப் பதிலாக படைப்பாளிக்கு வந்து சேரும் பிற படைப்பாளிகளின் எதிர்வினைகளின் அழுத்தம் மிகச் செயற்கை யான மனநிலைக்குப் படைப்பாளியைத் தள்ளிவிடுகிறது.

வாசகனின் எதிர்வினை ஆழமானதாகவோ ஆழமற்ற தாகவோ இருக்கலாம். ஆனால் அவன் ஒரு திறந்த மனம் கொண்ட வரவேற்பாளன். அவன் எப்போதும் புதிய படைப்புத் திறனை அனுபவிக்கும் ஆவலுடன் இருக்கிறான். படைப்பாளி

கள் ஒருவருக்கொருவர் கொண்டிருக்கும் உறவுகளோ உணர்ச்சியின் முடிச்சுகளை உள்ளடக்கியவை. குறுகிய பிராந்தியங்களில் மூச்சுத் திணறல்களுடன் தத்தளித்துக்கொண்டிருக்கும் இவர்களிடையே ஆரோக்கிய உறவு பரிமளிக்க எந்தக் காரணமும் இல்லை. நாற்பதாண்டுகளாகச் சிற்றிதழ்ப் பரப்பில் நடந்துள்ள விவாதங்களும் அவ்விவாதங்களில் வெளிப்பட்டுள்ள கோப தாபங்களும் தங்கள் இருப்புச் சார்ந்த பயங்களுக்குப் படைப்பாளிகள் எந்த அளவுக்கு ஆட்பட்டிருக்கிறார்கள் என்பதையே காட்டுகின்றன.

3

தீவிரமான படைப்பாளிக்குரிய படிமத்திற்குத் தமிழில் விவாதமற்ற உதாரணமாகத் திகழ்பவர் புதுமைப்பித்தன். புதுமைப்பித்தனின் படைப்பு ஆளுமை மிகுந்த மதிப்புப் பெற்றிருக்கும் காலம் இது என்று கூறுவதிலும் தவறில்லை. கடந்த அறுபது ஆண்டுகளாகத் தன் படைப்புகள் மூலம் நம்மைப் பாதித்து வரும் புதுமைப்பித்தனுக்கு நாம் அளித்திருக்கும் மரியாதை என்ன? சில கேள்விகளை எழுப்பி அவை பெறும் விடைகள் வழியாக அவர் பெற்றிருக்கும் கௌரவத்தை வாசகன் துல்லியப்படுத்த முயலலாம்.

1. புதுமைப்பித்தனின் முழுமையான, அவர் வாழ்ந்த காலத்திய சமூக, கலாச்சாரச் சூழலை உள்ளடக்கிய வாழ்க்கை வரலாறு வெளிவந்துள்ளதா?

2. நமது அரசாங்கம், கல்வித்துறைகள், வெகுஜன ஊடகங்கள் ஆகியவை புதுமைப்பித்தனை எப்போதேனும் அவருடைய தகுதிக்கேற்ப கௌரவப்படுத்தியுள்ளனவா?

3. பிற இந்திய மொழிகளைச் சேர்ந்த முக்கிய படைப்பாளிகளின் படைப்புகளை எந்த அளவுக்குத் தமிழ் மொழிபெயர்ப்பில் படிக்கத் தமிழ் வாசகன் சந்தர்ப்பம் பெற்றிருக்கிறானோ அதற்கிணையான சந்தர்ப்பத்தைப் பிற மொழி வாசகன் புதுமைப்பித்தனைத் தன் தாய் மொழியில் படிக்க சந்தர்ப்பம் பெற்றிருக்கிறானா?

4. புதுமைப்பித்தனின் சமகால இந்தியப் படைப்பாளிகளான வைக்கம் முகம்மது பஷீர், சிவராம் கரந்த், தாரா சங்கர் பானர்ஜி, மாணிக் பந்தோபாத்தியாயா, அமிருதா ப்ரீதம் போன்றவர்களைப் பிற இந்திய மொழி வாசகர்கள் அறிந்திருக்கும் அளவுக்குப் புதுமைப்பித்தனை அறிந்திருக்கிறார்களா?

புதுமைப்பித்தன் எனும் தனி ஆளுமை சார்ந்து நான் எழுப்பும் கேள்விகளாக வாசகர்கள் இவற்றைக் கருத வேண்டிய தில்லை. நம் இலக்கியத்திற்குப் படைப்புத்துறை சார்ந்தோ, சாராமலோ காலத்திற்கேற்ற சாதனை நிகழ்த்தியுள்ள எந்தப் படைப்பாளியின் பெயரை முன் வைத்தும் நாம் இக்கேள்வி களை எழுப்பி அவற்றுக்கான விடை தேடிச் செல்லலாம்.

4

என் படைப்பு இயக்கத்தில் படைப்பாளி, விமர்சகன் ஆகிய பாத்திரங்களை ஏற்றுச் செயல்பட முயன்றிருக்கிறேன். படைப்பும் விமர்சனமும் அடிப்படையில் தொடர்பற்றவை என்றோ முரண்பாடு கொண்டவை என்றோ நான் கருத வில்லை. இரண்டுமே வாழ்க்கைமீது ஒரு படைப்பு மனம் கொள்ளும் நுண்ணிய விமர்சனத்தின் வெளிப்பாடு ஆகும். படைப்பு, வாழ்க்கையைப் பற்றி நேரடியாகப் பேசும்போது விமர்சனம், வாழ்க்கை பற்றிப் பேசும் படைப்பு வழியாகத் தன் பார்வையை வெளிப்படுத்த முயல்கிறது. இருப்பினும் ஒரு படைப்பாளுமை இவ்விரு பணிகளையும் ஒன்றுக்குப் பதிலாக மற்றொன்றை ஏற்றுச் செயல்பட முடியும் என்று நான் நம்பவில்லை. படைப்பு வழியாக வாழ்க்கை மீதான விமர்சனத்தை மிகக் கூராகவும் துல்லியமாகவும் வாசகப் பரிசீலனைக்கு அதிக இடம் தந்தும் உருவாக்க இயலும். படைப்புக்குள் மொழி சார்ந்து கூறாதவற்றின் உலகம் ஒன்றை, உணர்த்தல்கள் மூலம் உருவாக்க இயலும். கட்டுரை வடிவம் படைப்புப் போல் மொழியிலிருந்து விடுபட்டு வாழ்க்கையினுள் சுதந்திரமாக நுழையும் சாத்தியம் கொண்டதாக இல்லை. சிந்தனைகளைத் தன்னளவில் திரட்டிக்கொள்ளவும் அவற்றின் பார்வை சார்ந்த ஒருமையை உணர்ந்து சுயத்தைத் தெளிவு படுத்திக் கொள்ளவும் படைப்பாளிக்கு, அவன் எழுதும் விமர்சனக் கட்டுரைகள் உதவுகின்றன. இத் தெளிவை அவன் வாசகர்களுடன் பகிர்ந்துகொள்கிறான்.

என் விமர்சனக் கருத்துகளில் எதை அழுத்த விரும்புகிறேன்? என் படைப்புலகத்தையும் என் விமர்சனக் கருத்துகளையும் இணைக்கும் கண்ணி என்று எதைக் கூறலாம்?

வாழ்க்கையைச் சமத்துவச் சிந்தனையின் உயிரோட்டத்தை நோக்கி நகர்த்தவும், அதுபற்றி மறுபரிசீலனை ஒன்றை உருவாக்க வும், சுதந்திரத்தின் வீச்சை விரிக்கவும் முனைப்புக் கொள்ளும் படைப்பாளி மனித மனத்தின் உள்ளோட்டங்களையும் ஆழங் களையும் அறிவதில் மிகுந்த நுட்பம் கொண்டவனாக இருக்க வேண்டும் என்பதில் நான் வைத்திருக்கும் அழுத்தம் முக்கிய

மானது. இப்படிப்பினையை இந்நூற்றாண்டின் சரித்திரத்திலிருந்துகூட ஒரு படைப்பாளியால் கற்றுக்கொள்ள இயலவில்லை என்றால் தனக்கு அப்பாற்பட்ட ஒரு சக்திக்கு – பெரும்பாலும் அரசியல் இயக்கத்திற்கு – விசுவாசமாக இருக்கும் இயந்திர மனிதன் என்றே அவனைக் கூறவேண்டும். மனம் எனும் கூறு அதிகாரத்தை முன்னிலைப்படுத்தும் சக்திகளால் எப்போதும் புறக்கணிக்கப்படுகிற ஒன்றாகத்தான் இருக்கிறது. மனித மனத்தின் அடர்த்தியை எப்போதாவது அரசியல்வாதி கணக்கில் எடுத்துக்கொள்கிறானா? தமிழக அரசியலை முன் வைத்துக்கூட வாசகன் இக்கேள்விக்கான விடையைத் தேடிப் பார்க்கலாம். அரசியல்வாதி, தன் சித்தாந்தம், திட்டம் ஆகியவற்றின் நடைமுறைச் சாத்தியங்களைப் பற்றிப் பேசும்போது அவன் கணக்கிலெடுத்துக் கொள்ளும் தடைகளில் ஒன்றாக மனித மனம் சார்ந்த இடைவெளி எப்போதேனும் இடம் பெற்றுள்ளதா? மனித மனம் சார்ந்த சிக்கல் பற்றி அறியாத அல்லது பரிசீலனை செய்ய விரும்பாத ஒரு எழுத்தாளன் தத்துவம் சார்ந்தோ அல்லது கோட்பாடு சார்ந்தோ வாழ்க்கையில் நிகழ வேண்டிய மாற்றங்களைப் பற்றிப் பேசுவது மிகவும் அருவருப்பானது. ஜனரஞ்சக எழுத்தில் நம் பொறுமையை எடுத்த எடுப்பில் சோதிக்கத் தொடங்கும் அதன் மேலோட்டம் வாழ்க்கைத் தளத்தில் மனத்திற்கு உரிய மரியாதை தரத் தவறுவதிலிருந்து தோன்றுகிறது. இங்கு எழுத்தாளனின் குறிக்கோள் சார்ந்த தயாரிப்பு அல்லது ஜோடனை நிகழ்கிறதே தவிர படைப்பாக்கம் நிகழவில்லை.

வாழ்க்கையை எளிமைப்படுத்துவது என்பது மனித மனத்தை நம் விருப்பம் சார்ந்து கற்பனை செய்துகொள்வது தான். இக்கற்பனைகள் பிரச்சனைகளுக்கு எளிய விடைகளை முன்வைக்கின்றன. நடைமுறையிலிருந்து விலகி நிற்கும் இத்தளம் முழுமையான சித்தரிப்பைத் தேடிச் செல்வது இல்லை. தனக்குச் சாதகமான பகுதிகளைக் கண்டு அவற்றைச் சித்தரிப்பதும் எதிர்நிலைகளைப் புறக்கணிப்பதும் பிரச்சாரத் தளத்திற்குரிய முக்கிய கூறாகும்.

எதிர்நிலைகளை ஒரு எழுத்தாளன் தன் எழுத்தில் மூடி மறைத்து விட்டதாலேயே அவ்வெதிர்நிலைகள் வாழ்க்கையிலிருந்து காணாமல் போய்விடுமா? எதிர்நிலைகளும் வாழ்க்கையைப் பாதித்து அவற்றின் இருப்பைக் கணக்கிலெடுத்துக் கொள்ளாத சித்தரிப்புகள் வெளிறி, விவாதங்களற்றுப் புதைகுழிக்குச் செல்கின்றன. அவற்றின் மரணம் எந்த வாசகனின் மனத்தையும் உறுத்தாமல் நிகழ்கிறது. பிரச்சாரத் தளத்திற்கு எதிர் நிலையில் நிற்கும், மறைக்கப்படும் உண்மைகளைக்

கவனப்படுத்துவது படைப்பாளியின் முக்கியக் குறிக்கோளாக எப்போதும் இருந்து வந்திருக்கிறது என்று நம்புகிறேன்.

வெகுஜன ஊடகம் படைப்பாளிக்குத் தரும் சுதந்திரத்தில் எப்போதும் ஒரு ரகசியச் செய்தி இருந்துகொண்டிருக்கிறது. 'வாழ்க்கையைப் பற்றி விசாரணை செய்வதுபோல் உன் எழுத்தில் பாவனை செய். ஆனால் உண்மையாகவே விசாரணை செய்யத் தொடங்கிவிடாதே' என்பதுதான் அது. இந்த பாவனையை எழுத்தாளன் ஏற்றுக்கொண்டால் வெகுஜன ஊடகத்தில் 'முற்போக்குவாதி'யாகவோ, 'புரட்சிவாதி'யாகவோ அல்லது வாழ்க்கையையே கீழ்மேல் புரட்டுபவனாகவோ அவன் செயல்பட முடியும்.

5

படைப்பாளி விமர்சனத்தில் ஈடுபடக்கூடாது என்ற கருத்து மிக வலுவாக பல்வேறு வடிவங்களில் தமிழில் இருந்து வருகிறது. இவ்வாறான எண்ணம் நம் சூழலில் தோன்றவும் காலப்போக்கில் உறுதிப்பட்டு வரவும் பல காரணங்கள் இருக்கின்றன. நம் மொழியில் விமர்சன தர்மத்தைப் போற்றிக் கூறாத படைப்பாளியும் இல்லை; விமர்சனத்தை உள்ளூர அசௌகரியமாகக் கருதாத படைப்பாளியும் இல்லை. விமர்சகனிடத்தில் படைப்பாளி எதிர்பார்ப்பது விமர்சனம் என்ற போர்வையில் நிகழ்த்தப்படும் பாராட்டுரைகளைத்தான்.

விமர்சகனிடமிருந்து வாசகன் படைப்புச் சார்ந்து பல நுட்பங்களைக் கற்றுக்கொள்வதற்கான வாய்ப்பு இருக்கிறது. இவ்வாய்ப்பையே தனக்கு அசௌகரியத்தை ஏற்படுத்தக்கூடிய ஒன்றாகத்தான் நம் படைப்பாளி பார்க்கிறான். வாசகன் வாசிப்புச் சார்ந்த நுட்பங்களில் தேர்ச்சி பெற்று மிக மேலான படைப்பாற்றலைப் படைப்பில் எதிர்பார்க்கும் சூழல் உருவானால் அவனைத் தன்னால் திருப்தி செய்ய முடியாமல் போய்விடும் என்ற கவலை படைப்பாளியை உள்ளூர அரித்துக் கொண்டிருக்கிறது. கூடுமானவரையிலும் சக படைப்பாளிகளின் படைப்புகளைப் புகழ்ந்து கூறி அதற்குப் பதிலாகத் தனது படைப்புகளுக்குச் சக படைப்பாளியின் பாராட்டை உறுதி செய்து வைத்துக்கொள்வதுதான் புத்திசாலித்தனமான செயலாக நம் படைப்பாளிகளுக்குப்படுகிறது.

படைப்பாளி விமர்சனத்தில் ஈடுபடும்போது தனது படைப்புகளுக்கான ஆதரவை இழக்கும் சூழலை அவனே உருவாக்கிக்கொள்கிறான் என்ற எண்ணமும் இங்கு இருந்து வருகிறது. கண்ணெட்டும் திக்குவரையிலும் வாசகனைக் காணக் கிடைக்காத சூழலில் சக படைப்பாளியின் ஆதரவை எதிர்

பார்த்து வாழ்ந்துகொண்டிருக்கும் படைப்பாளி, தனக்குக் கிடைத்திருக்கும் சிறு வெளியை விமர்சனக் கருத்துகளை வெளிப்படுத்தி இழக்கவோ, குறைத்துக்கொள்ளவோ விரும்புவதில்லை. அரசாங்கம், சமூக அமைப்பு, சமயம், மரபு, ஜாதி ஆகியவற்றுக்கெதிராக அக்கினிக் குழம்பைக் கக்கும் ஒரு புரட்சிவாதியிடம் ஒரு சந்தர்ப்பத்தில் 'நீங்கள் விரும்பிப் படிக்கும் படைப்பாளி யார்?' என்று கேட்டேன். என் மனத்தில் கேள்வியுடன் 'தமிழில்' என்ற சொல் இருந்தும் அது வெளிப்படாத வாய்ப்பைப் பயன்படுத்திக்கொண்டு, புரட்சிவாதி, தமிழ், இந்தியத் தளங்களை ஒரே தாண்டாகத் தாண்டி ரஷ்யக் களத்தில் புகுந்து 'டால்ஸ்டாய்' என்றார். எவ்வளவு சௌகரியமான பதில்! எந்தப் புரட்சிகரமான கருத்தும் சிதைக்காத தன் இருப்பை சக படைப்பாளியைப் பற்றிய அபிப்பிராயம் சிதைத்துவிடும் என்ற பயம்தான் இங்கு வெளிப்படுகிறது. ஒரு படைப்பாளி விமர்சகனாகச் செயல்படும் போது விமர்சனத்தில் அவன் வெளிப்படுத்திய கருத்துகளின் எதிர்வினையாக அவன் படைப்பு தாக்குதலுக்கு உள்ளாகிறது. இவ்வாறு எந்தக் கோணத்திலிருந்து பார்த்தாலும் படைப்பாளி விமர்சகனாகவும் செயல்படுவது தமிழ்ச் சூழலில் புத்திசாலித்தனமான காரியமாக இல்லை.

6

தமிழ் விமர்சனத் துறையில் வெளியாகும் கருத்துகளை அழகியல் விமர்சன முறை, மார்க்சிய விமர்சன முறை என்றெல்லாம் பிரித்துப் பார்த்து வருகிறோம். இவற்றைத் தாண்டி அமைப்பியல் பார்வை, பின்நவீனத்துவப் பார்வை போன்ற போக்குகளும் இருக்கின்றன. இவை எதிரெதிர் நிலைகளைக் கொண்ட விமர்சன முறைகள் என்ற எண்ணமும் உருவாக்கப்பட்டுள்ளது. விமர்சனத்தில் தத்துவ நிலைப்பாடு எடுப்பவர்கள் தங்கள் தத்துவத்திற்கு வெளியே நின்று செயல்படுகிறவர்களை எதிரிகளாகவே தங்கள் அணியினருக்குக் காட்ட முற்படுகிறார்கள். தாங்கள் ஏற்று நிற்கும் தத்துவமே முழுமையானது என்றும், அதன் மூலம் மட்டுமே சமூக ஊனங்களுக்குப் பரிகாரம் காண இயலும் அல்லது அவற்றைப் புரிந்துகொள்ள இயலும் என்றும் தங்கள் அணியினரை நம்ப வைக்கும் கட்டாயத்தில் அவர்கள் இருக்கிறார்கள். உலக அரசியல் அரங்கில் நிகழ்ந்த மாற்றங்கள் காரணமாக இந்த இறுக்கமான பார்வையைக் கொண்டு செலுத்த இயலாத நிலை இப்போது உருவாகி விட்டது. அந்த அளவுக்கு மார்க்சியம் போன்ற தத்துவப் பார்வைகளின் இறுக்கம் இலக்கியச் சூழலில் தளர்ந்துள்ளது.

அழகியல் விமர்சனம் படைப்பில் நிற்கும் பொருளைப் பற்றிக் கவலைப்படவில்லை என்றும் அது உருவத்தைப் பற்றி மட்டுமே கவலைப்படுகிறது என்றும் தொடர்ந்து பிரச்சாரம் செய்யப்பட்டு வந்திருக்கிறது. அத்துடன் அழகியல் விமர்சகர்கள் என்று கருதப்படுகிறவர்கள் தங்களுக்குள் கொண்டிருக்கும் கருத்து வேற்றுமைகளைப் பற்றிக் கணக்கிலெடுத்துக் கொள்ளாமலே மார்க்சிய விமர்சகர்களால் முத்திரை குத்தப் பட்டு வந்திருக்கிறார்கள். என்னைப் பொறுத்தவரையிலும் நான் பாரதி, புதுமைப்பித்தனிலிருந்து இன்றைய இளைய தலைமுறையினர் வரையிலும் எந்தெந்தப் படைப்பாளிகள் தங்கள் படைப்புகளில் தீவிரமான உள்ளடக்கங்களைக் கொண்டிருக்கிறார்களோ அவர்கள்மீதுதான் மதிப்பு வைத்துப் பேசி வருகிறேன். பொருள்சார்ந்த தீவிரத்திற்கு ஆளாகாத ஒரு பார்வையை மொழி சார்ந்த நளினங்களுக்காகவோ உத்திக் காகவோ பொருட்படுத்திப் பேச நான் எப்போதும் முற்பட்ட தாகத் தெரியவில்லை.

படைப்பில் பொருளை மட்டும் முன்னிலைப்படுத்தி விமர்சனம் செய்துகொண்டிருந்தவர்கள் காலப்போக்கில் தங்கள் விமர்சன மொழியில் உருவ நேர்த்தி, மொழியழகு, உத்திச் சிறப்பு என்றெல்லாம் சேர்த்துப் பேசத் தொடங்கியது யாரிடமிருந்து பெற்ற பாதிப்பால் நிகழ்ந்தது? பொருளை மட்டும் முன்னிறுத்தி மார்க்சியவாதிகள் முன்னர் தேர்வு செய்து போற்றிய பல படைப்புகள் குறுகிய கால இடைவெளி யில் சரிந்துவிடவே அவர்கள் தங்கள் பார்வையை மறு பரிசீலனை செய்ய வேண்டிய கட்டாயம் நிகழ்ந்தது.

ஒரு விமர்சகனை எந்த அளவுகோலை முன்னிறுத்தி நாம் மதிப்பிட வேண்டும்? தத்துவம் தழுவி நிற்கும் விமர்சகன், தத்துவம் சாராத பொது அறிவாளியைவிடவும் கூடுதலான சமூக உண்மைகளை – ஊனக் கண்களுக்குப் புலப்படாமல் ஞானக் கண்களுக்கு மட்டும் புலப்படும் உண்மைகளை – கண்டுபிடித்துக் கூற இயலும் சாத்தியம் தமிழ்ச் சூழலில் எந்த அளவுக்கு நிரூபணம் ஆகியிருக்கிறது? உலக அரங்கில் நிகழ்ந்த சர்வாதிகாரக் கொடுமைகளையும் படைப்பாளிகள் மீது கட்டவிழ்த்து விடப்பட்ட சித்திரவதைகளையும் மக்களின் கவனத்திற்குக் கொண்டு வந்தவர்கள் யார்? யார் குறைகளைப் பட்டென்று உடைத்துக் கூறும் சுதந்திரத்தைத் தக்கவைத்துக் கொண்டிருக்கிறார்கள்?

தத்துவப் பற்று இயக்கப் பற்றாகவும் கட்சிப் பற்றாகவும் மாறும்போது ஞானக் கண் பெற்றவர்களால் சாதாரண மனிதன் அறிந்து வைத்திருக்கும் செய்திகளைக்கூட ஏற்றுக்கொள்ள

முடியாத நிர்ப்பந்தம் ஏற்பட்டுவிடுகிறது. புலமையினாலோ, பெயர் உதிர்ப்புச் சாமர்த்தியங்களினாலோ தமிழ்ச் சூழலை மதிப்பிடவோ, தமிழ்ப் படைப்பாளிகளின் படைப்புத் திறனை அறிந்து அவர்களை வாசகர்களின் கவனத்திற்குக் கொண்டு போகவோ, அச்சு இயந்திரம் கணந்தோறும் கக்கும் பக்கங்களி லிருந்து சாரமானவற்றைக் கண்டெடுத்து முன்னிலைப் படுத்தவோ இயக்கம் சார்ந்த விமர்சகர்களால் இயலவில்லை என்பதை நம் விமர்சனச் செயல்பாடுகளை அறிந்தவர்களுக்கு எடுத்துச் சொல்ல வேண்டியதில்லை.

7

படைப்பு அதன் சமூக நோக்கத்தை நிறைவேற்றும் அளவுக்கு வலுவாக இருக்க வேண்டும் என வற்புறுத்துவது இலக்கிய விமர்சனத்தில் என் முக்கிய நோக்கமாக எப்போதும் இருந்துவந்திருக்கிறது. சமூக நோக்கமற்ற எழுத்து என்று எதுவு மில்லை. ஒரு எழுத்தாளன் சுய திருப்தியை முன்னிட்டு எழுதுவதாகச் சொல்லலாம். ஆனால் அவன் தன் படைப்பை அச்சேற்றும்போது அவனுக்கும் சமூகத்துக்குமான ஒரு ஒப்பந்தம் உருவாகிவிடுகிறது. என் மொழியைச் சேர்ந்த எல்லோருமே என் எழுத்தைப் படிக்க வேண்டும் என்ற நோக்கத்துடன்தான் – நடைமுறை வேறுவிதமாக இருப்பினும் – நான் அதனைப் பொதுப் பார்வைக்கு இலக்காக்குகிறேன். இந்நிலையில் என் படைப்பை விமர்சிக்க வாசகன் கொண் டிருக்கும் சுதந்திரத்தைப் பெரிதும் மதிக்கக்கூடியவனாகவே நான் இருந்தாக வேண்டும். ‘இந்தப் படைப்பை உனக்காக நான் எழுதவில்லை’ என்று எந்த வாசகனைப் பார்த்தும் நான் கூற முடியாது.

ஒரு படைப்பாளிக்கும் அவன் வாழும் சமூகத்திற்குமான உறவு பற்றிய என் சிந்தனைகளில் மார்க்சியப் பார்வையின் பாதிப்பு உண்டு. சமூகச் சாரமும் அதனை வாசகன் மனத்தி லாழ்த்தும் அழகியலும் என்ற இணைப்பு ஒரு ஆதர்சமாக நான் எழுதியுள்ள ஆரம்பகாலச் சிறுகதைகளில் செயல் பட்டிருப்பதை வாசகர்களுக்கு நினைவூட்ட விரும்புகிறேன்.

ஒரு படைப்பாளி வாழ்க்கையைப் பொதுவாகவும் தன் மொழிசார்ந்த கலாச்சாரத்தைக் குறிப்பாகவும் புரிந்துகொள்வதில் தீவிர முனைப்போடு இருக்கிறான். வாழ்க்கைமீது படைப்பாளி கொண்டிருக்கும் தீவிர உறவு தான் செயல்பட உந்து சக்தியாக அவனிடம் தொழிற்பட்டுக் கொண்டிருக்கிறது. தான் வாழும் காலத்தையும் சமூகத்தையும் புரிந்துகொள்வதற்கு அவசியமான பாதிப்புகளைப் பெற்றுக்கொள்வதில் அவன் திறந்த மனத்துடன்

இருந்தாக வேண்டும். அவனுடைய நோக்கம் சிக்கலாகத் தோற்றம் தரும் வாழ்க்கையைப் பற்றிச் சில தெளிவுகளுக்கு வந்து அவற்றை வாசகர்களுடன் பகிர்ந்துகொள்வதுதான். தத்துவத்தின் மீதும் பிற அறிவுத் துறைகளின்மீதும் அவன் கொள்ள விரும்பும் உறவு இந்நோக்கத்தை முக்கியமாகக் கொண்டதே. எந்தத் தத்துவத்தையும் கண்மூடித்தனமாக நம்புவதோ, தத்துவத்தைக் காப்பாற்றும் அசௌகரியமான பொறுப்பை ஏற்று, பொதுப் புத்திக்குத் தெரியும் உண்மைகளைக் கூட மூடி மறைத்துக் கொண்டிருப்பதோ அவனுடைய பணி அல்ல.

8

அழகியல் மற்றும் தரம் குறித்த என் பார்வைகளும் அனுபவமும் சுய சார்பிலிருந்து உருவாகிச் சிதறலான முறையில் அமைந்திருப்பதாகவும், என் வரையறைகளை ஒரு கோட்பாட்டுக் குள் நான் ஏன் நிறுவவில்லையென்றும் ஒரு வாசகனுக்குத் தோன்றலாம். அழகியல், சுயசார்பு ஆகியவற்றை ஒரு தரப்பிலும் முறையான கோட்பாடு என்பதை மறு தரப்பிலும் வைத்துப் பார்க்கும் பார்வை தமிழ்ச் சூழலில் உள்ளடங்கி நிற்கும் ஒன்றுதான். அத்துடன் கோட்பாடு என்பது சற்று வலுவான, ஒழுங்கு சார்ந்த ஆயுதம் என்றும் அதனைப் பயன்படுத்தி சுயசார்பு சார்ந்து கிள்ளிக்கொண்டிருப்பதைவிடவும் ஆழமான சாரங்களைத் தோண்டியெடுக்க இயலும் என்ற முன் தீர்மானமும் நம் சூழலில் இருக்கிறது.

கோட்பாடு, தர்க்கம் சார்ந்ததாகவும் அறிவியல் பார்வையை ஏற்கக் கூடியதாகவும் உள் முரண்பாடுகள் அற்றதாகவும் இருக்கலாம். தத்துவங்களில் செயல்முறைத் தத்துவமாக உருவான மார்க்சியம் தன் அறிவார்ந்த வலு காரணமாகப் பிழைபட இயலாத ஒரு அறிவியல் சூத்திரமாகவே மதிப்பிடப் பட்டது. மார்க்சியத் தர்க்கவியல் நம்மை நம் பரிணாம கதியிலேயே தவிர்க்க இயலாத வகையில் பொதுவுடைமைத் தத்துவம் நிறுவும் வாழ்க்கையைத் தழுவி நிற்கச் செய்யும் என்றும், தொலைவில் நிற்கும் அம்மாற்றத்தை முன்னகர்த்தவே இயக்கம் தேவைப்படுகிறது என்றும் தொடர்ந்து கூறப்பட்டு வந்தது. ஒரு தத்துவம் அறிவியல் விதியாகக் கருதப்படும் அளவுக்கு வலுக் கொண்டதாக மதிக்கப்பட்டதை அழுத்தவே இவ்வுதாரணத்தைக் கூறுகிறேன்.

தத்துவத்தின் உள்ளார்ந்த வலுவை அழுத்திக்கொண் டிருப்பது ஒரு பார்வை. இதை இயக்கம் சார்ந்த பார்வை என்று கூறலாம். இயக்கத்திற்கும் தத்துவத்திற்குமான உறவு

இயக்கத்தின் குறிக்கோள் சார்ந்து நிற்கிறது. தத்துவத்தைப் புரிந்துகொள்ளும் முனைப்புப் பெறும் அழுத்தத்தைவிடக் குறிக்கோள் சார்ந்து தத்துவத்தைப் பயன்படுத்துவது – பல சந்தர்ப்பங்களில் அதிகாரத்தைக் கைப்பற்ற அல்லது அதிகாரப் படிநிலையில் மேல்படிக்குப் போக முனைப்பு பெறுகிறது.

தத்துவம், சித்தாந்தம், கோட்பாடு போன்ற வரையறைக்குள்ளான சிந்தனைகளின் தொகுப்பை ஏற்று அதன்மீது நம்பிக்கை செலுத்தும் மனித மனம் அதன் நுட்பங்களைச் சிதைத்து அதனைப் பொய்யாமொழியாக்குகிறது. அதிகாரத்திற்குத் துணை நிற்கும் இயந்திரத் தளத்திற்கு அதை இறக்குகிறது. தத்துவத்தின்மீது நம்பிக்கை வைத்திருப்பவர்கள் அத்தத்துவம் எளிய விமர்சனங்களுக்கு உள்ளாகும்போது கூடப் பதற்றத்துடன் அதைக் காப்பாற்றத் துடிப்பது அதிகாரம் அவர்களுக்கு அளித்திருக்கும் ஆசனங்கள் பறிபோய்விடும் என்ற பயத்தினாலேயே. தத்துவங்கள் மீது மீண்டும் மீண்டும் படிந்து அதனைச் சிதைக்கும் நம்பிக்கை மதத்தின் மிச்சமாக மனத்தில் இருக்கும் கூறு என்பதை இயக்கத்தின் உள்ளடுக்குகள் சார்ந்த கோலங்கள் நமக்கு உணர்த்துகின்றன. அவற்றை இங்கு விவரிக்க முற்படுவது எடுத்த பொருளைத் தாண்டிச் செல்வதாகும்.

இளமையில் நான் எழுதிய கவிதை ஒன்றில் – அச்சேற்றாதது – மலையுச்சியில் நிற்கும் மனிதன் வெட்ட வெளியில் உடலின்றிப் பறக்கும் சிறகுகளைத் தன் தோளில் கட்டிக்கொள்ள முற்படும்போது அச்சிறகுகளிலிருந்து இறகுகள் உதிரத் தொடங்குகின்றன. இப்படிமத்தின் வகை பேதங்கள் என்னை ஆட்கொள்பவையாக எப்போதும் இருக்கின்றன.

9

தரம், தரமின்மை, உன்னதம், சீரழிவு போன்ற முரண்களை வாழ்க்கையிலோ இலக்கியத்திலோ திட்டவட்டமாகப் பிரித்துக் காட்ட இயலும் என்று நான் கருதவில்லை. திட்டவட்டமாக இவற்றைப் பிரித்துக் காட்ட இயலும் என்ற எண்ணத்தை என் படைப்போ, விமர்சனமோ வாசகன் மனத்தில் உருவாக்கியிருந்தால் எனக்கு நேர்ந்த சறுக்கல் என்றுதான் அதை மதிப்பிடுவேன்.

உயர்வென்றும் தாழ்வென்றும் நாம் வகுத்து வைத்திருக்கும் நியதிகளின் அடிப்படையில் பிற கலாச்சாரங்களைச் சார்ந்த வாழ்க்கையை அளவிடக் கூடாது என்ற பிரக்ஞை எனக்கு எப்போதும் இருந்து வந்திருக்கிறது. அதேபோல் நம் ஒழுக்க விதிகளை முன்னிறுத்தி வேறு சூழலில் வேறுவிதமாகக் கிளர்ந்

தெழுந்த வாழ்க்கையை விமர்சிப்பது பிழையான பார்வை என்பதே என் எண்ணம். நம் தமிழ் வாழ்க்கையே வெவ்வேறு காலங்களில் வெவ்வேறு விதமாகவும், இப்போது நம் காலத்தில் இடம், சமயம், ஜாதி, நம்பிக்கைகள் சார்ந்து வெவ்வேறு பழக்க வழக்கங்களையும் வாழ்க்கை முறைகளையும் கொண்டிருக்கிறது. மனிதன் தன் வாழ்க்கையைக் கட்டமைத்துக்கொள்ள அவனது சூழல்சார்ந்து நடத்தும் போராட்டங்கள் வெவ்வேறு விதமாக இருப்பது வரையிலும் அப்போராட்டங்களின் விளைவாக அவன் பெறும் வாழ்க்கையும் வெவ்வேறுவிதமாகவே இருக்க முடியும்.

தரம், தரமின்மை, உன்னதம், சீரழிவு போன்ற சொற்கள் தனி மனிதனுக்கும் சமூகத்திற்குமான உறவிலிருந்து உருவாகி வருபவை. ஆனால் இச்சொற்களை ஏற்றுத்தான் இச்சொற்களுக்குப் பின்னால் நிற்கும் மதிப்பீடுகளை விளக்க வேண்டும் என்ற கட்டாயமில்லை. புரிதலுக்கான மனத்தடையை இச்சொற்கள் உருவாக்கும் என்று உணரத் தொடங்கியபோது வேறு சொற்களைப் பயன்படுத்தி இம்மதிப்பீடுகளை விளக்க முற்படுகிறேன். இச்சொற்களைப் பல சிந்தனை முறைகள் விட்டுவிட்டாலும் இச்சொற்களுக்குப் பின்னால் நிற்கும் மதிப்பீடுகளை எந்தச் சிந்தனை முறையாலும் துறக்க இயலவில்லை. படைப்புகளையும் மனிதச் செயல்பாடுகளையும் மனித உறவுகளையும் எந்த உலகச் சிந்தனையும் குண வேற்றுமை அற்ற தளத்தில் வைத்து மொட்டையாகப் பார்ப்பதில்லை. மனிதனுடைய சகல தேர்வுகளிலும் குண வேறுபாடு சார்ந்த ஒரு தேர்வு இருந்துகொண்டுதான் இருக்கும். இத்தேர்வை மேலும் செம்மைப்படுத்த இயலுமா? இத்தேர்வில் இருக்கும் சமூக சாரத்தை மேலும் விரிவுபடுத்த இயலுமா? இத்தேர்வில் தொலைநோக்கையும் விவேகத்தையும் இணைக்க இயலுமா? இத்தேர்வு மனிதனை மையத்தில் வைத்துப் பார்க்காமல் சகல ஜீவராசிகளையும் இணைத்துப் பார்க்கும் பார்வையாக விரியுமா? இவையெல்லாம் இன்றைய நவீன மனிதனின் கவலையாக விரிந்துள்ளது.

10

தமிழ்ச் சூழல் சார்ந்த என் குறைகளைப் பல விமர்சனக் கட்டுரைகளில் நான் வெளிப்படுத்தியிருக்கிறேன். தமிழின் கலைப்பார்வை – பார்வைக் கலைகளிலும் சரி, எழுத்துக் கலைகளிலும் சரி – போதிய ஆழம் கொள்ளவில்லை என்பதே என் வாதத்தின் சுருக்கம். ஒப்பீட்டளவிலேயே இக் குறையை ஒரு வாசகன் விளங்கிகொள்ள முடியும். உலக, இந்தியப் படைப்புச் சாதனைகளுடன் நம் படைப்புச் சாதனைகளை

ஒப்பிட்டுப் பார்க்கலாம். நீண்ட கவிதை மரபில் நம் நேற்றைய சாதனைகள், நம் மொழி பெற்று நிற்கும் அபூர்வ வளம் இவற்றை நாம் நினைவில் கொள்ள வேண்டும். இச்செல்வங்களின் தொடர்ச்சியான, இவற்றின் சாரங்களிலிருந்து ஊட்டம் பெற்ற சாதனைகளை நாம் நிகழ்த்திக் கொண்டிருக்கிறோமா? இக்கேள்விகளை ஒவ்வொரு வாசகனும் தன் மனத்தில் எழுப்பிக் கொள்ளலாம். அவற்றிற்கான விடையைத் தேடிச் செல்லலாம். அவ்வாறு விடை தேடிச் செல்லும்போது என் கருத்துகளையும் பொருட்படுத்திப் பார்க்க வேண்டும் என்ற எதிர்பார்ப்பு மட்டுமே எனக்கு இருக்கிறது. நான் வந்துசேர்ந்த முடிவுகளுக்குத் தான் பிறரும் வந்து சேர வேண்டும் என்ற எதிர்பார்ப்பு இல்லை.

நம் படைப்புப் பார்வை ஆழம் கொள்ளத் தடையாக நிற்கும் சக்திகள் எவை? ஒரு சமூகத்தில் படைப்பாளி பெற்றிருக்கும் சுதந்திரத்தின் வீச்சு மிக முக்கியமானது. படைப்பாளி பெற்றிருக்கும் சுதந்திரத்தை அவன் தன் படைப்புகளில் வெளிப்படுத்தும் விமர்சனங்களின் கூர்மையை வைத்தும், அவ்விமர்சனங்கள் சேர்த்துக்கொண்டு வரும் புதிய படைப்பு வெளியை வைத்தும் அளவிட முடியும்.

இந்தப் படைப்பு வெளி தமிழ்ப் படைப்பாளிக்கு இருக்கிறதா? பிற சமூகங்களில் வெகுஜன ஊடகங்கள் தீவிர எழுத்தை மதித்து எந்த அளவுக்கு அவற்றிற்காக இடம் ஒதுக்குகின்றனவோ அந்த அளவுக்குத் தமிழிலும் வெகுஜன ஊடகங்கள் தீவிர எழுத்துக்கு இடம் ஒதுக்குகின்றனவா? தீவிரப் படைப்பாளியைக் கல்வித் துறைகள் மதிக்கின்றனவா? பிற மொழிகளில் வணிகத் திரைப்படங்களிலிருந்து வேறுபட்டு நிற்கும் தீவிரப் பார்வை கொண்ட திரைப்படங்கள் சிறிய அளவிலேனும் வெளிவந்திருக்கின்றன. இவ்வாறான முயற்சிகள் தமிழிலும் சாத்தியம்தானா?

படைப்பாளி ஒரு சமூகத்தில் தன் சுய பலத்தை எப்படி உணர்கிறான்? மரபில் இல்லாத ஒன்றை உருவாக்க எப்படி நம்பிக்கை கொள்கிறான்? படைப்பாளி தன் பலமாக உணர்வது வாசகர்களைத்தான். அவர்களுடன் தான் அவன் தன் அனுபவங்களையும் விமர்சனங்களையும் தொலை நோக்கையும் பகிர்ந்து கொள்ள விழைகிறான். தங்கள் அனுபவத்தை முன் வைத்து வாசகர்கள் படைப்பாளியின் பார்வையை மதிக்கிறார்கள், விமர்சிக்கிறார்கள், ஏற்கிறார்கள். இவை சமூக அங்கீகாரத்தின் வெவ்வேறு வடிவங்களே. சமூக அங்கீகாரத்தைப் பெற்றுத் தரும் வாசக சந்திப்பும் அதிலிருந்து பெறும் நம்பிக்கையும் அந்த நம்பிக்கை தூண்டும் புதிய முயற்சிகளும் தமிழ்ப் படைப்பாளிக்கு எந்த அளவுக்கு சாத்தியமாக இருக்கின்றன?

தமிழ்ச் சமுதாயத்தின் தாழ்வுகள் என நான் கருதிய வற்றைப் பற்றித் தொடர்ந்து சொல்லிக்கொண்டே வந்திருக் கிறேன். இவை பற்றி இனி நான் கூறவேண்டியதில்லையென்று எனக்கே தோன்றுமளவுக்குக் கூறிவிட்டேன். ஆனால் நம் தாழ்வுகள் சார்ந்த கசப்புணர்ச்சி எதுவும் என் மனத்தில் இல்லை. கசப்புணர்ச்சிக்கு எதிர்நிலையில் நிற்கும் நம்பிக்கை தான் இன்றும் மனத்தில் நிறைந்திருக்கிறது.

சுமார் இருபத்தைந்து வருடங்களுக்கு முன்னர் தமிழ்ச் சூழலை கடுமையாக விமர்சித்துள்ள மற்றொரு விமர்சகரின் கட்டுரைத் தொகுப்புக்கு நான் எழுதியுள்ள முன்னுரையில் அவ்விமர்சகர் எழுதியுள்ள சில வாக்கியங்களில் வெளிப்பட் டுள்ள கசப்புணர்ச்சியை விமர்சித்து எழுதியிருக்கிறேன். என் எழுத்தில் அக்குறை இல்லையென்ற நம்பிக்கையினால்தான் அவ்விமர்சனத்தை முன்வைக்க முடிந்தது.

தமிழ்க் கலைகளுக்கு நேர்ந்துள்ள பின்தங்கல் பற்றிய வருத்தம் என் மனத்தில் ஆழமாக உள்ளது. நம் மொழியில் லட்சியவாதிகளாக நின்று எழுத்தைத் தன் உயிரிலும் மேலாக நேசித்து, எவ்வித பிரதிபலனையும் எதிர்பாராது சிறந்த படைப்பு களை உருவாக்கித் தந்துள்ள பல சாதனையாளர்களை நாம் நுட்பமாகப் புரிந்துகொள்ளவோ கௌரவிக்கவோ வருங்கால தலைமுறையினருக்கு அறிமுகப்படுத்தவோ செய்யவில்லை யென்பது பெரிய குறையாக என் மனத்தில் இருக்கிறது. இன்று நடைபெறாத இப்பணிகளில் ஒருசிலவேனும் நாளைய தமிழில் நடைபெறும் என்ற நம்பிக்கையுடனேயே இருக்கிறேன். இவ்விமர்சனங்களில் பலவும் என் மொழியில் நடக்கும் காரியங்களை பிற மொழியில் நடக்கும் காரியங்களுடன் ஒப்பிட்டுப் பார்த்ததால் எழுந்தவை. இவ்வாறு ஒப்பிட்டுப் பார்த்தபோது கலாச்சாரப் பின்னணி சார்ந்த வேறுபாடுகளையும் கணக்கிலெடுத்துக் கொண்டிருக்கிறேன். ஏன் தோல்ஸ்தோயும், தாஸ்தயேவ்ஸ்கியும் தமிழில் தோன்றவில்லை என்று கேட்பது விவேகமற்றதாகக்கூட இருக்கலாம். ஆனால் ஏன் நம் நேற்றைய படைப்புச் சாதனையாளர்களின் படைப்புகளுக்கு சிரத்தையாகத் தயாரிக்கப்பட்ட சிறந்த பதிப்புகள்கூட இல்லை யென்று கேட்பது தமிழ்ச் சூழலின் பின்னணியையும் அதன் வளர்ச்சி நிலையையும் கணக்கிலெடுத்துக் கொள்ளாத கேள்வியாகுமா?

கலிஃபோர்னியா
31.10.97

சுந்தர ராமசாமி

('காற்றில் கலந்த பேரோசை' நூலுக்காக எழுதப்பட்ட முன்னுரை)

பின்னணியும் எதிர்பார்ப்பும்

கற்றுக்கொள்ளும் ஆற்றல்தான், மனிதனை விலங்குகளிலிருந்தும் தாவரங்களிலிருந்தும் பிரித்துக் காட்டும் முக்கியக் குணம். மனித நாகரிகத்தின் சாராம் சத்தைச் சுட்டுவதும் இந்த ஆற்றல்தான். ஏதேனும் ஒரு காரணத்தை முன்னிட்டு இந்த ஆற்றலை மனிதன் இழக்க நேர்ந்தால் பிற ஜீவராசிகள் அனைத்தும் எண்ணற்ற திறன்களில் தன்னை விஞ்சி நிற்பது அவனுக்குத் தெரிய வரும். கற்றுக்கொள்வதன் மூலம் புதிய அறிவுகளைக் கண்டடைவதுடன், சமூகத்தின் குணத்தையும் மனிதன் தன் வாழ்வின் மூலமே மாற்றிவிடுகிறான்.

வாலிபப் பருவம் அடைவதுவரையிலும் பள்ளியிலோ குடும்பத்தினரிடமிருந்தோ புற உலகத்தைச் சார்ந்தோ சொல்லும்படி கற்றுக்கொள்ள எனக்கு வாய்ப்பு இருக்க வில்லை. உயிர்த்தரித்தல் மூலம் ஜீவன்கள் இயற்கையாகப் பெறும் அறிவு எனக்கும் சாத்தியமாக இருந்தது என் பாக்கியம். நகத்தால் எவரையும் பிறாண்டக் கூடாது என்பது எனக்குத் தெரிந்திருந்தது. பள்ளி வாழ்க்கையை அரைகுறையாக முடித்துக்கொண்டபோது ஆசிரியர்களின் முகங்கள், பள்ளிக் கட்டடம், சுற்றியிருந்த மைதானங்கள், அவற்றில் நின்ற மரங்கள் ஆகியவையே மனத்தில் நிழலாடிக் கொண்டிருந்தன. கல்வியின் பாதிப்பு எனத் திடமாக உணர எதுவும் இருக்கவில்லை.

பள்ளி நாட்களில் விளையாட்டில் முன்னிலையிலும் படிப்பில் வெகுவாகப் பின்னிலையிலும் நான் இருந்தேன். இந்நிலையில் என் ஆசிரியர்கள் என்னைச் சுட்டாமல் மாணவர்களைப் பற்றிப் பொதுவாகக் கூறும் குறைகள் எனக்கும் பொருந்தி வந்து என் மனத்தை உள்ளூரத்

தைத்துக்கொண்டிருந்ததால் எனக்கு அவர்களுடன் நெருங்க முடியாத சங்கடம் இருந்தது. தங்கள் முயற்சிகள் மூலம் சிறிதளவு கூடக் கற்றுக்கொள்ள முடியாத ஒரு மாணவனின் அன்பையும் மதிப்பையும் எப்படி ஆசிரியர்களால் உணர்ந்துகொள்ள முடியும்? இந்தப் பின்னணியில் ஒரு ஜீவன், தன்னைத் தனது பதினெட்டாவது வயதுவாக்கில் மூடம் என அறிய நேர்ந்தால் ஆச்சரியப்பட ஒன்றும் இல்லை. இந்தச் சுய அறிவு மனித ஜீவனுக்கு மட்டுமே நிகழக்கூடியது என்பதால் இதில் ஆச்சரியப் பட எல்லாம் இருக்கிறது என்றும் சொல்லலாம். அறியாமைகூட மனிதனிடத்திலும் பிற ஜீவராசிகளிடத்திலும் ஒன்றாக இல்லை.

அறியாமை பற்றிய அறிவு துளிர்விடத் தொடங்கியபோது மனத்தில் கவிந்தது துக்கம். விலைமதிப்பற்ற இந்தத் துக்கம் காலப்போக்கில் வளர்ந்து கல்வியின் மதிப்பை உணரச் செய்த துடன் சுயகல்வி என்ற வாசலை எனக்கு ஒருக்களித்து வைத்தது. சுயகல்வி என்ற வாசல் திறந்தபோது வாழ்க்கைக்கும் எனக்கு மான உறவில் ஒரு குண வேறுபாடு தோன்றத் தொடங்கிற்று. வாழ்க்கையே ஒரு பள்ளி என்பதும் சக மனிதன் மூலமாகவும் புத்தகங்கள் வாயிலாகவும் எண்ணற்ற அறிவுகளை முடிவின்றிப் பெற்றுக்கொள்ள வாய்ப்பு இருப்பதும், தொடர்ந்து கற்றுக் கொண்டு வந்தாலும் 'கற்றது கைமண் அளவு; கல்லாதது உலகளவு' என்ற நிலையே தொடரும் என்பதும் தெரிய வந்தது. கல்வி மீதான என் உறவும் அக்கறையும் கல்லாத கல்வி அளித்த துக்கத்திலிருந்து பிறந்தவை.

2

இளமையிலிருந்தே எனக்குப் பல ஆசிரியர்களுடன் தொடர்பு இருந்து வந்திருக்கிறது. இவர்களில் ஒருசிலருடன் நெருங்கிப் பழகும் வாய்ப்பையும் பெற்றிருந்தேன். ஜேசுதாசன், இலக்குவனார், ருத்திரப்ப சாமி, ஸ்ரீதர மேனன், வீரபத்திரன் செட்டியார், காந்திமதி அம்மாள், சிவராமகிருஷ்ண ஐயர், அச்சம்மா தாமஸ், சிவன் பிள்ளை, ஏகாம்பர நாடார் போன்ற புகழ்பெற்ற ஆசிரியர்களுடன் கொண்டிருந்த உறவு காலப் போக்கில் நட்பாக மலர்ந்தது. இவர்கள் எல்லோருமே எனக்கு முந்தைய தலைமுறையைச் சேர்ந்த ஆசிரியர்கள்.

எனக்குக் கற்றுத்தந்த வீரபத்திரன் செட்டியாரும் காந்திமதி அம்மாளும் சிவராமகிருஷ்ண ஐயரும் அச்சம்மா தாமஸும் சிவன் பிள்ளையும் என்மீது நம்பிக்கை கொண்டிருந்ததோடு நானும் என்மீது நம்பிக்கை கொள்ள வேண்டும் என்று தொடர்ந்து தூண்டிக்கொண்டு இருந்தார்கள். அப்போது

எனக்கு இருந்த தாழ்வு மனப்பான்மை என்னையோ அவர் களையோ வெற்றிபெறச் செய்யவில்லை.

ஏகாம்பர நாடாரின் உறவு மலர்ந்த பின்புதான் விளை யாட்டில் எனக்கு இருந்த ஆற்றல் வளர்ச்சிபெற்று என் ஆசிரியர் களையும் என் மாணவ நண்பர்களையும் – என்னையுமே – திகைப்படையச் செய்தது. ஆசிரியர்கள் தாண்டிப் போகும் போது பூமியைப் பார்க்காமல் ஆசிரியர்களின் முகங்களைப் பார்க்கத் தொடங்கினேன். விளையாட்டும் ஒரு கல்வி என்பதும் விளையாட்டில் முன்னிற்கும் மாணவனும் பள்ளிக்குச் சில கௌரவங்களைச் சேர்க்க முடியும் என்பதும் எனக்கு உறுதி யாயிற்று.

ஓர் எழுத்தாளனாக நான் உருவாகத் தொடங்கியபோது கற்றுத் தருவதில் தோல்வியடைந்த என் ஆசிரியர்களின் நேசம் எனக்குக் கிடைத்தது மட்டுமல்ல; அவர்கள் தெளிவாக அறிந்திருந்த விஷயங்களைப் பற்றிக்கூட என்னிடம் சந்தேகங் கள் கேட்டு என்னைக் கௌரவிக்கத் தொடங்கியது மிகுந்த கூச்சத்தைத் தந்தது. குற்றவுணர்ச்சியின்றி அவர்களுடன் உறவாடக் கிடைத்த சந்தர்ப்பம் நம்பிக்கையை ஊட்டிற்று.

தமிழகக் கல்வி பற்றிய விமர்சனங்கள் எல்லாவற்றை யுமே நான் அறிய நேர்ந்தது பின்னால் பழக நேர்ந்த பணியிலிருக் கும் இன்றைய என் ஆசிரிய நண்பர்கள் வழியாகத்தான். முப்பதுக்கும் மேற்பட்ட ஆசிரியர்கள் இன்று எனக்கு நண்பர் களாக இருக்கிறார்கள். இவர்களில் சரிபாதியினரேனும் கல்வி பற்றிய அவர்களுடைய எண்ணங்களையும் குறைகளையும் விமர்சனங்களையும் என்னுடன் தொடர்ந்து பகிர்ந்து கொண்டு வந்திருக்கிறார்கள். இவர்களில் ஒருசிலர் இன்றைய கல்வி பற்றிய மிகக் கூர்மையான விமர்சனங்களும் அதிர்ச்சிதரும் அனுபவங்களும் தகவல்களும் கொண்டவர்கள். நண்பர் ஜி.எஸ்.ஆர். கிருஷ்ணனுடன் ஒருமுறை பேசிக்கொண்டிருந்த போது மேல்நிலைக் கல்வியைப் பற்றிப் பொதுவாகவும் தான் பணியாற்றும் பல்கலை பற்றிக் குறிப்பாகவும் அவர் முன்வைத்த குறைகள் என்னை வெகுவாகச் சங்கடப்படுத்தின. நம் கல்வி மீது ஆழ்ந்த அதிருப்தி கொண்டிருக்கும் இவர்கள் பணியாற்றும் நிறுவனங்களால் ஒதுக்கப்பட்டவர்களாகவும் சக ஆசிரியர்களால் விலக்கப்பட்டவர்களாகவும் ஆகிவிட்டிருக்கின்றனர். நிறுவனமும் சக ஆசிரியர்களும் தங்களைத் தனிமைப்படுத்தும் நிலையில் ஆற்றாமை கொள்ளும் இவர்கள், மாணவர்கள் தங்கள்மீது வைத்திருக்கும் அன்பையும் மதிப்பையும் பெரும் ஆறுதல்களாகக் கருதித் தங்கள் ஆசிரிய வாழ்க்கையைச் சகித்துக்கொண்டு வருவது எனக்குத் தெரிகிறது.

கல்வியின் அடிப்படைகளைத் தக்கவைத்துக்கொள்ள முயலும் ஆசிரியர்களின் வாழ்க்கை தத்தளிப்பில் முடிந்திருப்பது வருந்த வேண்டிய விஷயம். சமூக மதிப்பீடுகள் சார்ந்த விமர்சனத்தை முன் வைக்கும் படைப்பாளியைத் தமிழ்ச் சமூகம் ஒதுக்குகிறது என்ற ஆற்றாமை என் மனத்தில் இருந்த தால் நான் இவர்களை என் சகப் பயணிகளாகக் கண்டதில் எங்கள் உறவில் அந்தரங்கம் கூடிற்று. மாணவர்களை நேசிப்பதும் கற்றுத்தருவதற்காகத் தொடர்ந்து கற்பதும் நூல்களைப் படிப்பதும் தம் அறிவை மேம்படுத்திக்கொள்வதற்கான தொடர்புகளைத் தேடிச் செல்வதும் மாணவர்களின் நலன்கருதிப் பொது அறிவுகளை வகுப்பில் சிறிய அளவிலேனும் கூற முற்படுவதும் தாங்கள் தனிமைப்பட்டுப் போனதற்கான காரணங்களாக இவர்கள் உணர்கிறார்கள். 'ஆசிரியர்கள் ஓய்வு எடுக்கும் அறையில் வீண் பேச்சுகளைத் தவிர்த்து வகுப்பெடுக்கப் பயன்படும் நூல்களை விடாப்பிடியாகப் படிக்கும் பழக்கம் என்னைச் சக ஆசிரியர்களின் வெறுப்புக்கு ஆளாக்கி விட்டது' என்று என் ஆசிரிய நண்பர் ஒருவர் பல ஆண்டுகளுக்கு முன்னர் கூறிய வாசகம் மீண்டும் மீண்டும் என் நினைவில் வந்துகொண்டிருக்கிறது.

3

மனோன்மணியம் சுந்தரனார் பல்கலைக்கழகத்தில் துணைவேந்தராகப் பணியாற்றிய டாக்டர் வே. வசந்தி தேவியை, அவர் ஓய்வு பெறும் காலம் வரையிலும் புகைப்படங்களில் மட்டுமே நான் பார்த்திருக்கிறேன். அவர் துணைவேந்தராகப் பதவி வகித்த காலத்தில் தமிழ் நாளிதழ்களில் வெளிவந்த அவருடைய பேச்சுகள் தாம் முதலில் அவர் மீது என்னைக் கவனம் கொள்ள வைத்தன. பதவி கட்டுப்படுத்தும் நிலையிலேயே கல்வி நிலையை அவர் விமர்சனங்களுக்கு உள்ளாக்கிப் பேசியது மதிக்கத் தகுந்த ஒரு காரியமாக எனக்குப் பட்டது. தொடர்ந்து அவரது பேச்சுகளைக் கவனித்து வந்தேன்.

நண்பர் ஹமீது (மனுஷ்யபுத்திரன்) ம.சு. பல்கலைக்கழகத்தில் தொடர்பியல் துறை மாணவராகப் படித்துக்கொண்டிருந்த போது தொடர்பியல் துறை பதிப்பித்த மாணவர் இதழ் ஒன்றில் அவர் கண்ட வசந்தி தேவியின் நேர்காணல் வெளிவந்திருந்தது. அதில் தமிழகக் கல்வியைப் பற்றி மேலும் கூர்மையாகவும் பட்டவர்த்தனமாகவும் அவர் கூறியிருந்த கருத்துகள் என்னைக் கூடுதலாகக் கவர்ந்தன. கல்வியைப் பற்றி ஆற்றாமைப்பட்டுப் பேசும் என் ஆசிரிய நண்பர்கள் பலரிடமும் நான் தொடர்ந்து கேட்டுக்கொண்டு வந்திருந்த கேள்வி ஒன்று உண்டு: 'ஆசிரியர்

களில் எவரேனும் – பதவியிலிருந்து ஓய்வு பெற்ற பின்பேனும் – நம் கல்வியின் நிலை பற்றிய விமர்சனங்களை எழுதியிருக்கிறார் களா?' சொல்லும்படி எந்த நூலையும் அவர்களால் நினைவு கூர முடிந்ததில்லை.

இந்நிலையில் கல்வி பற்றிய வசந்தி தேவியின் கருத்து களைச் சற்று விரிவாகத் தொகுக்க வேண்டியது அவசியம் என்று பட்டது. ஹமீதிடமும் வசந்தி தேவியை அறிந்திருந்த எங்கள் குடும்ப நண்பரான லல்லியிடமும் வசந்தி தேவியுடன் உரையாட இசைவு பெற முடியுமா என்று கேட்டேன். இந்தக் கேள்வியை நான் கேட்ட நேரத்தில் உரையாடலுக்கு அவர் இசையமாட்டார் என்ற எண்ணம்தான் என் மனத்தில் இருந்தது. உயர் பதவி வகித்திருக்கும் ஒருவர் நிறுவனம் சாராத எழுத்தாளனுடன் உரையாடுவதன் மூலம் சர்ச்சைகளில் சிக்கிக் கொள்ளும் சூழல் உருவாகும் எனக் கருதக்கூடும் என்று எண்ணினேன். வசந்தி தேவியின் இசைவு கிடைத்ததும் மிகுந்த மகிழ்ச்சி ஏற்பட்டது. அத்துடன் கல்வித் துறைச் சிந்தனைகளில் ஊறிப்போன ஒருவருடன் உரையாட எனக்கு இருக்கும் தகுதி பற்றிய கவலைகளும் முளைக்கத் தொடங்கின.

4

பல்வேறு துறைகளில் பணியாற்றும் என் கல்லூரி ஆசிரிய நண்பர்கள் ஒருசிலரைத் தேர்ந்தெடுத்து, கல்வி பற்றிய அவர் களுடைய கருத்துகளைச் சேகரிக்கத் தொடங்கினேன். அவர் களுடைய பேச்சுகள் எல்லாவற்றையுமே மிக விரிவாக ஒலி நாடாவில் பதிவுசெய்து வைத்துக்கொண்டேன். இந்தச் சந்திப்பு களின்போது எனக்கு ஒன்று தெளிவாயிற்று. ஒரு வெளி மனிதனாக இன்றையக் கல்வியின் நிலைபற்றி என் மனத்தி லிருந்த மதிப்பீட்டைவிட ஆசிரிய நண்பர்கள் மனங்களில் இருந்த மதிப்பீடு மிகத் தாழ்வாக இருந்தது. ஆசிரியர் என்ற சொல் உருவாக்கும் படிமத்திற்கு என் மனத்தில் – கால மாற்றத் தால் சிதைந்து போன பின்பும் – எஞ்சியிருந்த மரியாதைகூட என் ஆசிரிய நண்பர்கள் பலருக்கும் இல்லை என்பது தெரிந்தது. கல்வித்துறை சார்ந்தவர்களின் பொறுப்பின்மை பற்றி மிகக் கடுமையாக என்னிடம் விமர்சித்துப் பேசிய ஆசிரியரிடம் – சுமார் இருபத்தைந்து வருட கால நண்பர் அவர் – 'பணியில் உங்களுக்குச் சிறிய அளவிலேனும் மகிழ்ச்சி தரும் விஷயம் எது?' என்று கேட்டேன். 'மாணவ மாணவிகளின் முகங்கள்தான்' என்றார் அவர்.

கல்லூரி ஆசிரியர்களைச் சந்தித்த அளவுக்கு எனக்கு ஆரம்பப் பள்ளி ஆசிரியர்களையோ நடுநிலை / உயர்நிலைப்

பள்ளி ஆசிரியர்களையோ சந்திக்கும் வாய்ப்புக் கிடைக்கவில்லை. ஆனால் சந்திக்கக் கிடைத்த ஒருசிலருடன் சற்று விரிவாகப் பேசும் சந்தர்ப்பத்தை மட்டுமே உருவாக்கிக்கொள்ள முடிந்தது. ஆரம்பப் பள்ளி ஆசிரியராகப் பணியில் சேர்ந்து அதன்பின் படிப்படியாகக் கற்று உயர்நிலைப் பள்ளியின் தலைமையாசிரியர் பதவியை எட்டியிருந்த என் நண்பர் ஒருவர் – டாக்டர் மு.வ. வைத் தன் மானசீகக் குருவாக வரித்துக்கொண்டிருந்தவர் – கல்வியின் நிலை பற்றிப் பேசிக்கொண்டு வந்தபோது தன் இயற்கைக்கு மாறாக ஆவேசம் கொண்டு, எதிரே இருந்த என்னை மேல்நிலைக் கல்வி அதிகாரியாகப் பாவித்து, 'நீங்க வேற ஒண்ணும் செய்ய வேண்டாம் ஐயா. பொட்டைப் பசங்களுக்கு ஒரு கழிப்பறை மட்டும் கட்டித் தாங்க, அது போதும்' என்று உரத்த குரலில் சொன்னார். அவருடைய பாவனைப்படி நான் மட்டும் ஒரு மேலதிகாரியாக இருந்திருந் தால் இரண்டு கழிப்பறைகளை உடனடியாகக் கட்ட (ஆம்பிளைப் பசங்களுக்கும் ஒண்ணு இருக்கட்டுமே!) உத்தரவு போட்டிருப் பேன். 'பெண் குழந்தைகள் கழிப்பறைகளைப் பயன்படுத்தும் காலம் தமிழ் மண்ணில் நிச்சயமாக மலரும்' என்று சொல்லி என் நண்பரை அப்போதைக்குத் தேற்றினேன்.

5

1998 செப்டம்பர் *16, 17, 18* தேதிகளில் திண்டுக்கல்லில் வசந்தி தேவியின் வீட்டில் இந்த உரையாடல் நடந்தது. முதல் இரண்டு நாட்கள் ஹமீதும் ஷெல்லியும் உடன் இருந்தார்கள். வசந்தி தேவி எந்த மனத் தடையும் இல்லாமல் மிகவும் உற்சாகமாகப் பேசினார். ஐந்து அமர்வுகளில் சுமார் பதினைந்து மணி நேரம் உரையாடல் நாடாவில் பதிவு செய்யப்பட்டது. வசந்தி தேவி பகிர்ந்துகொள்ள விரும்பிய பெரும்பாலான விஷயங்களை இந்தச் சந்திப்பின்போதே கூறிவிட்டிருந்தார். விட்டுப்போன ஒரு சில செய்திகளை மட்டும் பின்னால் எழுதிச் சேர்த்தார்.

உரையாடலை நாடாவிலிருந்து எழுதி எடுப்பதற்கும் பிரதியை ஒழுங்குபடுத்திப் புத்தக வடிவம் தருவதற்கும் பலருடைய கடுமையான உழைப்பு தேவைப்பட்டது. கணினிப் படிவங்களை இருமுறை பார்வையிட்டுத் தேவையான திருத்தங் களை வசந்தி தேவி செய்து தந்தார். நூலுக்கு இறுதி வடிவம் தர, நாங்கள் இருவரும் எதிர்கொண்ட வேறு அலுவல்களுக்கு இடையே நான் எதிர்பார்த்ததைவிடவும் கால தாமதம் ஆகிவிட்டது. இருப்பினும் நம் கல்வி பற்றி வசந்தி தேவி கூறியுள்ள கருத்துகள் இன்றும் பொருத்தமுடையவையாக

இருக்கின்றன. எந்தக் கருத்தையும் காலாவதியாக்கிவிடும் மாற்றம் எதுவும் கல்வித் துறையில் நடந்ததாகத் தெரிய வில்லை. கடந்த ஐம்பது வருடங்களில் அடிப்படை மாற்றங்கள் எவையும் நிகழ்ந்து விடாத ஒரு துறையில் கடந்த இரண் டாண்டுகளில் மாற்றங்கள் எவையும் நிகழாததில் ஆச்சரியப் படுவதற்கு ஒன்றும் இல்லை.

6

வசந்தி தேவி இந்த உரையாடலில் கூறியுள்ள கருத்து களைப் பற்றி ஒருசேர யோசித்துப் பார்க்கும்போது இரண்டு சிந்தனைகள் அழுத்தம் கொள்கின்றன. ஒன்று: கல்வி மனித நேயத்தை வளர்க்க வேண்டும். இரண்டு: சமத்துவச் சமுதாயத்தை உருவாக்க வேண்டும். இந்த இரு குறிக்கோள்களையும் முன் வைத்தே அவருடைய சிந்தனைகள் பல்வேறு தளங்களை நோக்கி விரிகின்றன. கல்வியின் பயனை மொத்தச் சமூகமும் பெறவில்லை என்றும் அதில் ஏற்றத்தாழ்வுகள் இருக்கின்றன என்றும் உயர் ஜாதியினரும் வசதி படைத்தவர்களும் பெறும் கல்வியை ஒடுக்கப்பட்ட மக்களும் ஏழைகளும் இன்று பெற முடியவில்லை என்றும் அவர் தெளிவுபடுத்துகிறார். ஆகவே தமிழ்வழிக் கல்வியில் அவர் கொண்டிருக்கும் நம்பிக்கை கல்வியின் குறிக்கோளில் அவர் கொண்டிருக்கும் நம்பிக்கை யோடு பின்னிப் பிணைந்து கிடக்கிறது. பல்கலைக்கழகங்கள் உயரமாக எழுப்பப்பட்டுள்ள சுவர்களுக்குள்ளே முடங்க வேண்டியவை அல்ல என்றும் அவை அவற்றைச் சுற்றியிருக்கும் சமுதாயத்துடன் உறவுகொள்ள வேண்டியவை என்றும் சமுதாயப் பிரச்சினைகளில் தங்களுக்குரிய பங்கைச் செலுத்த வேண்டியவை என்றும் அவர் வற்புறுத்துகிறார். வாழ்க்கையை விட்டு விலகி நிற்கும் கல்வி பயனற்றது என்பதே அவரது கருத்து.

வசந்தி தேவியின் அணுகுமுறை லட்சிய நோக்கும் யதார்த்தப் பார்வையும் இணைந்தது என்று சொல்லலாம். நடைமுறைச் சாத்தியமற்ற கனவுகளைப் பற்றி அவர் இந்த நூலில் எங்கும் பேசவில்லை. மனம் சோராத போராளி அவர். மாற்றத்தை முட்டுக்கட்டை போட்டு முடக்கும் சமூகம் நம்முடையது. அமைப்பு ஜீவனற்று உளுத்துப்போன பின்னரும் பொக்கான அதன் சடங்குகளைக் காப்பாற்றிக்கொண்டு போகும் பழக்கத்தைச் சுமப்பவர்கள் நம் நிர்வாகிகள். இந்தச் சூழலில் செயல்பாட்டில் மிகுந்த நம்பிக்கை கொள்ளும் ஒருவர் எதிர்கொள்ளும் பிரச்சினைகள் திணறலைத் தரக்கூடியன வாகவே இருக்க முடியும். வசந்தி தேவி எதிர்கொண்ட

தடைகளை அவரது சொற்களிலேயே அறியும் வாய்ப்பை இந்நூலில் பெறுகிறோம். இருப்பினும் குறிக்கோளைப் பொது நலம் சார்ந்தும் தெளிவாகவும் வகுத்துக்கொண்டால் ஆசிரியர், மாணவர், கல்வித் துறை சார்ந்த பணியாளர்கள், பெற்றோர், பொதுமக்கள் ஆகியோரின் ஒத்துழைப்பை ஒரு எல்லை வரையிலும் வென்றெடுக்க முடியும் என்பதில் அவருக்கு நம்பிக்கை இருக்கிறது. மனித மனங்களின் சிக்கல்களும் சுயநலச் சக்திகளின் தந்திரங்களும் அவர் அறியாதவை அல்ல. இருப்பினும் சமூக மாற்றங்கள் சார்ந்த பணிகள் அனைத்துமே சிறிய அல்லது பெரிய போராட்டங்களின் விளைவாகக் கூடிவந்தவை தாம் என்ற வரலாற்றுணர்வு அவருக்கு இருக்கிறது. இந்த வரலாற்றுணர்வு தான் அவரைச் சோர்வடைய விடாது தொடர்ந்து போராடத் தூண்டிக் கொண்டிருக்கிறது என்று நினைக்கிறேன். இது ஒரு முடிவற்ற போராட்டம்.

7

தமிழ்ச் சமூகம் விமர்சனங்களை எதிர்கொள்ளும் முறை தந்திரமானது. ஒரு துறை சார்ந்த விமர்சனங்கள் ஆழமாகவும் தடயங்களை முன்வைக்கும் ஆதார குணங்களைக் கொண்டவை யாகவும் இருக்கும் நிலையில்கூட அந்தத் துறை சார்ந்தவர் களால் அவ்விமர்சனங்கள் பொதுவாக எதிர்கொள்ளப்படுவ தில்லை. இலக்கியத் துறையில் ஐம்பது வருடங்களாக விமர்சனக் கருத்துகளைக் கூறிவரும் நான் தமிழ்ச் சமூகத்தின் இத்தந்திரத்தை அனுபவப்பூர்வமாக உணர்ந்திருக்கிறேன். இதற்குப் பின்னால் சில சுயநலக் கணக்குகள் இருக்கின்றன. ஒன்று: விமர்சனக் கருத்துகள் மக்கள் மத்தியில் பரவி அவை ஒரு இயக்கமாக வளர்ந்து துறை சார்ந்த நாற்காலிகளை அசைப்பதற்கான வாய்ப்பு நம் சமூகத்தில் மிகவும் குறைவு என்பது. இரண்டு: அவ்வாறான மாற்றம் தவிர்க்க முடியாத ஒன்று என்றால் தொலை தூரத்தில் நிற்கும் அம்மாற்றம் வந்துசேர்வது வரை யிலும் தொடர்ந்து சுரண்டல் தொழிலை வெற்றிகரமாக நடத்திக்கொண்டிருக்கலாம் என்பது. மூன்று: எல்லாச் சமூகங் களிலும் மாற்றங்களை உருவாக்க ஆதார இயக்கமாகச் செயல் படும் அரசியல், விழிப்புநிலை அற்ற மக்களைச் சுரண்டும் நிறுவனமாக இங்கு இறுகிப் போய்விட்டதால் பெரிய மாற்றங் கள் எவற்றையும் இப்போதைக்கு எதிர்பார்க்க வேண்டிய அவசியம் இல்லை என்பது. சமூக விழிப்புநிலையை உருவாக்க முயலும் சிந்தனையாளர்களுக்கும் இலக்கியவாதிகளுக்கும் அறிவியல்வாதிகளுக்கும் ஆராய்ச்சியாளர்களுக்கும் எதிர் நிலையிலேயே அரசியல் சக்திகள், ஊடகங்கள், திரைப்படங் கள், தொலைக்காட்சி, வானொலி, சமயத் தலைமை சார்ந்த

கூத்தடிப்புகள் நிகழ்கின்றன. இவை எல்லாமே மக்களுடைய சிந்தனையை மழுங்கடிப்பதை நோக்கமாகக் கொண்ட ஒரு பெரும் வணிகத்தில் பங்கு கொள்பவையாக இருக்கின்றன.

ஜனநாயக மதிப்பீடுகள் கூர்மைப்பட அவசியமான விழிப்புநிலை இன்னும் நம் மக்களிடத்தில் போதிய அளவில் வளரவில்லை. விழிப்பு நிலை கூடிவர மக்களின் போலிக்கனவு கள் சார்ந்த கற்பனைகள் உடைய வேண்டும். மூடநம்பிக்கை களிலிருந்து அவர்கள் வெளியே வர வேண்டும். பகுத்தறிவு கூர்மைப்பட வேண்டும். காரண, காரியத் தொடர்புகள் வலுப்பட வேண்டும். வாழ்க்கையின் நலங்களுக்கெதிராக இருப்பவை எவற்றிற்கும் எந்தப் புனிதமும் கிடையாது என்ற பிரக்ஞை உருவாக வேண்டும்.

சமூகத்தை மாற்ற முற்பட்ட சக்திகள் அனைத்தின்மீதும் மக்கள் தங்கள் நம்பிக்கையை இழந்துவிட்டனர் என்று சொல்ல லாம். அரசியலில் நேற்றைய தலைவர்களின் தியாகங்களை முன்வைத்துத் தொழில் வெற்றிகரமாக நடந்துகொண்டிருக் கிறது. தியாகங்களை மூலதனமாக்கப் புதிய தலைமுறைக்குச் சிறிய அளவிலேனும் வரலாற்றுணர்வு வேண்டும். அது முற்றாகத் தேய்ந்துவரும் நிலையில் அரசியல் தொழிலின் வெற்றிக்கு ஜாதி வேற்றுமைகளும் மத வேற்றுமைகளும் கிளறிவிடப் படுகின்றன. லட்சியவாதிகளின் தியாகங்களைப் பற்றிய உள் நினைவு கொண்ட நேற்றைய தலைமுறை அடைந்திருக்கும் ஏமாற்றத்தில் துக்கமேனும் இருக்கிறது. லட்சியவாதத்தையே அறியாத இளைய தலைமுறையினர் கருத்துலகத்திலிருந்து முற்றாக விலகி வணிகத் திறன்களை வளர்த்துக்கொள்ளும் போட்டிகளில் ஆழ்ந்து கிடக்கின்றனர்.

தமிழகத்தில் ஆசிரியர்களின் செயல்பாடுகளில் கருத்துலகப் பாதிப்பு என்று சொல்லும்படி இன்று எதுவும் இல்லை. தத்துவமோ கோட்பாடோ சமூக அறிவியலோ நுட்பமான சிந்தனைகளோ அவர்களைக் கவர்வதாகத் தெரியவில்லை. தமிழ்ச் சமூகத்தில் வெளிப்படும் மனிதத் துக்கங்களுக்கு அவர்கள் இன்று எந்த எதிர்வினையும் தருவதும் இல்லை. இந்நிலையில் அவர்களை ஒரு சமூகச் சக்தியாகக் கணக்கில் எடுத்துக்கொள்ள அவசியம் இல்லை என்ற வாதத்தில் பொருள் இல்லாமலில்லை. இருப்பினும் நேற்றே கடவுளை இழந்துவிட்ட மனிதன் இன்று அரசியலையும் இழந்து நிற்கும் நிலையில் அவனுக்கு நம்ப ஒரு சக்தி வேண்டும். பூமியைப் புதைமண்ணாகக் கற்பனை செய்துகொண்டால் நடப்பதும் சாத்தியமற்றுப் போய்விடும். ஆகவே இன்றைய சூழலில் கடைசி நம்பிக்கை

ஆசிரியர்களை நோக்கிக் கவிவது இயற்கைதான். வீறுகொண்டு எழத் துணைநிற்கும் சாதகமான அம்சங்கள் ஆசிரிய வர்க்கத் தினருக்கு இருப்பதுபோல் வேறு எவருக்கும் இன்று இல்லை. பணி நாட்களும் பணி நேரமும் குறைவு என்பதால் நிறையக் கால அவகாசம் கிடைக்கிறது. கருத்துலகத் தொடர்பு கொள்வதற் கான பெரும் வாய்ப்பு மற்ற எவரையும்விட அவர்களுக்கு மிகுதி. நூல்நிலையத் தொடர்பும் சிந்தனையாளர் தொடர்பும் அவர்களுக்கு எளிது. மாணவ சமூகம் என்ற மிகப் பெரிய சக்தி அவர்கள் கையில் அவர்களுடைய கருத்துகளை எதிர் நோக்கி நிற்கிறது. ஆசிரிய சமூகத்துக்கு வெளியே ஒரு சிந்தனை யாளனுக்குத் தன் கருத்துகளைப் பகிர்ந்துகொள்ள ஒரு சிலரைக் கண்டடைவதுகூட மிகக் கடினமாக இருக்கிறது. ஆசிரியர்கள் பொருளாதாரப் பலத்துடனும் பணி சார்ந்த உத்தரவாதத்துடனும் இன்று இருக்கிறார்கள். ஆசிரியர்களை எப்போதும் போற்றி வந்திருக்கும் நம் சமூகம் இப்போதும் அவர்கள் சொல்லுக்கு மதிப்பளிக்கும் மனநிலையிலேயே இருக்கிறது.

வசந்தி தேவியுடன் நான் நிகழ்த்தியிருக்கும் இந்த உரை யாடல் தமிழக ஆசிரியர்களின் விவாதத்திற்கும் விமர்சனத் திற்கும் எதிர்வினைக்கும் இலக்காக வேண்டும் என்று விரும்பு கிறேன். நிகழ்ந்து முடிந்துவிட்ட இந்தக் காரியத்தை, நிகழாத ஒன்றாக ஆசிரியர்கள் கற்பனை செய்துகொள்ளாமல் இருப் பார்கள் என்றால் அந்நிலை தமிழ்ச் சமூகத்துக்கு அவர்கள் செய்யும் உதவியாக இருக்கும்.

('தமிழகத்தில் கல்வி: வே. வசந்தி தேவியுடன் ஓர் உரையாடல்' நூலின் முன்னுரை, 2000)

‘தோட்டியின் மகன்’ தமிழுக்கு வந்த கதை

தகழி சிவசங்கரப் பிள்ளையின் ‘தோட்டியின் மக’னை நான் மொழிபெயர்த்தபோது நிலவிய சூழலும் மனநிலையும் இளமைக்கால நினைவுகளும் இன்றும் என் மனதில் பசுமையாக அப்படியே இருக்கின்றன. அன்றைய அனுபவங்களை வாசகர்களுடன் சிறிய அளவிலேனும் பகிர்ந்துகொள்ள வேண்டும் என்ற ஆவல் ஓர் இழை போல் இந்த நீண்ட காலப் பகுதியில் தொடர்ந்து வந்திருக்கிறது.

1946இல் எழுதப்பட்ட ‘தோட்டியின் மக’னை 1951, 52ஆம் வருடங்களில்தான் மொழிபெயர்த்தேன். அப்போது எனக்கு வயது இருபது, இருபத்தியொன்று. அதற்குமுன் தமிழில் சொல்லும்படி நான் எதுவும் எழுதியிருக்கவில்லை. நிச்சயமாக என்னுடைய படைப்பென்று எதுவும் அச்சேறி யிருக்கவில்லை. என் உடல், மனம் சார்ந்த அன்றைய வேதனைகளைக் கோபத்துடனும் வருத்தத்துடனும் புலம்பல் கடிதங்களாகக் கடவுளுக்கு எழுதிக்கொண் டிருந்தேன். அவை கிறுக்கல்களாகக் கைவசம் இருந்தன. வெளியே காட்ட யோக்கியதை அற்றவை அவை. தமிழில் என்னை வெளிப்படுத்திக் கொள்வது பெரும் திணறலாக இருந்த காலம் அது. அப்போதுநான் தமிழை எழுதவும் படிக்கவும் கற்றுக்கொண்டு இரண்டு மூன்று வருடங் களுக்கு மேல் ஆகியிருக்கவில்லை.

‘தோட்டியின் மக’ னை மொழிபெயர்க்கும் நேரத்தில் என்னை ஒரு கலாச்சார ஏழை என்றுதான் சொல்ல வேண்டும். ‘கலை உலகின் கடைசி ஏழை’ என்ற விவரிப்பும்

அப்போது மனதில் இருந்தது. தகழியை மொழிபெயர்க்க வேண்டும் என்ற ஆசை மூண்டபோது மொழிபெயர்க்கத் தகுதியிருக்கிறதா என்று யோசிக்கக்கூடத் தெரியாமல் இருந்தேன். அந்த மொழிபெயர்ப்பு நடந்து முடியவும் அந்த யோசனையற்ற நிலைதான் காரணம். யோசித்திருந்தால் அன்றே புகழ்பெற்றிருந்த தகழியின் படைப்புலகில் குறுக்கிடாமல் விலகிப்போயிருப்பேன்.

அப்போது நான் பெற்றிருந்த 'ஞானங்களை' இப்போது நினைத்துப் பார்க்க முயல்கிறேன். படித்திருந்தவை அதிகமும் அரசியல், சமூகச் சீர்திருத்தம், கலாச்சார விமர்சனம் சார்ந்த துண்டுப் பிரசுரங்கள்தான். ஆர்வத்துடன் படித்த படைப்புகளில் இன்றும் நினைவில் இருப்பவை க.நா.சு.வின் 'ஒருநாள்', தொ.மு.சி. ரகுநாதனின் 'புயல்', 'முதலிரவு', 'கன்னிகா', 'இலக்கிய விமர்சனம்' முதலியவை. கவிமணியின் கவிதைகளும் முக்கியமாக 'மருமக்கள் வழி மான்மிய'மும். (பிராமணர் அல்லாதாரின் கொச்சையில் அன்று மிகுந்த ஈர்ப்பு இருந்தது.) இவை எல்லாவற்றையும் விட முக்கியமாகப் பெற்றிருந்த 'ஞானம்' புதுமைப்பித்தன் சிறுகதைகள். 'புதுமைப்பித்தன் கதைகளும் காஞ்சனை தொகுப்பும்'. (அவரது 'ஆறு கதைகள்' என்ற தொகுப்பைக்கூடப் பின்னால்தான் படித்தேன் என்று நினைவு.) மனதை ஈர்த்த கதைகளை மீண்டும் மீண்டும் படித்ததில் பல பகுதிகள் மனப் பாடமாகியிருந்தன. 'காஞ்சனை' தொகுதியின் முன்னுரை முழுமையாகவே மனப்பாடமாகியிருந்தது. மனப்பாடப் பகுதி களை வீட்டில் பிறர் முன் சந்தர்ப்பம் சார்ந்தும் சாராமலும் அரற்றுவது அப்போது பழக்கத்திலிருந்தது. அந்த அரற்றல், தொய்யும் மனதுக்கு நாணேற்ற நான் கண்டுபிடித்திருந்த வழி. அதற்குப் பலன் இருந்தது.

அரற்றுவதற்குப் புதுமைப்பித்தனைவிடவும் அதிக ஆவேச மளித்த இரண்டு படைப்புகளும் அதே காலத்தில் கிடைத்தன. ஒன்று இயேசுவின் மலைப் பிரசங்கம். மற்றொன்று வ.வே.சு. ஐயர் மொழிபெயர்த்த எமர்சனின் 'தன்னம்பிக்கை' என்ற நீண்ட கட்டுரை. இவற்றைத்தான் அன்றைய ஞானத்தின் ஆத்மீகத் தேட்டங்கள் என்று சொல்ல வேண்டும். கவிதை மீதான ஆசையை இந்த அரற்றல் வளர்த்ததோடு மொழியின் காந்த சக்திக்கு ஆட்படும் உணர்வுகளையும் கூர்மைப்படுத்தியது.

அந்தக் காலத்தில் சஞ்சிகை என்று நான் படித்தவை வை. கோவிந்தனின் 'சக்தி' மட்டும்தான். அதிலும் 'சக்தி'யின் கடைசிக் காலத்தில் தொ.மு.சி. ரகுநாதனும் கு. அழகிரிசாமியும் இணைந்து பதிப்பித்த தொகுப்புகள் அவை. 'சக்தி' இதழ் ஒன்றில் வெளிவந்த மாப்பசானின் நாவல் பற்றிய ஒரு நீண்ட

கட்டுரையின் மொழிபெயர்ப்பை (ரகுநாதன் செய்தது) பத்துப் பதினைந்து முறையாவது படித்திருப்பேன். யாருக்கும் தெரியாத படைப்பின் ரகசியங்களை என்னிடம் மட்டும் மாப்பசான் ரகசியமாகக் கூறுவதாகக் கற்பனை செய்துகொண்டு அந்தக் கட்டுரையைப் படித்தேன். 'சக்தி' இதழ் ஒவ்வொன்றையும் மாற்றிமாற்றிப் பலமுறை படிப்பது அப்போது வழக்கத்திலிருந்தது. சிற்றிதழ்களின் முக்கியமான பகுதிகளை – பல சமயங்களில் முக்கியமற்ற பகுதிகளைக் கூட – தர்க்கத்துக்கு அப்பாற்பட்ட ஒரு காரணத்தால் பலமுறை படிக்கும் பழக்கம் இன்றளவும் இருப்பது அன்றைய மனநிலையின் தொடர்ச்சி என்றுதான் நினைக்கிறேன்.

மலையாளத்தில் முக்கியமாக அப்போது நான்கு ஆசிரியர் களுடன் வாசக உறவு ஏற்பட்டிருந்தது. தகழி சிவசங்கரப் பிள்ளை, கேசவ தேவ், பொன்குன்னம் வர்க்கி, வைக்கம் முகம்மது பஷீர். பின்னால் இவர்களுடைய வரிசை என் மதிப்பீட்டில் மாறிவிட்டது என்றாலும் அப்போது எனக்குத் தகழி மீதுதான் மிகுந்த ஈர்ப்பு இருந்தது. தகழியிடம் இருந்தது ஈர்ப்பு என்றால் சி.ஜே. தாமஸிடமும் எம். கோவிந்தனிடமும் உருவானது ஆழ்ந்த ஈடுபாடு. வாழ்க்கையின் போதாமைகளை எண்ணி ரத்தத்தைக் கொதிக்க வைத்துக்கொள்ள ஒரு முகாந்தரம் தேடிக்கொண்டிருந்த எனக்கு அந்தக் காலத்தில் தகழியைப்போல் கொதிப்பின் சுகத்தை வேறு எவருமே அளிக்கவில்லை. 'கௌமுதி' என்ற மலையாள வார இதழையும் அப்போது ஆவேசத்துடன் படித்துவந்தேன். அதன் ஆசிரியர் கே. பாலகிருஷ்ணனின் கையில் அப்போது மிக நீளமான சவுக்கு இருந்தது. அவருடைய மொழி அவருடைய விளாசல்களைச் சொடுக்கிய விதம் பிரமிப்பைத் தந்தது. அவர் தீவிர இடதுசாரிச் சிந்தனையாளர். புரட்சி என்ற சொல்லில் உண்மையாகவே புரட்சி கசிந்துகொண்டிருந்த பொற்காலம்.

அன்றைய நாட்களில் என்னைப் பற்றி எனக்கு இருந்த ஒரு சித்திரம் இப்போதும் நினைவில் இருக்கிறது. மாலையில், இருள் கவியும் நேரத்தில், மலையடிவாரத்தில், காய்ந்து வெடித்துக் கிடக்கும் வயல் வெளிகளின் ஓரத்தில், ஓர் ஒற்றையடிப் பாதை வழியாக நான் தன்னந்தனியாக நடந்து போய்க்கொண் டிருப்பேன். வளைந்த முதுகுடனும் குனிந்த தலையுடனும். அந்தச் சித்திரத்தில் வேட்டியின் விளிம்பு பறக்க நான் விடாமல் நடந்துகொண்டிருந்தாலும் என் பக்கத்தில் நின்ற தென்னை மரம் அதே இடத்தில் இருந்துகொண்டிருந்தது ஒரு முரண் பாடாகவே இருந்ததில்லை. துக்கத்தைச் சுமந்துகொண்டு நடப்பது அன்றைய நாட்களுக்குரிய சுயபரிசோதனைக்கு

இசைவாகவே இருந்தது. அதை ஒரு கற்பனைச் சித்திரம் என்று சொல்ல முடியாது. அது ஒரு குறியீடு.

நோயினால் உடல் சார்ந்த கஷ்டங்கள். எதையெதையோ சாதிக்க வேண்டும் என்று ஏங்கும் மனம். எதைச் சாதிப்பது என்பது பற்றியோ எவ்வாறு சாதிப்பது என்பது பற்றியோ எந்தத் தெளிவும் இல்லாத மனநிலை. எழுத ஜீவசக்தி கொண்ட மொழி இல்லை. இல்லாத ஒரு மொழியை வைத்து எதையும் ஆக்கவோ அழிக்கவோ முடியாது என்ற யதார்த்தத்தை உணரும் போது மனதில் பொங்கும் விசனம். வாசிக்கப் புத்தகங்கள் இல்லை. இலக்கியம் பேச நண்பர்களும் இல்லை. வாழ்க்கையின் போதாமைகளோ மனதில் கீறல்களை ஏற்படுத்திக்கொண் டிருந்தன. ஆனால் அந்தக் கீறல்களை மொழிக்குள் வைக்கத் தெரியவில்லை. நிறையக் கேள்விகள் முளைத்தவாறு இருந்தன. எல்லா விடைகளும் அறிந்திருந்த ஒருவரை அன்று சந்தித் திருந்தாலும் கூடக் கேள்விகளை என்னால் உருவாக்க முடிந் திருக்குமா என்பது சந்தேகம்தான். என் கேள்விகளையும் நீங்களே உருவாக்கிப் பதில்களையும் நீங்களே சொல்லிவிடுங்கள் என்றுதான் சொல்ல நேர்ந்திருக்கும். வாழ்க்கையில் உணர்ந் திருந்த குறைகளை அனுபவ வடிவங்களாகச் சிறுகதைகளிலும் கவிதைகளிலும் நாவல்களிலும் படிக்கும்போது ரத்தம் கொதிப்பது போலிருக்கும். எதிரே நிற்கும் சுவரையும் காலால் உதைத்துத் தூளாக்கிவிடலாம் என்று தோன்றும். ஒரு அகராதி யைத் தூக்குவதற்கான பலம்கூட என்னுடைய உடலுக்கு இல்லாதிருந்ததைக் கோபப்படும் என் மனம் ஒரு சமயம்கூடக் கணக்கில் எடுத்துக்கொண்டதில்லை.

இந்தப் பின்னணியில்தான் ‘தோட்டியின் மக’னைப் படித்தேன். விருப்பமும் வியப்பும் மனதில் அலைமோதின. கொடுமையான ஒரு வாழ்க்கையை எவ்வளவு நேர்த்தியாக மனதில் பதியும்படி சொல்லிவிட்டார் இந்த ஆசிரியர்! வெளி யுலகத்துக்கே தெரியாத ஒரு இருண்ட வாழ்க்கையினூடே எப்படி இவரால் இவ்வளவு சகஜமாகப் புகுந்து மன உணர்ச்சி களை அள்ளிக் கொண்டுவர முடிகிறது? தகழி வெளிப்படுத்தி யிருப்பது தோட்டிகளின் வாழ்க்கை சார்ந்த தகவல்களை அல்ல என்பதையும் காலம் அவர்களது அடிமனங்களில் மூட்டும் நெருப்பு என்பதையும் உணர்ந்தபோது மிகுந்த வியப்பு ஏற்பட்டது. இந்த நெருப்பை எப்படி அவரால் மொழியில் மறுஉருவாக்கம் செய்ய முடிந்தது? கொடுமையில் மனம் கொள்ளும் கோபத்தில், ரத்தத்தில் உஷ்ணம் ஏறாமல் என்னால் அப்போதெல்லாம் ‘தோட்டியின் மக’னின் எந்தப் பக்கத்தையும் படிக்க முடிந்ததில்லை. எனக்குத் தெரியாத ஒரு உலகத்திற்குள்

என்னாலும் இவரைப்போல் புகுந்து புறப்பட முடியுமா என்ற கேள்வியின் முன் மனம் மிகவும் சோர்ந்துபோயிற்று.

'தோட்டியின் மக'னை மொழிபெயர்த்த பின்புகூட அந்தக் காரியம் நடந்து முடிந்திருப்பதை என்னால் நம்பமுடியவில்லை. எப்படி இதைச் செய்து முடித்தேன் என்று எனக்கு நானே கேட்டுக்கொண்டே இருந்தேன். இந்தப் பூரிப்பைப் பகிர்ந்து கொள்ள இசைவான எவரும் அப்போது எனக்கு இருக்கவில்லை. என் அம்மாவைத் தவிர. இருந்த ஒன்றிரண்டு நண்பர்களிடம் நான் செய்திருந்த 'விஷமத்தை'ச் சொல்லக் கூச்சமாகவும் இருந்தது. சொன்னாலும் புதிராகவோ புரிந்துகொள்ள முடியா மலோதான் இருக்கும் என்று தோன்றிற்று. அவர்களை நான் கை விட்டுவிட்டதாகக்கூட நினைக்கலாம் என்றும் நினைத்தேன். இடதுசாரிச் சிந்தனைகளில் ஆழ்ந்த அக்கறைகொண்ட தோழர் கள் உருவானபோது நான் செய்திருந்த பணியின் மதிப்பு என் மனதில் திடீரென்று உயர்ந்தது.

தோழர்களுக்குக்கூடத் 'தோட்டியின் மகன்' என்ற நாவலின் தலைப்பு வெளிப்படையாகச் சொல்ல இயலாத அந்நிய உணர்வைத்தான் முதலில் தந்தது. அவர்களுடைய இலக்கிய நம்பிக்கைகள் அவர்களுடைய உணர்வுகளை வெளியே காட்டிக் கொள்ள இடம் தருவதாகவும் இருக்கவில்லை. அன்று ஒரு முதிய தோழருக்கும் எனக்கும் நடந்த சம்பாஷணையின் சாராம்சம் பல தோழர்களுடைய அன்றைய மனநிலையைக் காட்டக்கூடியது.

'மலையாளத்திலும் 'தோட்டியின் மகன்' என்றே தலைப்பா?' என்று கேட்டார் அந்த முதிய தோழர்.

'ஆமாம்' என்றேன்.

சில கணங்கள் மௌனம்.

'வாங்கிப் படிக்கிறாங்களா?'

'நிறைய.'

'முழுக்கவும் தோட்டிகள்தான் வாராங்களா?'

'அநேகமாக அவங்கதான்.'

'காதல் உண்டா?'

'உண்டு.'

'காதலிப்பவளும் தோட்டிச்சியா?'

‘ஆமாம்.’

‘அவங்க பாக்கற வேலைவெட்டி பத்தியெல்லாம் சொல்றாரா?’

‘சொல்றார்.’

‘ஒண்ணுவிடாம?’

‘ஒண்ணுவிடாம.’

‘குடும்பத்தைப் பத்தி?’

‘சொல்றார்.’

‘தமிழ்ல தலைப்பை மாத்திப்புட்டா என்ன, தோழர்?’

தோழர் கேட்ட கடைசிக் கேள்வி கவலையைத் தந்தது. புத்தகத்தை அச்சேற்றவே முடியாதோ என்ற எண்ணம் ஏற்பட்டது. தோட்டி என்ற சொல்லைத் தமிழில் எங்கேயாவது அச்சில் படித்திருக்கிறேனா என்று நினைவுபடுத்திப் பார்த்தேன். சட்டென்று எதுவும் நினைவுக்கு வரவில்லை. புத்தகம் வெளி வந்தால் தோழர்கள் துணிந்து படிப்பார்கள் என்று தோன்றிற்று. ‘தோட்டிகளும் தொழிலாளி வர்க்கம்தானே, தோழர்’ என்று ஜி. நாகராஜன் சொன்ன வாக்கியம் மிகுந்த ஆறுதலைத் தந்தது.

தொ.மு.சி. ரகுநாதனுடன் என் நட்பு நெருங்கியபோது ‘தோட்டியின் மகன்’ நாவலின் கையெழுத்துப் பிரதியை அவருக்குப் படிக்கத் தந்தேன். மொழிபெயர்த்து அப்போது இரண்டு மூன்று வருடங்களேனும் ஆகியிருந்தன. ஆனால் அது ஒரு சுமையாக என் மனதில் இருக்கவில்லை. தோட்டியைத் தமிழ் ஏற்றுக்கொள்ளச் சிலகாலம் காத்திருக்க நேர்வது இயற்கை யாகவே தோன்றிற்று. ‘மொழிபெயர்ப்பு நன்றாக வந்திருப்ப தாகவும் மேலும் திருத்தங்கள் செய்து முழுமைப்படுத்தலாம்’ என்றும் ரகுநாதன் கடிதம் எழுதியதாக நினைவு. அதற்கு சில வருடங்களுக்குப் பிறகு அவரிடமிருந்து ‘சரஸ்வதி’ ஆசிரியர் நண்பர் வ. விஜயபாஸ்கரனின் கைக்கு என் கையெழுத்துப் பிரதி போயிற்று. அவர் கொடுத்தாரா, நான் வாங்கித் தந்தேனா என்பது நினைவில்லை. ‘சரஸ்வதி’ இதழில் என் பெயரில் சிறுகதைகள் வந்துகொண்டிருந்ததால் என்.எஸ்.ஆர். என்ற பெயரில் ‘தோட்டியின் மகன்’ தொடர்கதையாக வெளியாயிற்று. மார்ச் 57இலிருந்து ஜூன் 58 வரையிலும்.

‘தோட்டியின் மக’னை மொழிபெயர்த்த பின்பும் நான் காய்ந்த வயலோரம் ஒற்றையடிப் பாதையில் நடந்து போகும்

சித்திரம் மனதில் வந்துகொண்டுதான் இருந்தது. புறக்காட்சி களில் – தென்னைமரம் உட்பட – எந்த மாற்றமும் ஏற்பட்டிருக்க வில்லை என்றாலும் நடந்து போகும் என் கையில் அப்போது ஒரு புத்தகம் முளைத்திருந்தது. அந்தப் புத்தகத்தின் தலைப்பை நான் சொல்ல வேண்டியதில்லை.

'தோட்டியின் மக'னை நான் மொழிபெயர்த்து ஐம்பது வருடங்கள் ஆகிவிட்டன. தமிழில் வெளியிடத் தகழி ஐம்பது களிலேயே உரிமையும் தந்திருந்தார். வெளியிடாமல் அசிரத்தை யாக இருந்துவிட்டேன் என்று சொல்லலாம். அசிரத்தைக்கும் நாம் உணராத காரணங்கள் இருக்கக்கூடும்.

மலையாளத்தில் 'தோட்டியின் மகன்' வெளிவந்த காலத் திலிருந்து தொடர்ந்து பேசப்பட்டுவரும் நாவல். மேடையிலும் எழுத்திலும். அங்கு நடந்த விவாதங்கள் என் நினைவில் இருக் கின்றன. ஆனால் 'சரஸ்வதி'யில் இந்நாவல் தொடர்கதையாக வந்தபோது வாசகக் கவனத்தை இந்தத் தொடர் பெற்றதற்கான எந்த அடையாளமும் என்னிடம் வந்து சேரவில்லை. யாரும் இந்த நாவலைப் பற்றி இன்றுவரையிலும் எழுத்திலோ பேச்சிலோ குறிப்பிட்ட நினைவும் இல்லை. இருந்தாலும் காலம் மாறிக்கொண்டிருக்கிறது. தலித் இலக்கியம் தமிழில் உருவாகிக் கொண்டிருக்கிறது. தலித் இலக்கியத்தைப் படிக்கும் வாசகர்களும் தோன்றியிருக்கிறார்கள். திருநெல்வேலிச் சீமை யிலிருந்து மாடுகள்போல் பிடித்துக் கொண்டு போகப்பட்ட இந்தத் தோட்டிகள் தலித் வாழ்க்கையின் அவலத்தை நம் மனதில் ஆழமாகப் பதியவைக்கின்றனர்.

('தோட்டியின் மகன்' நூலின் முன்னுரை, 2000)

பகிர்ந்துகொள்ள விரும்புகிறவர்களின் திண்ணை

கேள்வி – பதில் எந்தக் காலத்திலும் மனித மனங்களை வசீகரித்து வந்திருக்கும் ஒரு படைப்பு வடிவம். சாக்ரடீஸ், பிளேட்டோ போன்ற அறிஞர்களும் அவர்களது சீடர்களும் உண்மையைத் தேடிக் கண்டடையப் பின்பற்றிய வழி இது. இந்த வழி பல அறிஞர்களால் இன்றுவரையிலும் பின்பற்றப்பட்டு வருகிறது. நேர்காணல்கள் மீது வாசகர் மனங்கள் கொள்ளும் தனி ஈடுபாடு இதற்கொரு உதாரணம். தமிழ் இதழ்கள் சீரழிந்த நிலையிலேனும் தவறாமல் இந்தப் படைப்புருவத்தைப் பயன்படுத்திக் கொண்டுதான் இருக்கின்றன.

மனிதன் எவ்வளவுதான் கற்றறிந்தவனாக இருந்தாலும், ஆழ்ந்த அனுபவங்களைக் கொண்டிருந்தாலும், பெரிய ஞானியிடம் சிட்சை பெற்றிருந்தாலும், இன்று வரையிலும் அவன் மனத்தில் சந்தேகங்கள் குமிழியிட்டுக் கொண்டேதான் இருக்கின்றன. அறிவைத் தேடத் தேடச் செய்திகள் சார்ந்த சந்தேகங்கள் தீர்ந்து, அடிப்படை உண்மைகள் சார்ந்த சந்தேகங்கள் வலுப்பட்டுக்கொண்டே வருகின்றன. அறிவுத் துறைகளுக்குள் நுழையும்போது மனிதன் கண்டறிந்திருக்கும் அறிவின் அளவு மிக அதிகம் என்று தோன்றுகிறது. அறிவின் பயணம் முடிவற்றுத் தொடரும்போது அனைத்திற்கும் அடிப்படையான நியதி ஒன்றை மனம் தேடத் தொடங்கும்போது, அறிந்தவை மட்டு என்பதும் அறியாதவை கடல் எனவும் தெரியத் தொடங்குகிறது.

உலகம் தன்னகத்தே புதைத்துக்கொண்டிருக்கும் அறிவின் பேரளவை நினைத்துப்பார்க்கப் போதுமான

கற்பனை – இதற்கு அறிவு மட்டுமே போதுமானது அல்ல – ஒருவனுக்கு இருந்தால், தான் எவ்வளவு பெரிய அஞ்ஞானி என்பது அவனுக்குத் தெரிய வரும். உலகத்தின் இயக்கத்தைப் பற்றிய அறிவு ஒரு விஞ்ஞானிக்கு எந்தளவுக்கு விரிகிறதோ, அந்தளவுக்குத் தன் அறியாமை பற்றிய வேதனையும் அவனை ஆட்டிப்படைக்கத் தொடங்குகிறது. அறிந்தவற்றின் பெருமிதம் முற்றாக வற்றி அறியாதவற்றின் தத்தளிப்பு அவனை அலைக் கழிக்க தொடங்குகிறது. இந்தத் தருணத்தின் அடக்கமும் மௌனமும் எளிமையும் அவன் மீது கவிகின்றன. சுய வாழ்க்கை சார்ந்த வெற்றி, தோல்வி, லாபம், நஷ்டம், வசதி, வசதியின்மை வெறும் அற்பமாக அவனுக்குத் தோன்றத் தொடங்குகிறது. அவன் தன்னை ஒடுக்கிக்கொண்டு சிந்தனை வழியாகவும் ஆராய்ச்சிகள் வழியாகவும் சுயமான விடைகளைக் கண்டடையும் ஆவேசத்தில் மூழ்கிப் போகிறான். இவனையே நாம் ஞானி என்று கொள்ள வேண்டும். அனைவரையும் அஞ்ஞான ஏழைகள் என அங்கீகரித்துப் பிற அறிஞர்கள் தங்கள் உழைப்பால் சமைத்துவைத்திருக்கும் அறிவை அள்ளி அள்ளி எதிர்ப்படுபவர் முகங்களில் எல்லாம் விசிறுபவன் அல்ல ஞானி. கணினி அவனைவிட அதிக உபயோகமானது.

கற்றறிவதனால் அறியத்தெரியும் வேதனையை ஒரு வகை யில் பேருவகை என்றுதான் சொல்ல வேண்டும். இதனைப் போலி சுய அடக்கத்தால் உணர முடியாது. அறியாமையைப் பற்றிய சுயபோதம்தான் தேவை. நம் தமிழ் மண்ணில் அரை வேக்காடுகள், பிறரைப் பயமுறுத்த உதவுமென அவர்கள் நம்பும் நூல்களை மேய்ந்துவிட்டு, நம்முன் வந்து நாள்தோறும் வாலைத் தூக்கிக் கழிப்பதைப் பார்த்துவருகிறோம். கழிக்கும் ஜென்மங்களுக்குள் இன்று கடுமையான போட்டி நிலவுவதால் ஏககாலத்தில் நிகழும் எண்ணற்ற கழிப்புகளால் நம் சுற்றுப் புறம் பாழ்படத்தான் செய்யும். நாம் பொறுத்துக்கொள்ள வேண்டும். நாம் இந்த மண்ணில் வாழ விரும்புகிறோம். சுற்றுப்புறத்தை இயன்றளவு சுத்தப்படுத்த விரும்புகிறோம்.

மனிதனைப் பெரும் விவாதங்களுக்கும் ஆழ்ந்த கருத்து வேற்றுமைகளுக்கும் புதிய சிந்தனைகளுக்கும் இட்டுச்செல்லும் 'கேள்வி – பதில்' என்னும் சிந்தனை உருவத்தை வம்பு, வதந்தி, கிளர்ச்சியைத் தூண்டுதல், பெண்களை இழிவுபடுத்துதல், சில்லறை உணர்ச்சிகளில் மனித மனத்தைத் தோய்த்து அவர்கள் மூளைகளை மழுங்கடித்தல், மனிதராசிக்கு மட்டுமே உரிய பெரும் சொத்தான நகைச்சுவை உணர்வின் சகல வகைகளையும் திரித்துக் கேடு கெட்ட ஜோக்காக சீரழித்தல் ஆகிய அரும்பணி களைச் செய்தவர்கள், நம் தமிழ் இதழாசிரியர்கள். அவர்களுக்கு

என் வாழ்த்துக்கள். சிந்திக்கத் தெரிந்த மனிதனே தம் முதல் எதிரி என்று அவர்கள் கருதுகிறார்கள். சிந்தனையின் மீது பெரும் விழைவுகொள்ளும் மனித இயற்கையைத் தடுத்து ஜோக்கிளிப்பு என்ற தொற்றுநோய்க்கும் மேலோட்டமான நுனிப்புல் மேய்ச்சல்களுக்கும் அவனை ஆளாக்குகிறார்கள். சிந்திக்க வைக்கும் சிவப்பணுக்களை அவன் முற்றாக இழந்ததும் எந்தப் புத்தகத்தில், எந்த மேடையில், எந்தத் திரைப்படத்தில், எந்தச் சாமியாரின் உளறலில் ஜோக்கிளிப்புக்குச் சந்தர்ப்பம் கிடைக்கும் என்றும் யார் தன்னைக் குஷிப்படுத்துவார்கள் என்றும் அலையத் தொடங்குகிறான். தம்மை இளிக்க வைக்கும் மகான்களின் காலடிகளில் மானசீகமாக விழுந்து கிடக்கிறான்.

பட்டிமன்றத்தில் திருக்குறள் பற்றி ஏற்கெனவே பல முறை ஒப்பேற்றிய தொள்ளாயிரம் ஜோக்குகளை உதிர்த்த பெருமான் திருக்குறளைப் பரப்புவதில் தனக்கு நிகரான மகாபுருஷன் எவரும் இந்த மண்ணில் இன்றுவரையிலும் உதித்ததில்லை என்று உவகை கொள்கிறார். சிந்திப்பதில் நம்பிக்கையற்ற ஒரு மழுங்கலிடம் சொல்ல வள்ளுவரிடம் ஒரு குறள்கூட இல்லை. இளங்கோவுக்கோ, பாரதிக்கோ அவர்கள் உறவு தேவையில்லை. இளிக்க ஏதுவான புழுதியை மனித மனங்களில் வாரித்தட்டிவிட்டு இந்தப் புழுதி மீது சிந்தனையின் கம்பீரமான கட்டிடத்தை எழுப்ப முடியுமா? எய்ட்ஸ் நோயின் கொடுமையைப் பற்றி விவரிக்க ஜோக்குகள் எதற்கு என்று எய்ட்ஸ் எதிர்ப்புப் பீரங்கியிடம் கேட்டேன். சிரிக்க வைத்து, சிந்திக்கச் செய்வது தனது பாணி என்றார். இவ்வளவு சிரிக்க வைத்த பின்பும் ஏன் உங்களால் சிந்திக்க முடியவில்லை என்று நான் அவரிடம் கேட்கவில்லை.

எனக்கோ, என் வாசகர்களுக்கோ இந்த சில்லறைப் புத்திகளில் விருப்பம் இருக்கக் கூடாது என்று நம்பவே ஆசைப் படுகிறேன். சிந்திக்க, சிந்திக்கத் திறன் கொண்ட வாசகர்களின் உதவி தேவை. ஜோக்குகளை எதிர்பார்த்துக் கேள்விகளை வீசி என்னை இளிக்கும்படி ஆக்கிவிடக் கூடாது என்று எனதருமை வாசகர்களைக் கேட்டுக் கொள்கிறேன். நாம் இருவரும் சேர்ந்து இந்தப் பகுதியில் சிந்திக்க முயல்வதன் மூலம், இப்போதிருக்கும் ஆபத்துகளுக்கு மேலாக இந்த மண்ணில் எந்த ஆபத்தும் தோன்றிவிடாது என்பதற்கு நான் உத்தரவாதம் அளிக்க முடியும். உண்மையான தேவையிருந்தால் எந்தக் கேள்வியை வேண்டுமென்றாலும் வாசகர் கேட்கலாம். உங்கள் பெயர் அச்சில் ஏறி உங்கள் புகழ் அமரத்துவம் அடைய வேண்டும் என்ற ஆசையில் நீங்கள் தவித்துக்கொண் டிருந்தால், அபயம் தர உங்களுக்குத் தமிழில் பல இதழ்கள்

இருக்கின்றன. கேள்வி கேட்கும் வாசகர், சமூகம் இன்றுவரை யிலும் ஒரு பகுதியின் நன்மையை மட்டும் மனதிற்கொண்டு பிடித்துவைத்திருக்கும் போலி ஒழுக்கத்தையோ, போலி கௌர வத்தையோ, போலி மரபையோ, போலிப் பண்பாட்டையோ கணக்கில் எடுத்துக்கொள்ள வேண்டாம். இதன் பொருள் பெண்களின் புற்றுநோயைப் பற்றிக் கேட்டால் வைத்தியம் என்ற போர்வையின் கீழ் நான் இளம் முலைகளைப் பற்றி இரண்டு பக்கம் வருணிக்கத் தயாராக இருக்கிறேன் என்பதல்ல.

பல கேள்விகளுக்கு எனக்கு விடை தெரியாமல் இருக்கலாம். என்சைக்ளோபீடியாவிலிருந்து விடைகளை உருவி, யான் அறியாத அறிவும் இத்தரணியில் உண்டோ என உங்களை வியப்பில் ஆழ்த்தும் நோக்கம் எதுவும் எனக்கில்லை. பதில் தெரியாத கேள்விகளைக் கேட்பவர்களுக்கு நான் நன்றி சொல்ல வேண்டும். தெளிவாகவும் அறிவியலுக்கு முரண்படாமலும் பதில் சொன்னால், அலுத்துப்போன 'இலைமறை காய்' பண்பாடு பற்றிப் பலரும் எனக்கு ஞாபகப்படுத்துவார்கள். தமிழ் சினிமா நீங்கலாக அனைத்தும் தமிழ்ப் பண்பாட்டில் மிளிர வேண்டும் என்ற நிர்ப்பந்தம் நமக்குண்டு. தமிழ் சினிமா வில் புனிதம் புகுந்து, நேரில் சந்திக்காத காதலர்களுடன் உடல்உறவு கொள்ளும் சந்தர்ப்பத்தையும் இழந்துவிடுவோம் என்றால், நாம் எதை நம்பி இந்தக் கொடிய வாழ்க்கையைச் சகித்துக்கொள்வது என்ற கவலை நியாயமானதுதான்.

அறிவின் தளத்தில் ஒளித்துச் சொல்ல வேண்டியது என்று எதுவும் கிடையாது. பச்சை, காய் வெட்டுப் பிரிவு எதுவும் கிடையாது. இன்றுவரையிலும் நாம் உண்டு வந்திருக்கும் பத்திய உணவால் சோகை கண்டு, சூரிய ஒளி நமக்கு ஒவ்வாமல் போனதுதான் மிச்சம். அரசியல், இலக்கியம், கலைகள், தத்துவம், உடல்நலம், விஞ்ஞானம், பாலியல், மன, மத, இன, ஜாதி, மொழி பேதங்கள், அரசியல்வாதிகள், மதவாதிகள் ஆகியோரின் கூத்தடிப்புகள், பொது நன்மைக்காகவே தங்களை அர்ப்பணம் செய்துகொண்டிருப்பதாக வேஷம் போட்டு வரும் ஊடகங்கள் எல்லாவற்றையும் நாம் கண் திறந்து பார்க்க ஆசைப்படுகிறோம். மனந்திறந்து சிந்திக்க விரும்புகிறோம்.

என்னிடம் கேள்வி கேட்கும் வாசகனைப் போலவே நானும் ஒரு வாசகன். அவர்களைவிட நான் கற்றறிந்தவன் என்பதால் நான் பதில் சொல்ல வரவில்லை. கற்றறியலாம் என்பதற்காகப் பதில் சொல்ல வருகிறேன். பதில் சொல்ல இயலாத நேரத்திலும் கேள்விகள் எனும் பேரறிவையேனும் தெரிந்துகொள்ளலாம். சகல துறைகளிலும் அறிவு சார்ந்த விரிவுதான் நிகழ்ந்துகொண்டிருக்கிறது. இறுதியான விடை

என்று ஒன்றில்லை என்ற நியதிதான் இன்று அழுத்தம் பெற்று வருகிறது. கணிதம் நீங்கலாக சகல துறைகள் சார்ந்தும் கண்டடைந்த விடைகளின் மீது காலத்தின் களிம்பேறிக் கொண்டிருக்கிறது. காலத்தின் சுழற்சி இன்றைய முடிவுகளுக்கு எதிராக நாளையே சில கேள்விகளை எழுப்பி விடை கிடைக்காத வற்றை வரலாற்றின் குப்பைக் கூடைக்குள் தாட்சண்யமின்றி வீசிவருகிறது. காலாவதிகளில், இரக்கம் காட்ட வேண்டிய காலாவதி என்று தனியாக ஏதுமில்லை. ஐன்ஸ்டீன் மெதுவாகக் காலாவதியாகிக்கொண்டிருக்கிறார். அவரது ஆராய்ச்சி சில பிராந்தியங்களில் ஆட்டம் காண மறுப்பதால், இன்றும் விஞ்ஞானிக்குரிய மரியாதையை அவர் தக்க வைத்துக்கொண்டு போகிறார்.

பழமையைப் பழமை என்ற காரணத்திற்காகத் தக்கவைத்துக் கொண்டிருந்தோம் என்றால் பிணங்களைப் புதைக்க மறுக் கிறோம் என்றுதான் பொருள். ஆனால், எந்தப் பழமையிலும் இன்று உயிர்த் துடிப்புக் கொண்ட சாரம் ஒன்று அழுக மறுத்து இளமையாக நின்றுகொண்டிருக்கிறது. அந்தச் சாரம் மனித நீட்சியில் காலம் கடந்து தந்த நிரந்தரம். இந்த நிரந்தரத் தின் கூட்டுத்தொகையே மரபு. பிணத்தின் கண்களைத் தோண்டி மனிதனுக்குப் பொருத்தி ஒளியூட்டுவதுபோல் நமக்கு இன்றும் பயன்படும் மரபு இது. அந்தக் கண்களை நாம் காத்து வர வேண்டும். அலுத்துப்போன அரசியல் வாய்ப்பாடுகளிலோ, கிழடு தட்டிப்போன புரட்சியிலோ, பெண்ணுடலை விற்றுக் கொண்டிருக்கும் கலைகளிலோ, சாமியார்களின் புரட்டுகளிலோ நமக்கு நம்பிக்கையில்லை. இன்னன்ன கேள்விகளுக்கு இன்னன்ன பதில்கள்தான் எனப் பழகிப் போய்விட்ட ஆயத்த நிலை நமக்கு வயிற்றைக் குமட்டுகிறது. உளறலாக இருந்தாலும் பரவாயில்லை; சற்றுப் புதுமையானதாக இருக்கட்டும் என்று தோன்றுகிறது. பாதகமற்ற விடைகளில் ஒளிந்துகொண்டு கூட்டத்தோடு கோவிந்தா போடுபவர்களிடம் அறிவுப்பிச்சை கேட்பதைவிட சுவரில் முட்டிக் கொள்ளலாம்.

வாசகர் மிகுந்த உற்சாகத்துடன் இந்தக் கேள்வி – பதில் பகுதியில் பங்கெடுத்துக்கொள்ள வேண்டும் என்று கேட்டுக் கொள்கிறேன். மனத்திற்குப் படுகிற எந்தக் கேள்வியை வேண்டு மென்றாலும் வாசகர் கேட்கலாம். இது கற்றறிந்தவர்களின் மேடை அல்ல. பகிர்ந்துகொள்ள விரும்புகிறவர்களின் திண்ணை.

ஜூன் 2002

('வாழ்க சந்தேகங்கள்' தொகுப்பின் முன்னுரை)

நேற்றைய கடிதங்கள் பற்றி இன்றைய நினைவுகள்

ஐந்தாறு ஆண்டுகளுக்கு முன் நானும் நண்பர் கி.அ. சச்சிதானந்தமும் புதுக்கோட்டையில் திரு. கிருஷ்ண மூர்த்தி – திருமதி டோரதி கிருஷ்ணமூர்த்தி தம்பதிகளைச் சந்திப்பதற்காக அவர்களது வீட்டுக்குச் சென்றோம். இத்தம்பதியினர் அரும்பாடுபட்டு உருவாக்கியிருந்த அபூர்வமான நூல்நிலையத்தைப் பார்க்க வேண்டும் என்பது என் முக்கிய நோக்கமாக இருந்தது. கிருஷ்ண மூர்த்தி மிகுந்த ஆர்வத்துடன் நூல்நிலையத்தைச் சுற்றிக் காட்டினார். சில புத்தகங்களின் கையெழுத்துப் பிரதி களையும் காட்டினார். கடைசியாக அவர் காட்டியது கு. அழகிரிசாமி தன் நண்பர் யாரோ ஒருவருக்கு எழுதிய ஒரு சிறிய கடிதம். அதைப் படித்துப் பார்த்தேன். அதில் குறிப்பிடத்தகுந்த செய்திகள் எதுவும் இருக்கவில்லை. ஒரு அட்டையில் அக்கடிதத்தை, சிறிதும் கேடு வராதபடி அதன் மூலைகளில் மட்டும் ஒட்டி, ஒரு கண்ணாடித் தாளால் அதைப் பொதிந்து அத்தாளின் விளிம்புகளை அட்டையின் பின் பக்கம் மடக்கி ஒட்டியிருந்தார். அழகிரிசாமியின் கடிதம் இந்த ஒன்றுதான் கிடைத்தது என்றார். அந்தக் கடிதத்தைக் கிருஷ்ணமூர்த்தி பத்திரப் படுத்தியிருந்த விதம் எனக்குக் குற்ற உணர்ச்சியையும் வருத்தத்தையும் அளித்தன.

கு.அ. எனக்கு எழுதிய கடிதங்கள் எவ்வளவோ! அதேபோல் ஜீவா, வெ. சாமிநாத சர்மா, க.நா.சு, தி. ஜானகிராமன், சி.சு. செல்லப்பா, தொ.மு.சி. ராகுநாதன், ஜி. நாகராஜன், பிரமிள், சரஸ்வதி ராம்நாத், கிருஷ்ணன் நம்பி, கி. ராஜநாராயணன் போன்ற நண்பர்கள் எனக்குக் கடிதங்கள் எழுதியிருக்கிறார்கள். தொ.மு.சி. எனக்கு எழுதிய கடிதங்கள் மட்டுமே நூறுக்கு மேல் இருக்கும்.

மலையாள இலக்கியத்தில் மிகப் பெரிய சிந்தனையாளராகவும் படைப்பாளியாகவும் கருதப்படும் எம்.கோவிந்தன் எனக்குப் பல கடிதங்கள் எழுதியிருக்கிறார். அவர் காலமான தேதிக்கு முன்தேதியிட்டு எனக்கு எழுதிய கடிதம் அவர் மறைவுக்கு மறுநாள் எனக்குக் கிடைத்தது. இயக்குநர் ஜான் ஆபிரஹாமும் அவ்வப்போது எனக்குக் கடிதம் எழுதி வந்திருக்கிறார். இவற்றை யெல்லாம் நான் பத்திரப்படுத்தி வைத்துக்கொள்ளாமல் இருந்து விட்டது எவ்வளவு பெரிய தவறு என்று எனக்கு இடித்துச் சொல்வது போல் இருந்தது கிருஷ்ணமூர்த்தி எனக்குக் காட்டிய கு.அ.வின் கடிதம்.

நண்பர்களின் கடிதங்களைப் பத்திரப்படுத்தி வைத்துக் கொள்ள வேண்டும் என்பதை முற்றிலும் அறியாதவன் என்று என்னைச் சொல்லிக்கொள்ள முடியாது. நண்பர்களுடைய கடிதங்களில் லௌகீக விசாரிப்புகளுக்கு மேலாக ஏதேனும் ஒரு விஷயம் பற்றி ஒன்றிரண்டு வரிகளே இடம்பெற்றிருந் தாலும் கூட அவற்றை நான் பத்திரப்படுத்திக் கொண்டுதான் வந்திருந்தேன். எப்போதேனும் ஒருமுறை அக்கடிதங்களை மீண்டும் படித்துப் பார்க்கும் பழக்கமும் எனக்கு இருந்தது. மனம் சோர்ந்திருந்த நேரங்களில் நண்பர்கள் அவர்களது கடிதங்களில் வெளிப்படுத்தியிருந்த அன்பு எனக்கு உற்சாகத்தைத் தந்து வாழ்க்கை மீதான என் நம்பிக்கையைப் புதுப்பித்துக் கொள்ளவும் உதவியிருக்கிறது. இவர்கள் எல்லோரும் என்மீது ஏன் இவ்வளவு அன்பு செலுத்தினார்கள் என்ற கேள்விக்கு முழுமையான விடை இன்றுவரையிலும் எனக்குக் கிடைத்த தில்லை.

மிகுந்த சுதந்திரத்துடன் ஒரு எழுத்தாளனுக்கே உரிய வாழ்க்கையை வாழ வேண்டும் என்று கனவு கண்டுகொண் டிருந்த எனக்கு அவ்வாறான வாழ்க்கையைத் தேர்வு செய்ய என் சூழல் ஒரு தடையாக இருந்துவிட்டது. மனதின் அடி யாழத்தில் எப்போதும் இருந்து கொண்டிருந்த இந்தக் குறை சில சந்தர்ப்பங்களில் பொங்கியெழுந்து பெரும் துக்கமாக மனதைக் கவ்வி சோர்வில் ஆழ்த்தியிருக்கிறது. அவ்வாறு சோர்வில் ஆழ்ந்த நேரங்களில் உணர்ச்சிவசப்பட்டுப் பல தவறான காரியங்களைச் செய்திருக்கிறேன். நான் பத்திரப் படுத்தி வைத்திருந்த கடிதங்களை அழித்தது அவற்றில் ஒன்று. எனக்குக் கடிதங்கள் எழுதிய பல நண்பர்கள் இன்றில்லை. அவர்கள் முகங்கள் எனக்குப் பசுமையாகவே நினைவிருக் கின்றன. ஆனால் அவர்களும் நானும் கொண்டிருந்த உறவுக்கு விளக்கமாக இருந்த கடிதங்களை என்றென்றுமாக இழந்து விட்டது என் வாழ்க்கையின் துரதிருஷ்டம்.

அதிர்ஷ்டவசமான ஒரு கவனக்குறைவால் கு. அ. வுக்கும் எனக்குமான கடிதப் போக்குவரத்தில் ஒரு பகுதி மட்டும்

தனியாக எனக்குத் தெரியாமல் இருந்திருக்கின்றன. அவற்றை மட்டும் இப்போது வெளியிட்டிருக்கிறேன். இக்கடிதங்களை இப்போது படித்தபோது என் இளமை வாழ்க்கை சார்ந்த எண்ணற்ற நினைவுகள் எனக்குள் துளிர்த்தன. அந்த வாழ்க்கை மீண்டும் கிடைத்தால் அன்று இருந்ததைவிடவும் விவேகமாக, அனுபவத்தில் பெற்ற இன்றைய அறிவு சார்ந்து வாழ்வதற்கான ஒரு சந்தர்ப்பம் கிடைக்குமே என்ற கற்பனையிலிருந்து விடுபட முடியவில்லை.

இக்கடிதங்கள் இன்றும் என் மனதில் நல்லுணர்வுகளையே ஏற்படுத்துகின்றன என்றாலும் ஒன்றிரண்டு விஷயங்களை நான் குறிப்பிடுவது அவசியம் என்று எண்ணுகிறேன். கு. அ. மிகையாகவோ போலியாகவோ எழுதக்கூடியவர் அல்ல. ஆனால் அவர் ஏற்றுக்கொள்ளும் காரியங்களை அடிப்படையாக வைத்து நண்பர்களை மிகுந்த அளவுக்கு உற்சாகப்படுத்துவது அவர் சுபாவம். என் எழுத்தைப் பற்றி அன்று அவர் கூறியிருக்கும் கருத்துக்கள் அவர் உணர்வுகளை வெளிப்படுத்தக்கூடியவை என்றாலும் எனக்கு ஊக்கம் தர வேண்டும் என்பதில் அவர் கொண்டிருந்த ஆர்வத்திலிருந்து என்னால் அவற்றைப் பிரித்துப் பார்க்க முடியவில்லை. என் பதில்களைப் படித்துப் பார்த்த போது பொதுவாக அவை என் உணர்வுகளைப் பிரதிபலிப்ப தாகவே இருக்கின்றன. ஆனால் அக்கடிதங்களின் தொனி இன்று எனக்கு அந்நியமாக இருக்கிறது. டி.கே.சி. பாணியின் பாதிப்பைப் பெற்ற தொனி என் கடிதங்களிலிருந்து நான் மத்திய வயதை அடைவதற்கு முன்னாலேயே முற்றாக வெளியேறிவிட்டது இன்று எனக்கு மகிழ்ச்சியைத் தருகிறது. மனதிற்குப்படும் உண்மைகளைக் கூட பிறருக்குத் திருப்தி அளிக்கும் நோக்கத்தை அடிப்படையாகக் கொண்டு எழுத வேண்டாம் என்றும், உண்மை தன்னளவில் அளிக்கும் திருப்தியே போதுமானது என்றும் நான் முடிவுக்கு வந்தது மகிழ்ச்சியைத் தருகிறது.

இக்கடிதங்களைத் தொகுத்து முன்னுரை எழுதித் தந்த நண்பர் ராஜமார்த்தாண்டன், ஒன்றுக்கு இரண்டுமுறை இவற்றைப் படித்துப் பார்த்து யோசனைகள் கூறிய நண்பர் எம். எஸ். ஆகியோருடன் இப்புத்தகம் வெளிவருவதில் பெறும் மகிழ்ச்சியைப் பகிர்ந்துகொள்கிறேன்.

இக்கடிதங்களைக் கணினியில் ஏற்றி ஒப்பிட்டுப் பார்த்து அச்சேற்றத்திற்குரிய பிரதியைத் தயார் செய்தவர்கள் குமார், ஜெயா, கனிதா ஆகியோர். இவர்களுக்கு என் நன்றி.

நாகர்கோவில் **சுந்தர ராமசாமி**

10 டிசம்பர் 02

('இதம் தந்த வரிகள்' நூலின் முன்னுரை)

இவை என் உரைகள்

எனக்கு அரசியல் வெறியும் இலக்கிய வெறியும் தலைக்கு ஏறிய காலத்தில், இருபது வயதுவாக்கில், நான் மேடையில் பேசத் தொடங்கினேன். அப்போது நான் பேசும் கூட்டங்களுக்கு கிருஷ்ணன் நம்பியும் என்னுடன் தவறாமல் வருவார். என் பேச்சை உன்னிப்பாகக் கேட்டு விட்டு, பிறர் என் பேச்சைப் பற்றி என்னிடம் கூறுபவற்றைக் காது கொடுத்துக் கேட்காத பாவனையில் கூர்மையாகக் கவனித்து, இரண்டொரு நாட்கள் கழித்து என் பேச்சைப் பற்றிய அவரது விமர்சனங்களைத் தராசில் தங்கக் காப்பை எடை போடுவது போல் அளந்து சொல்லத் தொடங்குவார். பிறர் தரும் பாராட்டில் எனக்குத் தலைக் கனம் வராமல் அவ்வப்போது தட்டி விடும் பொறுப்பு தன்னுடையது என்ற எண்ணம் அவருக்கு இருந்தது.

பேசத் தொடங்கிய ஆரம்ப நாட்களில் என் நண்பர் பேராசிரியர் எ. பத்மநாபன், அவருடைய ஊரான சுசீந்திரத்தில் பேச என்னை அழைத்திருந்தார். எதைப் பற்றிப் பேசினேன், எங்கு பேசினேன் என்பதெல்லாம் என் நினைவில் இல்லை. பேசிய இடம் ஒரு குகைபோல் இருட்டாக இருந்தது என்பது மட்டும்தான் இப்போது நினைவில் இருக்கிறது. என் பேச்சை பத்மநாபன் அன்று வெகுவாகப் பாராட்டினார். அவர் சொன்ன சொற்கள் என் மனதில் ஆழமாகப் பதிந்து இன்றும் நினைவில் இருக்கின்றன.

க.நா.சு.வை சந்தித்து அவருடன் நெருக்கமாகப் பழக நேர்ந்த பின் அவர் ஒருநாள், ‘பேச்சு, பாட்டு, கூத்து, அரசியல்’ என்றெல்லாம் வைத்துக்கொண்டால் ‘சிருஷ்டித்திறன்’ பின்னால் போய்விடும் என்றார்.

எனக்குப் பின்னந்தலையில் யாரோ தட்டியது போல் ஒரு அதிர்ச்சி ஏற்பட்டது. அவருடைய எச்சரிக்கையை உடனடியாக அமுல்படுத்த வேண்டும் என்றுகூடத் தோன்ற ஆரம்பித்தது.

மேடைப் பேச்சை எல்லாம் மறந்து, பல வருடங்களுக்குப் பின் 1988இல் தெ.தி. இந்துக் கல்லூரி மாணவராக இருந்த கிருஷ்ணன் – இப்போது நெய்தல் கிருஷ்ணன் என்று அறியப் படுகிறவர் – என்னைச் சந்தித்து அவரது கல்லூரியில் நான் பேச வேண்டும் என்று இங்கிதமாக வற்புறுத்தினார். அவரது உற்சாகமும் என்மீது அவர் வைத்திருந்த நம்பிக்கையும் என்னைக் கவர்ந்தன. 'ஒரு படைப்பாளி இளைய தலைமுறைக்குக் கூற விரும்புபவை' என்ற தலைப்பில் நான் அன்று பேசிய பேச்சு கிருஷ்ணனுக்கு வெகுவாகப் பிடித்திருந்தது. இந்துக் கல்லூரி ஆசிரியர்களில் சிலரும் என்னைப் பாராட்டினார்கள். அன்று தான் மேடைப் பேச்சு சம்பந்தமாக க.நா.சு.வின் 'அறிவுரை' சற்றுத் தளர்ந்தது என்று நினைக்கிறேன்.

என்னைப் பேச அழைப்பவர்களிடம் நான் தவறாமல் கூறிவரும் விஷயங்கள் இரண்டு: 1. கேட்பவர்கள் களிப்பும் உற்சாகமும் அடையும்படி என்னால் பேச முடியாது. 2. நான் மட்டும் பேசி முடிப்பதாக இல்லாமல் பலரும் கலந்து விவாதிக்க வாய்ப்பாகக் கூட்டத்தை அமைக்க முடிந்தால் நல்லது.

பேச்சைக் கேட்க வருகிறவர்கள் சிறந்த பொழுதுபோக்கை எதிர்பார்த்து வரும்படி நமது சொற்பெருக்கு வீரர்கள் அவர் களைப் பழக்கப்படுத்தி வைத்திருக்கிறார்கள். ஒரு மணி நேரம் சண்டப் பிரசண்டம் செய்துவிட்டுத் தன் பேச்சைப் பற்றிக் கேட்பவர்கள் என்ன நினைக்கிறார்கள் என்பதை அறிவதில் ஆர்வமற்று மேடையை விட்டு இறங்கிப்போவது மிகுந்த கூச்சத்தைத் தரும் காரியமாகவே இன்றும் எனக்கு இருக்கிறது.

என் பேச்சுக்களில் ஒருசில நாடாவில் பதிவாகி இருக்கின் றன. பதிவாகாதவை, கேட்டவர்கள் மனங்களில் பதிவாயிற்றா அல்லது காற்றில் கலந்துபோயிற்றா என்பது எனக்குத் தெரியாது. காற்றோடு கலந்துபோயிருந்தாலும் கவலைப்பட ஒன்றுமில்லை. கதையாகவோ, நாவலாகவோ, கவிதையாகவோ, கட்டுரை யாகவோ நான் எழுதிவருபவற்றின் தொடர்ச்சிதான் என் பேச்சும். போனது போல் போய்விட்டு எல்லாம் ஏதேனும் ஒரு உருவத்தில் மீண்டும் திரும்பி வரும்.

இலக்கியம் பற்றி எனக்கு இருக்கும் ஆர்வத்திற்குச் சற்றும் குறைந்தது அல்ல தமிழ்ச் சூழல் பற்றிய என் அக்கறைகள். ஒன்றிலிருந்து மற்றொன்றை என்னால் பிரித்துப் பார்க்க

முடியவில்லை. இந்த உரைகளை இப்போது படித்துப் பார்த்த போது இந்த எண்ணம்தான் எனக்கு உறுதிப்பட்டது.

என் பேச்சுக்களைப் புத்தக வடிவமாக்க வேண்டும் என்ற எண்ணம் எனக்கு இருந்ததே இல்லை. காலச்சுவடு பதிப்பகத்தில் பணியாற்றும், என்மீது மிகுந்த மதிப்பும் அன்பும் வைத்திருக்கும் உதவியாளர்களின் கைங்கரியம் என்றுதான் இந்தத் தொகுப்பைச் சொல்ல வேண்டும். அவர்கள் எடுத்துக் கொண்ட சிரமம் மிக அதிகம். இச்சிரமத்தை அவர்கள் மேற்கொள்ளவில்லை என்றால் இவ்வுரைகள் வெளிவருவதற்கே சாத்தியமில்லை.

நாடாவிலிருந்து என் பேச்சை எழுதி எடுக்கும் அலுப்பும் சிரமமும் மிகுந்த பணியைச் செய்தவர் பி.ஆர். மகாதேவன். விவரங்களைச் சேகரித்தவர் கனிதா தேவி.

என் படைப்புக்கள் நிறைவாக வெளிவர வேண்டும் என்ற குறிக்கோளில் மிகுந்த ஆர்வத்துடன் எனக்குப் பல உதவிகளும் செய்து வருபவர் ஐம்பது வருடங்களாக என் நண்பராக இருக்கும் எம்.எஸ்.

இவ்வுரைகளைப் படித்துப் பார்த்துத் தன் யோசனைகளைச் சொன்னவர் என் நண்பர் கி. நாராயணன். அவர் மிகுந்த பொறுப்புக்களோடும் உடல் அசௌகரியத்துடனும் இருந்துங் கூட என் உரைகளைப் படித்துப் பார்க்க விரும்பியது என் மனதைத் தொட்டது.

எல்லோருக்கும் என் நன்றியையும் அன்பையும் தெரிவித்துக் கொள்கிறேன்.

நாகர்கோவில் **சுந்தர ராமசாமி**
10 மார்ச் 03

('இவை என் உரைகள்' கட்டுரைத் தொகுதிக்கு எழுதிய முன்னுரை)

இறந்த காலம் பெற்ற உயிர்

இது என்னுடைய மூன்றாவது கட்டுரைத் தொகுப்பு. இக்கட்டுரைகள் 1991இலிருந்து 2003 வரையிலுமான காலத்தில் எழுதியவை. நான் எழுதிய காலத்தை ஒட்டியே இதழ்களில் இவை பிரசுரமாயிருக்கின்றன. விதிவிலக்காக 1995இல் ரகுநாதனைச் சந்தித்தது பற்றி நான் எழுதி வைத்துக்கொண்டிருந்த குறிப்பு இப்போதுதான் அச்சேறுகிறது.

என்னுடைய முதன்மையான கவனமும் ஆர்வமும் இலக்கியத்தைச் சுற்றி இருந்தாலும் என் நோக்கம், படைப்புகள் வழியாக தமிழ்ச் சூழலில் சிந்தனை சார்ந்த ஒரு விழிப்பை உருவாக்குவதில் முக்கியமான பங்கை ஆற்ற வேண்டும் என்பதே. இந்தக் குறிக்கோளில் தொடர்ந்து நான் முனைப்புக் கொண்டு உழைத்திருப்பதை இக் கட்டுரைகள் மேலும் எனக்கு உறுதிப்படுத்துகின்றன. இது எனக்கு மனநிறைவைத் தரும் விஷயம்.

என் நீண்டகால உருவாக்கங்கள் மூலம் நானும் ஒருசில வாசகர்களைப் பாதித்திருக்கிறேன் என்றுதான் நினைக்கிறேன். பாதிப்புப் பெற்றவர்களின் ஒரு பகுதி நான் அறியக் கூடாததாகவும் இருக்கலாம். என்றாலும் தமிழ்ச் சூழலில் விரிவான பாதிப்பை உருவாக்க வேண்டும் என்ற என் குறிக்கோள் இன்றுவரையிலும் நிறைவேறாததாகவே இருக்கிறது.

சமீபகாலம் வரையிலும் இலக்கியச் சிற்றிதழ்களுக்கு வெளியே பிரபல பத்திரிகைகளுக்கு நான் அதிகம் எழுதியதில்லை. அதற்கான சந்தர்ப்பமும் எனக்கு இல்லை.

முண்டியடித்துக்கொண்டு நுழைந்திருந்தால் என் படைப்புகளில் ஒருசில ஜனரஞ்சகமான இதழ்களில் வெளிவந்து அதிக வாசகர்களை எட்டியிருக்கும். அந்த அளவுக்குப் பாதிப்பையும் நிகழ்த்தியிருக்கும். எப்போது வணிக இதழ்களைத் தேடிக் கொண்டு போகிறோமோ அப்போது அவர்கள் எதிர்பார்ப்புச் சார்ந்தோ அல்லது அவர்கள் முன்வைக்கும் நிபந்தனை சார்ந்தோ தான் செயல்பட முடியும்.

ஆங்கிலத்தில் வெளிவரும் பெரும்பான்மையான பத்திரிகைகள் வணிக நோக்கத்துடனேயே வெளிவருகின்றன. தங்கள் வணிக நோக்கம் நிறைவேறுவதற்கே தீவிரமான படைப்பாளிகளுக்கும் இடம் ஒதுக்க வேண்டிய அவசியம் ஆங்கில வாசகச் சூழலில் இருக்கிறது. ஏறத்தாழ இதே நிலைதான் மலையாள மொழியைச் சார்ந்த வாசகர்களின் எதிர்பார்ப்பிலும் இருக்கிறது. அங்கு பிரபல இடைநிலை இதழ்கள்கூட தீவிரமான படைப்பாளிகளுக்கும் சிந்தனையாளர்களுக்கும் உரிய கௌரவத்துடன் இடமளித்துவருகின்றன. தமிழ் வணிக இதழ்கள் பிறமொழி வணிக இதழ்களைவிட வித்தியாசமானவை. மேலோட்டமானவை. அசட்டுத்தனமானவை. கருத்துலகம் சார்ந்த எந்த கவனமும் இல்லாதவை. சமூக அக்கறை இல்லாதவை. அவை முற்றாகத் தங்களை வணிகத்துக்கே தாரைவார்த்துக்கொண்டிருக்கின்றன. தமிழ்ச் சிந்தனையாளர்களும் படைப்பாளிகளும் அவர்களுடைய இதழ்களிலிருந்து ஒரு பக்கத்தைக்கூட பெற்றுக்கொள்ள முடியாத இறுக்கமான சூழல்தான் சமீபகாலம் வரையிலும் இருந்திருக்கிறது. இந்த உண்மைகளை மீண்டும் மீண்டும் வாசகர் கவனத்திற்குக் கொண்டுவர நான் முயன்றிருக்கிறேன்.

இப்போது வணிக இதழ்கள் சிற்றிதழ் எழுத்தாளர்கள் சார்ந்து தங்களுக்கிருக்கும் இறுக்கத்தை சிறிது தளர்த்திக்கொண்டிருக்கிறார்கள் என்றால் அதை எண்ணி நாம் பெருமைப்பட ஒன்றுமில்லை. தீவிரமான படைப்பாளிகளை முற்றாக ஒதுக்குவது விவேகமான செயல்பாடாக இருக்காதோ என்று வணிக இதழ்களுக்குச் சந்தேகம் தோன்றும் அளவுக்குச் சிற்றிதழ் படைப்புகள் தமிழ்ச் சூழலில் வலுப்பெற்றிருக்கின்றன.

நம்மை நாம் சுருக்கிக்கொள்ளாமல் நம் கருத்துக்களை நம் விருப்பப்படிச் சொல்ல ஒரு பத்திரிகை இடம் தரும் என்றால் அது வணிக இதழ் என்றாலும்கூட அவர்கள் அளிக்கும் பக்கங்களை ஏற்று அதிக வாசகர்களிடையே தம் படைப்புக் களைக் கொண்டு போவதுதான் ஒரு படைப்பாளியின் விவேகமான செயல்பாடாக இருக்கும். தீவிர எழுத்தாளனின் செயல்

பாடுகள் எல்லாமே ஏதோ ஒரு விதத்தில் வணிகச் சூழலை மறுபரிசீலனை செய்யவே வாசகர்களை வற்புறுத்துகின்றன.

நான் மதிக்கும் என் கதைகள் அனைத்தும் – ஒன்றிரண்டு நீங்கலாக – சிற்றிதழ்களிலேயே வெளிவந்திருக்கின்றன. எந்த விதமான படைப்புகளின் ஆக்கங்களில் நான் நம்பிக்கை வைத்திருக்கிறேனோ அவை தமிழில் வணிக இதழ்களுக்கு ஏற்றதாக இருக்கவில்லை என்பது தெளிவு.

ஒரு இதழாசிரியர் என் எழுத்துக்களை விரும்பி உண்மை உணர்வுடன் அவருடைய இதழுக்கு எழுதும்படிக் கேட்டுக் கொண்டால் மட்டுமே நான் படைப்புகளை அவர்களுக்கு அனுப்பித் தந்திருக்கிறேன். நானாக எழுதி இதழ்களுக்கு அனுப்பும் முயற்சியை நான் ஒருபோதும் மேற்கொண்டதில்லை. இதற்குக் காரணம் நாமாக அனுப்பும் படைப்புகளின் அச்சாக்கம் சார்ந்து எந்த நிபந்தனையையும் நாம் அவ்விதழ்களுக்குப் போடமுடியாது என்பதால்தான். நாமாக அனுப்பி வைக்கும் படைப்புகள் வெளியிடுபவர்களின் பார்வையில் அநேகமாக எடிட் செய்யப்பட்டுத் தான் அச்சேறுகின்றன. நம்மைத் தேடி வந்து அவர்கள் நம் படைப்புகளைக் கேட்கும்போது நாம் ஒருசில நிபந்தனைகளைப் போட முடிகிறது.

வணிக இதழ்கள் என் படைப்புகளை எடிட் செய்வதை நான் ஏற்கவில்லை. இதனால் எடிட் செய்யும் கருத்தாக்கத்தை நான் மறுக்கிறேன் என்பதல்ல. தகுதி கொண்டவர்களின் மறுபரிசீலனை ஒரு படைப்பின் வலுவைக் கூட்டக்கூடியதாக இருக்கும் என்பது தான் என் நம்பிக்கை. ஆனால் வணிக ஆசிரியர்கள் எவருமே ஒரு படைப்பாளியின் படைப்பில் கையை வைக்கும் யோக்கியதை கொண்டவர்கள் அல்ல. அதே நேரத்தில் இதழாசிரியர்கள் எழுதிக் கேட்டதன் விளைவாக நான் ஒரு படைப்பை அவர்களுக்கு அனுப்பி வைத்த போதும், அப்படைப்பு ஏதோ ஒரு காரணத்தினால் ஏற்க முடியாத ஒன்றாக அவர்களுக்கு இருக்குமென்றால் அதை அவர்கள் தாராளமாக எனக்குத் திருப்பி அனுப்பலாம். எழுதிக் கேட்டுவிட்டதையே ஒரு காரணமாகச் சொல்லி என் படைப்பை வெளியிட நிர்ப்பந்தப்படுத்துவது ஒரு எழுத்தாளனுக்கு இழிவான காரியம் என்றுதான் நினைக்கிறேன்.

வணிக இதழ்களில் எழுதும்போதும் சிற்றிதழ்களில் நான் கூறிய கருத்துக்களுக்குத் தொடர்ச்சியாகவே அவை இருக்கின்றன. இதன் மூலம் நான் ஏற்றிருக்கும் கருத்துகளை அதிக வாசகர்களிடம் கொண்டு போக முடிகிறது. ஆனால் இதற்கான

சந்தர்ப்பம் எனக்கு மிகக்குறைவு. எந்த அளவுக்கு சந்தர்ப்பம் கிடைக்கிறதோ அந்த அளவுக்கு அதை நான் பயன்படுத்திக் கொள்வேன். சமூகத்துக்கும் எழுத்தாளனுக்குமான உறவு வலுவடைய யார் உதவினாலும் அதை ஏற்றுக்கொள்ள நான் தயாராகவே இருக்கிறேன்.

இக்கட்டுரைகளைத் தொகுத்து உதவியவர் என் நண்பர் பி.ஆர். மகாதேவன். பிழை திருத்தியவர்கள் எம். எஸ்., ஆனந்த் செல்லையா ஆகியோர். விவரங்களைச் சேர்த்தவர் கனிதா தேவி. இவர்கள் எல்லோருக்கும் என் அன்பையும் நன்றியையும் தெரிவித்துக் கொள்கிறேன்.

இக்கட்டுரைகளின் தொகுப்பை நிறைவாக அச்சேற்றும் பொருட்டு காலச்சுவடு பதிப்பகம் மேற்கொண்ட உழைப்பிற்கும் கவனத்திற்கும் நான் அவர்களுக்கு நன்றி சொல்லக் கடமைப் பட்டவன்.

நாகர்கோவில் **சுந்தர ராமசாமி**
05.04.03

('இறந்தகாலம் பெற்ற உயிர்' கட்டுரைத் தொகுதிக்கு எழுதிய முன்னுரை)

இப்படித்தான் மொழிபெயர்த்தேன்

நான் முதன் முதலாக 1964இல் ஆங்கிலம் வழி தமிழில் ஒரு கவிதையை மொழிபெயர்த்தேன். அப்போது அதிகப்பிரசங்கித்தனமான ஒரு காரியத்தைச் செய்கிறேன் என்ற பதைப்பு இருந்தது. கவிதை பிரெஞ்சு மொழியில் ழாக் ப்ரெவெர் *(Jacques Prevert)* எழுதியது. (அப்போது ஆங்கில எழுத்துக்களைக் கூட்டி ஜாக்யூஸ் ப்ரீவெர்ட் என்று எழுதியிருந்தேன். இதுபோன்ற கொலைகளை இன்றும் செய்து வருகிறேன்.) அந்த நாட்களில் கவிதை மொழிபெயர்ப்புப் பற்றி கனவொன்றும் இருக்கவில்லை. ழாக் ப்ரெவரின் கவிதை மனதை ஈர்த்தது. அன்றே நகுலனின் *Words For the Listening Air* என்ற கவிதையையும் மொழிபெயர்த்தேன். அந்தத் தலைப்பு என் மனதைக் கவர்ந்திருந்தது.

இக்கவிதைகளை 'இலக்கிய வட்ட'த்தில் வெளியிட க.நா.சுவுக்கு அனுப்பியபோது ஆங்கில மூலங்களையும் பிரதி செய்து அனுப்பி, ஒப்பிட்டுப் பார்த்து பிழைகள் இருந்தால் திருத்திக்கொள்ள வேண்டும் என்றும் கேட்டிருந்தேன். கவிதைகள் பிரசுரமாயின. ஆனால் ஒப்பிட்டுப் பார்த்தாரா என்பது தெரியவில்லை. அநேகமாகப் பார்த்திருக்கமாட்டார் என்றுதான் தோன்றிற்று.

1973இல் லோர்க்காவின் கவிதைகளைப் படிக்க நேர்ந்தபோது அவை எனக்கு வெகுவாகப் பிடித்திருந்தன. அப்போது அக்கவிதைகளில் ஒரு சிலவற்றை மொழிபெயர்த்தேன். தருமூ அரூப் சீவராமிடம் (பிரமிள்) நெருக்கமாக இருந்ததால் இந்தக் கவிதைகளை அவர் பார்வைக்குக் கொடுத்தேன். மிகப் பெரிய தவறொன்றை அவர் எடுத்துக் காட்டினார். அன்று அவருக்கு நன்றி சொன்னேன்.

மீண்டும் ஒருமுறை அவரது ஆத்மாவுக்கு நன்றி தெரிவிப்பது அதிகப்படியானதல்ல.

இலங்கை நண்பர் பத்மநாப அய்யரை நான் முதலில் சந்தித்த வருடம் 1981 அல்லது 82. அவர் எனக்கு ஆங்கிலத்தில் மொழி பெயர்க்கப்பட்ட கவிதைப் புத்தகம்[1] ஒன்றை அன்பளிப் பாகத் தந்தார். ரெகி சிரிவர்தனா மொழிபெயர்த்திருந்த தொகுப்பு அது. அவரைப் பற்றி உள்ளூர ஒரு மதிப்பு இருந்தது. ஒரு ஆங்கில இதழில் நடைபெற்ற இலக்கிய விவாதத்தில் தன் மார்க்சியப் பார்வையில் அவர் எழுதிய கட்டுரை என் நினைவில் இருந்தது. அத்துடன் அந்தப் புத்தகத்தின் அச்சும் அமைப்பும் என் மனதுக்கு நெருக்கமாக இருந்தன. மேலட்டை வடுமாங்காயின் நிறத்தில் அற்புதமாக இருந்தது. மேலட்டை எழுத்துக்கள் ஒரு ருஷ்ய அரண்மனையின் தூண்களிலோ அல்லது அரச சபை நாற்காலிகளிலோ செதுக்கப்பட்ட, மனதை அள்ளும் வேலைப்பாடுகள் போலிருந்தன. கவிஞர்கள் பெயரைப் பார்த்தேன். பலரும் பூர்வஜென்மத்திலிருந்தே எனக்கு மானசீக நெருக்கம் கொண்டவர்கள். பல மொழிகளில் எழுதியிருக்கும் கவிஞர்கள். அவர்களின் பெயரை உச்சரிப்பதுகூட ஒரு குறிப் பிட்ட வயதில் எனக்கு களிப்பைத் தந்திருக்கிறது. புரிந்தும் புரியாமலும் நான் மயக்கத்துடன் சத்தமிட்டுப் படித்தவை அவை.

இதுபோல் என்னைக் கவர்ந்த மற்றொரு தொகுப்பு நோபல் பரிசு பெற்றவரான செஸ்லாவ் மிலோஸ் 1996இல் *A Book of Luminous Things*[2] என்ற தலைப்பில் வெளியிட்டுள்ள உலகக் கவிதைகளின் ஆங்கில மொழிபெயர்ப்பு. அந்தப் புத்தகம் சமீப காலத்தில் அச்சடிக்கப்பட்டிருந்தாலும்கூட தோற்றம் சுமாராகத்தான் இருந்தது. சிறிதும் கனவைத் தூண்டுவதாக இருக்கவில்லை. ஆனால் அவர் தேர்ந்தெடுத்திருந்த பல கவிதை களும் அக்கவிதைகளுக்கு அவர் எழுதியிருந்த மாயாஜாலக் குறிப்புகளும் என்னை ஈர்த்தன. இத்தொகுப்பை கலிஃபோர்னியா வில் ஒரு குட்டி நூல் நிலையத்தில் பார்த்தேன். கடைகளில் தேடியபோது அந்த நேரத்தில் அந்தப் புத்தகம் கிடைக்கவில்லை. கணிசமான கவிதைகளை பிரதியெடுத்து வைத்துக்கொண்டேன். எனக்கு உவப்பான கவிதைகளை மொழிபெயர்த்து முடித்த பின் புத்தகமும் கிடைத்தது.

---

1. *Many Voices*, 50 poems from the Spanish, Italian, French and Russian, translated by Roggie Siriwardena.
2. *A Book of Luminous Things*, Edited and with an Introduction by Czeslaw Milosz.

ரெகி சிரிவர்தனாவின் தொகுப்பு கிடைத்த காலத்தை யொட்டி அதிலிருந்து சுமார் பத்துப் பனிரெண்டு கவிதைகளை மொழிபெயர்த்தேன். எனக்கு மிகச் சிறந்த கவிதைகள் என்று பட்டவற்றை எல்லாம் மொழிபெயர்க்க முடியவில்லை. மொழி பெயர்க்கச் சாத்தியமானவற்றை மட்டும் தேர்வு செய்தது கூச்சத்தைத் தந்தது. இன்று ஒன்று தெரிகிறது : எவ்வளவு தேர்ச்சி கொண்ட மொழிபெயர்ப்பாளனாலும் நெருங்கவே முடியாத கவிதைகள் இருக்கின்றன. கடினமான கவிதைகள் மட்டுமல்ல, சில எளிமையான கவிதைகள் கூட. அர்த்தத்தைப் பிடித்த நிலையிலும் சில கவிதை வரிகளில், மொழிக்கு வசப் படாமல் நிற்கும் சூட்சுமங்களையும் அழகுகளையும் மொழி பெயர்க்க முடியாமல் போய்விடுகிறது. சமாளிக்கலாம்; ஆனால் சமாளிப்பது நல்ல மொழிபெயர்ப்பாகாது.

நான் மொழிபெயர்த்த கவிதைகளை, இணக்கமும் திறனும் கொண்ட யாரேனும் ஒருவருடன் சேர்ந்து சரிபார்க்க வேண்டும் என்றிருந்தேன். பொருந்திவரும் பெயர்கள் எதுவும் தட்டுப்பட வில்லை. பின்னால் க்ரியா ராமகிருஷ்ணனுடன் நெருக்கமான உறவு ஏற்பட்டபோது அவரும் நானும் சேர்ந்து என் கதைகள், கட்டுரைகளை சரி பார்த்தோம். அது எனக்கு பெரிய அனுபவ மாக இருந்தது. எழுதப்பட்ட ஒவ்வொரு வார்த்தையும் கல்லில் கொத்தப்பட்டது என்றும், ஆகவே அவற்றைச் செப்பனிடும் யோசனையே குற்றம் என்றும் நான் கொண்டிருந்த கற்பனை உடைந்தது. ஆனால் ஒன்று : பிறருடைய அபிப்பிராயத்தை எந்த அளவுக்குக் கேட்க வேண்டும் என்பது பற்றி படைப்பாளிக்கு சுயமான நிலைபாடு இருக்க வேண்டும். எடிட்டர் தரும் எல்லா யோசனைகளும் ஒரு படைப்பாளிக்கு உவப்பாக அமைய வேண்டும் என்பதில்லை.

க்ரியா ராமகிருஷ்ணனும் நானுமாக சில கவிதைகளையும் ஒப்பிட்டுப் பார்த்தோம். கவிதைகளுடன் அவர் நெருக்கமாக இல்லை என்ற நினைப்பு எனக்கு இருந்ததால் ஆர்வத்துடன் அந்தப் பணிக்குள் நான் நுழையவில்லை. ஆனால் முதல் நாளே அர்த்தங்களை மட்டுமல்ல கவிதையிலிருந்த பாவங்களை யும் குறிப்புணர்த்தல்களையும் சொற்களின் அழகுகளையும் நழுவிப் போய்விடாமல் மறித்து மொழிபெயர்ப்புக்குள் தள்ளு வதில் அவர் திறமைசாலி என்பது வெளிப்பட்டது. அவருடைய ஆங்கில ஞானமும் என்னைவிட அதிகம். பல கவிதைகளை நாங்கள் சேர்ந்து பார்த்தோம். பல நுட்பங்களை என் மனதில் பதிய வைத்த அனுபவம் அது.

அதன்பின்னும் அவ்வப்போது உதிரியாகப் பல கவிதை களை மொழிபெயர்த்து வந்தேன். மொழிபெயர்ப்பில் உள்ள ஈடுபாடு கூடிக்கொண்டே போயிற்று. சவால்கள் என்னை சங்கடப்படுத்தியது போக ஊக்கப்படுத்தத் தொடங்கின. மனதுக் குள் ஆறப்போட்டு தீவிரமாக யோசித்தால் மூலக்கவிதையிலுள்ள பெரும்பான்மையான நுட்பங்களைத் தமிழில் பிடித்துவிடலாம் என்று தோன்றிற்று. தமிழ் செழிப்பாக இருப்பதை மீண்டும் உணர்ந்து பெருமிதம் கொண்ட சந்தர்ப்பம் அது.

உலகக்கவிதைகளிலிருந்து சுமார் ஆயிரம் கவிதைகளை தமிழில் கொண்டு வரவேண்டும் என்ற வெறி இருந்தது. நடைமுறையில் இப்போது பத்தில் ஒரு பங்குதான் சாத்தியப் பட்டிருக்கிறது.

ரெகி சிரிவர்தனாவின் புத்தகத்திலிருந்து மொழிபெயர்த்த சில கவிதைகளும் வேறு பல கவிதைகளும் பல வருடங்கள் சரி பார்க்கப்படாமலேயே கிடந்தன. அதன்பின் நண்பர் எம்.எஸ்ஸுடன் இணைந்து அவற்றைச் சரிபார்த்தேன். முதலில் ஒருமுறை. பத்திரிகைகளுக்கு அனுப்புவதற்கு முன் மறுமுறை. இப்போது நூலாகத் திரட்டும்போது மூன்றாவது முறை.

கவிதைகளை மொழிபெயர்க்கும்போது அழகுகளைவிட ஒரு சொல் அதிகமாக அர்த்தங்களுக்கு அழுத்தம் தரவேண்டும் என்பது என் நம்பிக்கை. மொழிபெயர்ப்புப் பற்றிய கோட்பாடு கள், மேற்கில், எளிமையானவற்றிலிருந்து சிக்கலானவை வரை நிறையவே இருக்கின்றன. சாராம்சமாக என் மனதில் படிந்திருப் பவை இரண்டு போக்குகள்தான். கவிதையின் மொழிபெயர்ப்புக் கரடுமுரடாக இருந்தாலும் மூலத்தின் பொருளுக்கு ஏற்பவே செய்யவேண்டும் என்பது ஒன்று. மொழிபெயர்க்கப்பட்ட கவிதை சரளமாக இருக்க வேண்டும் என்பதால் மூலக்கவிதை யின் சாராம்சத்தைப் புரிந்து கொண்டு சில சுதந்திரங்களை எடுத்துக்கொள்ளலாம் என்பது மற்றொன்று. இந்த இரண்டு வழிகளும் எனக்குச் சரியாக வரவில்லை. முதல் வழியைப் பின்பற்றினால் கவிதை மொழி மோட்டாவாக இருப்பது என்னைச் சங்கடப்படுத்திற்று. இரண்டாவது வழியைப் பின் பற்றினால் கவிதைமொழி சரளமாக இருப்பது மூலத்திலிருந்த பல நுட்பங்களையும் விட்டுக்கொடுத்த குற்றமாக என் மனதில் உறுத்திற்று. நான் இரண்டு வழிகளுக்கும் இடையே ஒரு கோட்டை போட்டுக்கொண்டேன். அந்தக் கோடு வழி போக வேண்டும் என்பது என் எண்ணம். மத்திய மார்க்கம் தான் நல்லது என்று புத்தரும் சொல்லியிருக்கிறார்.

சொல் அட்டவணை மட்டாக இருக்கும் மொழி சார்ந்த கவிதையை சொற்பெருக்கு மிகுந்த மொழிக்குக் கொண்டு வரும்போதுகூடப் பொருத்தமான சொற்கள் கிடைக்காமல் தத்தளிக்க நேருகிறது. மொழி வேறுபட்ட நாகரிகங்களின் சாராம்சங்களை உள்வாங்கிக்கொண்டிருப்பதால் மொழியின் பலம் அல்லது பலவீனத்தைத் தாண்டி மற்றொரு மொழி சார்ந்த படைப்பை மொழிபெயர்க்கும் நோக்கத்துடன் எதிர் கொள்வது பெரும் சவாலாகவே இருக்கிறது.

தமிழ்மொழி ஆங்கிலக் கவிதையை எதிர்கொள்ளும் போது எப்படி எளிமையாகத் தோன்றுகிற வார்த்தையைக்கூட சில சமயம் மொழி பெயர்க்க முடியாதபடி ஆகிவிடுவது வியப்பைத் தருகிறது. நான் மொழிபெயர்க்க சங்கடப்பட்ட ஆங்கில வார்த்தைகளைத் திரட்டி வாசகர்களுடன் பகிர்ந்து கொள்ள வேண்டும் என்ற ஆசை எனக்கு இருந்தது. அதை நடைமுறைப்படுத்த முடியாமல் போயிற்று.

இத்தொகுப்பில் இடம்பெற்றிருக்கும் கவிஞர்கள் 50. கவிதைகள் 101.

கவிதைகளின் மொழிபெயர்ப்பு இதழ்களில் வெளிவந்த கால வரிசையில் அச்சேற்றப்பட்டிருக்கிறது. மொழிபெயர்த்த காலமும் வெளிவந்த காலமும் அநேகமாக ஒன்றுதான். கடைசி யாக இடம் பெற்றிருக்கும் நான்கு கவிதைகள் அச்சேற்றப் படாதவை.

கவிஞர்கள் பற்றிய குறிப்புகளை அகர வரிசையில் தந்திருக் கிறேன். சீனக் கவிஞர் சாங் சி (768 – 830)யின் குறிப்புக்கான தகவல் முயன்றும் கிடைக்காமல் போயிற்று. கவிதை ஆர்வலர்கள் எவரேனும் கண்டெடுத்துத் தந்தால் அடுத்த பதிப்பில் சேர்த்துக் கொள்வேன். கவிஞர்களின் பெயரை ஆங்கிலத்தில் – அவர்களது வேறு கவிதைகளைத் தேடிப் படிக்க விரும்பும் அபூர்வ வாசக னுக்கு உதவும் என்ற எண்ணத்தில் – தந்திருக்கிறேன்.

கன்னடக் கவிஞர்கள் மூவரைப் பற்றிய விபரங்களைத் தந்துதவியவர் என் நண்பர் பாவண்ணன். அவருக்கு நன்றி சொல்லக் கூச்சமாக இருப்பதால் சந்தோஷத்தைத் தெரிவித்துக் கொள்கிறேன்.

கவிதைகளின் மூலத்தை ஆங்கிலத்திலும் தரவேண்டும் என்று விரும்பினேன். என் வீட்டு நூல்நிலையத்திலிருக்கும் புத்தகங்கள் கூட ஒழுங்குபடுத்தாமல் இருப்பதால் அது முடியாமற் போயிற்று. ஆங்கில மூலத்தைத் தந்தால், எல்லா

கவிதைகளுக்கும் தருவதே பதிப்புக்கு நியாயம் சேர்ப்பதாக இருக்கும் என்று நினைத்தேன். இத்தொகுதி மறுபதிப்புக் காணும் பாக்கியம் பெற்றால் ஆங்கில மூலத்தையும் தர வேண்டும் என்று ஆசை.

பசுவய்யா என்ற என் புனைபெயரில் வெளியாகியிருந்த இம்மொழிபெயர்ப்புகளை இப்போது என் இயற்பெயரிலேயே தருகிறேன். போதும் ஒரு பெயர் என்று தோன்றிவிட்டது.

இந்தத் தொகுப்பில் நூற்றியொன்று கவிதைகள் இருப்பதால் மீதம் நான் மொழிபெயர்க்க வேண்டியவை என் ஆசைப்படி எண்ணூற்றி தொண்ணூற்றி ஒன்பது கவிதைகள் மட்டுமேதான். அவற்றையும் மொழிபெயர்த்து விடலாம். ஒன்றும் பெரிய விஷயமில்லை.

வாசகர்களுக்கு என்றும் மாறாத என் அன்பு.

நாகர்கோவில் **சுந்தர ராமசாமி**
11.11.04

('தொலைவிலிருக்கும் கவிதைகள்' தொகுப்பின் முன்னுரை)

ஆரோக்கியம் எழுதிய கதைகள்

'மறியா தாமுவுக்கு எழுதிய கடிதம்' எனும் தலைப்புக் கொண்ட இத்தொகுப்பில் நான் 2003, 2004 ஆகிய வருடங்களில் எழுதிய பன்னிரண்டு கதைகளைச் சேர்த்திருக்கிறேன். என் 'காகங்கள்' தொகுப்பு வெளி வந்தபின் எழுதியவை இவை.

கடந்த பத்து மாதங்களாக நான் அனுபவித்துவரும் ஆரோக்கியத்தை என் வாழ்நாளில் இதற்குமுன் எப் போதும் அனுபவித்திருப்பதாக நினைவில்லை. இப்படியா இருக்கும் ஆரோக்கியம்! எவ்வளவு சந்தோஷத்தைத் தருகிறது அது! இந்த வருடம் நான் சுறுசுறுப்பாக இருந்ததற்கு இதுதான் முக்கியக் காரணம்.

இக்கதைகளில் பெரும்பான்மையானவற்றை கலிஃபோர்னியாவில் என் மகள் தைலா வீட்டில் வைத்து எழுதினேன். நான் இருந்த இடத்திற்கு அரை மணிநேரத் தொலைவில் இருந்தார் நண்பர் கோகுலக் கண்ணன். அவரிடமிருந்து நான் தொடர்ந்து பெற்ற மென்மையான ஊக்கம் நான் பணியாற்றுவதற்கு முக்கியத் தூண்டு கோலாக இருந்தது. இக்கதைகள் அனைத்தையும் எழுதிய நேரத்திலேயே படித்து, இதமான, நுட்பமான, உண்மையை விட்டுக் கொடுக்காத தன் அபிப்பிராயங்களை அவர் என்னுடன் பகிர்ந்து கொண்டார்.

இவற்றை நான் கணினியில் எழுதிவந்தபோது அச்சுப் பிரதியில் திருத்தங்கள் போடவும் அவற்றை அமுல்படுத்தியபின் ஒப்பிட்டுப் பார்க்கவும் எனக்கு உதவியவள் என் மனைவி கமலா.

நான் இக்கதைகளை எழுதிய மாதங்களில் எங்கள் வீட்டில் அதிகமும் இலக்கியம் சார்ந்த பேச்சே அடிபட்டுக் கொண்டிருந் தது. என் மகள் தைலா சிறுகதைகள் எழுத வேண்டும் என்ற முனைப்பில் பல்கலைக்கழகப் படைப்புக்கலைப் பாடங்களைக் கற்றுக்கொண்டிருந்தாள். பொதுவாக இலக்கியத்தைப் பற்றியும் என் கதைகளைப் பற்றியும் தைலா எழுதிக்கொண்டிருந்த ஆங்கிலக் கதைகள் பற்றியும் நாங்கள் பேசிக்கொண்டிருந்தோம். இந்தப் பேச்சில் இவை பற்றிய கோகுலின் அபிப்பிராயங்களும் விடாமல் அடிபட்டுக்கொண்டிருந்தன. அவர் எங்களுடன் இல்லாமலேயே எங்களுடன் இருந்து கொண்டிருந்தது எங்கள் மூவருக்குமே பிடித்திருந்தது. இந்தப் பேச்சுச் சூழலும் என்னை வெகுவாக ஊக்குவித்திருக்க வேண்டும் என்று நினைக்கிறேன்.

'மறியா தாமுவுக்கு எழுதிய கடிதம்' கதையில் வரும் மறியா மெக்சிகோவைச் சேர்ந்த பெண். அவர்கள் மறியா என்ற பெயரை வல்லின றகரத்திற்கான அழுத்தம் தந்தே உச்சரிக்கிறார்கள். முதலில் எனக்கு இது அந்நியமாக இருந்தது. எதற்கு இவ்வளவு அழுத்தம் என்றுகூட நினைத்திருக்கிறேன். அந்தப் பெண்களின் கடின உழைப்பைப் பற்றித் தெரிந்து கொண்டபோது எல்லா மெக்சிக்கப் பெண்களுக்கும் சேர்த்து நாம் அளிக்கும் பாராட்டுதான் இந்த அழுத்தம் எனத் தோன்றி விட்டது.

கதைகளை நான் எழுதிய கால வரிசையில் தந்திருக்கிறேன். இவற்றில் ஐந்து கதைகள் இதழ்களில் வெளிவந்தவை. ஏழு கதைகள் இதில் நேராகச் சேர்க்கப்படுபவை. பிரசுர விவரத்தைத் தனியாகத் தந்திருக்கிறேன்.

இதழாசிரியர்கள் என் கதைகளைச் சிறிதும் 'எடிட்' செய்யாமல் வெளியிட்டார்கள். எவ்வளவு சந்தோஷப்பட வேண்டிய விஷயம் இது! 'ஆனந்த விகடன் பவழ விழா மல'ரில் வெளிவந்த போது என் கதையின் 'மயில்' என்ற தலைப்பு 'கோலம்மையும் கோயில் பிராகாரமும்' என்று மாறியிருந்தது. நான் புகார் செய்து 'ஆனந்த விகடன்' ஆசிரியருக்கு எழுதினேன். அவர் வருத்தம் தெரிவித்து எனக்கு எழுதினார். இப்படியல்லவா இருக்கவேண்டும் ஆசிரியருக்கும் எழுத்தாளர்களுக்குமான உறவு! விசேஷ சிரமமில்லாமல் கோலம்மையைப் பழையபடி மயிலாக்கிக் கொண்டேன்.

இக்கதைகளைப் படித்துப் பார்த்து தன் யோசனைகளைத் தெரிவித்தவர் என் நண்பர் அரவிந்தன். ஒழுங்குபடுத்த உதவியவர் நண்பர் எம். எஸ்.

இத்தொகுப்பின் உருவாக்கத்தில் பங்குபெற்றவர்கள் நாகம், விஜயகுமார், கனிதா ஆகியோர்.

இவர்கள் எல்லோரும் செய்த உதவிகள் என்றும் நினைத்துப் பார்க்கத் தக்கவை.

நாகர்கோவில் **சுந்தர ராமசாமி**
25.12.2004

('மறியா தாமுக்கு எழுதிய கடிதம்' சிறுகதைகள் தொகுப்பின் முன்னுரை)

உரைகள்

ஆசான் விருது ஏற்புரை

சென்னை ஆசான் நினைவுச் சங்கத்தினரால் நிறுவப்பட்டிருக்கும் கவிதைக்கான இந்த ஆண்டுக்குரிய ஆசான் பரிசைப் பெற்றுக்கொள்வதில் மிகுந்த மன நிறைவு அடைகிறேன். கேரள அமைச்சர் ஸ்ரீனிவாசன் அவர்கள் எனக்குப் பரிசு அளித்துப் பாராட்டினார். பேராசிரியர் கணேசன் அவர்கள் சான்றிதழ் படித்துப் பாராட்டினார். தமிழறிஞர் நல்லபெருமாள் அவர்களும் என்னைப் பற்றி ஒருசில கருத்துக்களை இங்கு கூறினார்கள்.

அவற்றை ஆராயும் மனநிலையில் இப்போது நான் இல்லை.

என்னைப் பாராட்டும் வகையிலும் ஊக்குவிக்கும் வகையிலுமே பொதுவாக அக்கருத்துகள் அமைந்தன என்று எடுத்துக்கொள்ள விரும்புகிறேன்.

அவர்களுடைய இன்றைய பாராட்டுரைகள் விமர்சன ரீதியான மதிப்புரையாக நாளை ஏற்றுக் கொள்ளப்படும் விதத்தில் எனது எதிர்காலப் பணிகள் ஓங்க வேண்டும் என்றும் நினைத்துக் கொள்கிறேன்.

'நடுநிசி நாய்கள்' என்ற என் கவிதைத் தொகுதிக்காக இப்பரிசு அளிக்கப்பட்டிருக்கிறது. அக்கவிதைகளின் தரம் பற்றியோ அல்லது எனது வேறு படைப்புகளின் தரம் பற்றியோ இப்போது சொல்ல எனக்கு ஒன்றும் இல்லை.

தமிழில் 1959க்குப் பின் நிகழ்ந்த புதுக்கவிதை இயக்கத் தின் இரண்டாவது அலையில் எளிய அளவில் நானும் பங்கு பெற்றிருந்தது இப்போது திரும்பிப் பார்க்கும்போது

எனக்கு மன நிறைவைத் தருகிறது. இலக்கியப் புலமையினாலோ, தீர்க்க தரிசனத்தினாலோ, அறிவுச் சுடராலோ நான் இந்தக் காரியத்தைச் செய்யவில்லை. கருப்பையில் வளரும் குழந்தை தன் நாபிக் கொடி வழியாகத் தாயுடன் கொண்டிருக்கும் பிணைப்பு போல் கலைஞன் அவன் வாழும் காலத்துடன் பிணைக்கப்பட்டிருக்கிறான் என்ற என் அடிப்படை நம்பிக்கை யிலேயே என் படைப்புகள் அனைத்தும் உருவாகியிருக்கின்றன. நான் வாழ்ந்த காலத்தின் முன் என் படைப்புகளை நெருக்கும் முயற்சியின் ஒரு பகுதியாக புதுக்கவிதை இயக்கத்திலும் நான் ஈடுபாடு கொண்டேன். படைப்பின் மேல் நான் வைத்திருக்கும் நம்பிக்கை அது.

கலாச்சார இந்தியா, மொழி வழியில் பல கூறுகளாகப் பிளந்து கிடக்கிறது. மலையாளமும் தமிழும்போல் பொதுத் தன்மை மிக அதிக அளவு கொண்ட மொழிகளில்கூட கலாச்சாரப் புரிதல்கள் திருப்திகரமாக இல்லை. நவீனத் தமிழ் இலக்கியத்தின் மீது நான் எந்த அளவு ஆர்வம் கொண் டிருக்கிறேனோ அந்த அளவுக்கு நவீன மலையாள இலக்கியத் தின் மீதும் ஆர்வம் கொண்டிருக்கிறேன். பாரதியும் புதுமைப் பித்தனும் என்னைப் பாதித்திருப்பது போலவே தகழியும் எம். கோவிந்தனும் சி.ஜே. தாமஸும் என்னைப் பாதித்திருக் கிறார்கள்.

இந்தப் பின்னணியின் காரணமாக, தமிழின் ஆகச் சிறப்பானவற்றை மலையாளத்திற்குக் கொண்டுபோவதும், மலையாளத்தின் மேலான சாரத்தைத் தமிழுக்குக் கொண்டு வருவதும், எப்போதும் என் கனவாக இருந்துவந்திருக்கிறது.

இந்த வகையில் நான் செய்ய எண்ணியிருப்பது மிக அதிகமும் செய்திருப்பது மிகக் குறைவும் ஆகும்.

இந்தப் பரிசு பெறும் ஊக்கத்தில் என் பழைய கனவை இப்போது நான் புதுப்பித்துக் கொள்கிறேன்.

இந்த இரு மொழி மக்களும் தங்கள் கலாச்சார உறவை வலுப்படுத்திக் கொள்ளும் வகையில் நான் ஒரு சில முயற்சிகள் இனி செய்யக்கூடும் என்றால் இந்தப் பரிசு பெற்றதற்கான அர்த்தம் முழுமையடைந்துவிடும் என்று நினைக்கிறேன்.

இப்பரிசை எனக்கு அளித்த ஆசான் நினைவுச் சங்கத் தினருக்கு என் ஆழ்ந்த நன்றியைத் தெரிவித்துக்கொள்கிறேன்.

சென்னை, 1987

என்னைக் கவர்ந்த என் படைப்பு

என்னைக் கவர்ந்த என் படைப்பு என்று நான் எழுதியுள்ளவற்றில் எதைச் சொல்வேன்? ஒன்றை மட்டும் குறிப்பிட்டுச் சொன்னால் என் மற்ற படைப்புக்களுக்கும் எனக்குமான உறவு என்ன? அவை என்னைக் கவராத படைப்புக்களா?

நான் நாற்பத்தைந்து வருடங்களாகத் தமிழில் எழுதிக் கொண்டிருக்கிறேன். கவிதைகளும் சிறுகதைகளும் நாவல்களும் கட்டுரைகளும் எழுதியிருக்கிறேன். கட்டுரை களில் அதிகமும் இலக்கிய விமர்சனத் துறையைச் சார்ந்தவை. பிற மொழிகளிலிருந்து தமிழில் மொழி பெயர்ப்பும் சிறிது செய்திருக்கிறேன். நீண்ட கால எழுத்துப் பணி என்று பார்க்கும்போது படைப்பின் அளவு மிகக் குறைவாகவே இருக்கிறது. இரண்டு நாவல் களும் சுமார் ஐம்பது சிறுகதைகளும் ஐம்பது கட்டுரை களும் நூறு கவிதைகளும் எழுதியிருக்கிறேன்.

குறைவாக எழுதியிருக்கும் நிலையிலும் எனக்கு மன நிறைவைத் தரும் சில விஷயங்களும் உள்ளன. என் எழுத்தின் உருவம் எதுவாக இருந்தாலும் சரி, எழுதும் காலத்தில் எனக்கிருந்த ஆற்றலையும் அறிவை யும் மனத்தையும் முழுமையாகச் செலுத்தியே எழுதியிருக் கிறேன். அத்துடன் ஒவ்வொரு படைப்பையும் செம்மை செய்யவும் செப்பனிடவும் என்னால் இயன்ற அளவு முயன்றிருக்கிறேன். அவசரமாகவோ கவனக்குறை வாகவோ எதையும் எழுதிய நினைவு இல்லை. இந்தப் பின்னணியில் எனக்கும் என் படைப்புக்களுக்குமான உறவு சற்று நெருக்கமானது. இந்த நெருக்கமான உறவு கொண்டுள்ள படைப்புக்களிலிருந்து ஒன்றை மட்டும்

குறிப்பிட்டு அது என்னைக் கவர்ந்துள்ளதாகக் கூறுவதற்குச் சிறிது மனத்தடை இருக்கிறது.

எனக்குத் தரப்பட்டுள்ள தலைப்பை 'என்னை அதிகம் கவர்ந்த என் படைப்பு எது' என்ற கேள்வியாக இப்போது மாற்றிக்கொள்கிறேன். 'ஜே.ஜே : சில குறிப்புகள்' என்ற தலைப்புக் கொண்ட என் இரண்டாவது நாவல்தான் என் மனதில் சற்றுச் சிறப்பான இடத்தைப் பிடித்துக்கொண்டிருப்பது போல் தோன்றுகிறது.

புதுமை மீது எனக்குத் தீராத கவர்ச்சி உண்டு. புதுமை என்று மொழி சார்ந்து நிற்கும் வடிவத்தை மட்டுமே நான் குறிப்பிடவில்லை. புதுமை என்பது முக்கியமாக எனக்கு விஷயம் சார்ந்த விமர்சனம் ஆகும். அது வாழ்க்கை சார்ந்த புதிய பார்வையும் ஆகும். இன்றைய வாழ்க்கை சார்ந்த தாழ்வுகளை விவாதித்துக் குறைகளை இனம் கண்டு அவற்றை நீக்கும் வழிவகையாகும். இந்த வேட்கை சார்ந்ததுதான் என்னுடைய புதுமை. புதிய படைப்பு, இன்று வரையிலும் படைப்பாளிகள் போயிராத வாழ்க்கையின் புதிய பிராந்தியத் திற்குள் போயிருக்க வேண்டும். புதிய அனுபவங்களைக் கொண்டு வந்து வாழ்க்கை சார்ந்த பார்வைகளை விரிவு படுத்தியிருக்க வேண்டும். புதிய கண்டுபிடிப்புக்களை நிகழ்த்தி நம் சிந்தனைகளைக் கூர்மைப்படுத்தியிருக்க வேண்டும். பழைய மொழியை வைத்து இந்த லட்சியங்களை நிறைவேற்ற முடியாது. வாழ்க்கையின் விமர்சனம் தரும் புதிய மொழிதான் புதிய அனுபவங்களையும் சிந்தனைகளையும் படைத்துக் காட்டும். மொழி கூடி வந்த வகையிலும் விமர்சனம் கூர்மை கொண்ட விதத்திலும் வாழ்க்கை சார்ந்த என் கவலைகள் வெளிப்பட்ட முறையிலும் 'ஜே. ஜே : சில குறிப்புகள்' மீது எனக்குத் தனியான மதிப்பு இருக்கிறது.

உலகச் சிந்தனையுடன் ஒப்பிட்டுப் பார்க்கும்போது நம் நிலை இன்று பல விதங்களிலும் தாழ்ந்து கிடக்கிறது. இந்திய மொழிகளில் கூட நவீன கலைகளும் நவீனச் சிந்தனைகளும் நம்மைத் தாண்டிப் போய்க்கொண்டிருக்கின்றன. நமக்குப் பண்டை இலக்கியச் செல்வம் நிறைய இருக்கிறது. அதன் இருப்பை உணர்ந்து நாம் பெருமிதம் கொள்வது மிகவும் இயற்கையான காரியம். ஆனால் இன்றைய வாழ்வை எதிர் கொள்ள இன்றையக் காலத்திற்கு உரித்தான அறிவியல் பார்வை யும் நவீனச் சிந்தனைகளும் நவீனப் படைப்புகளும் நமக்குத் தேவை. சென்ற கால இலக்கியச் சாதனைகளான சங்ககாலக்

கவிதைகள், தொல்காப்பியம், சிலப்பதிகாரம், கம்ப ராமாயணம் போன்றவற்றிற்கு நிகரான சிகரச் சாதனைகளை நாம் இன்றும் உருவாக்கினால்தான் இந்தியாவிலுள்ள பிற மாநிலத்தினர் நம்மை மதிப்பார்கள். உலகம் நம்மை மதிக்கும். இன்றைய நம் தமிழ் வாழ்வை மறு பரிசீலனை செய்யும் ஆக்கங்கள் நம்மிடம் இல்லையென்றால் நேற்று இருந்தவற்றைப் பற்றி மட்டுமே பேசுவது பழம் பெருமை பேசுவதாகிவிடும்.

இன்றையத் தமிழ் வாழ்வின் நிலை எவ்வாறு உள்ளது? தமிழன் இன்றையக் காலத்திற்குரிய பார்வையைக் கொண்டிருக் கிறானா? அரசியல் சார்ந்தும் கலைகள் சார்ந்தும் அவனுடைய விழிப்பு நிலை எவ்வாறு இருக்கிறது? நேற்றைய இலக்கியச் செல்வங்களையும் வரலாற்றையும் இன்றைய வாழ்க்கையைச் செம்மை செய்யும் லட்சியத்தை முன் வைத்து அவனால் மறு பரிசீலனை செய்ய முடிகிறதா? தமிழனுடைய ஈடுபாடுகள், பழக்கவழக்கங்கள் எந்த நிலையில் இருக்கின்றன? தமிழன் விரும்பிப் பார்க்கும் திரைப்படங்களின் தரம் என்ன? அவன் படிக்கும் பத்திரிகைகளும் அவன் பேசும் அரசியலும் நாள் முழுக்க அவன் பார்த்துக்கொண்டிருக்கும் தொலைக்காட்சி நிகழ்ச்சிகளும் எந்த அழகில் இருந்து கொண்டிருக்கின்றன? அவன் விரும்பிப் படிக்கும் புத்தகங்களின் உள்ளடக்கம் என்ன? மக்களுக்குத் தொண்டாற்றும் நிறுவனங்களையும் அமைப்புக் களையும் கல்வித் துறைகளையும் அவன் வாழ்வுக்குகந்த அரசையும் அவனால் உருவாக்க முடிந்திருக்கிறதா? இன்றையத் தமிழ்ச் சமுதாயத்தில் தத்துவப் பிரச்சனைகள் எவை? நெருக்கடி கள் எவை? உலகத் தளத்திலிருந்தும் இந்தியத் தளத்திலிருந்தும் தமிழ்ச் சமுதாயம் தன் வளர்ச்சியை முன் வைத்து எவற்றைப் பெற்றுக்கொண்டிருக்கிறது? இந்தியக் கலாச்சாரத்திற்கும் உலகக் கலாச்சாரத்திற்கும் தமிழ்ச் சமுதாயம் எதைக் கொடுத்துப் பெருமை தேடித்தந்திருக்கிறது?

நான் எழுத ஆரம்பித்த 1950ஆம் ஆண்டிலிருந்து 'ஜே. ஜே : சில குறிப்புகள்' எழுதி முடித்த 1980ஆம் ஆண்டு வரையிலும் எனக்கு முக்கியமாக இருந்த கேள்விகள் இவைதாம். இந்தக் கேள்விகளைத் தமிழ் அறிஞர்களும் ஆசிரியர்களும் மாணவர் களும் எழுத்தாளர்களும் உரக்கக் கேட்க வேண்டும் என்று நான் ஆசைப்பட்டேன். அதாவது இந்தக் கேள்விகள் சார்ந்த விவாதங்கள் தமிழ்ச் சமூகத்தில் நடைபெற வேண்டும் என்று விரும்பினேன். 'ஜே. ஜே : சில குறிப்புகள்' என்ற நாவலின் படைப்பாக்கத்திற்குப் பின்னால் நின்ற குறிக்கோள் இதுதான்.

'ஜே.ஜே : சில குறிப்புகள்' தொடராக வெளியிடப்பட்டதல்ல. அது புத்தக உருவத்திலேயே வாசகர்களைச் சந்தித்தது. இப்படிப் பார்க்கும்போது அதைக் கணிசமான வாசகர்கள் படித்தார்கள் என்றே சொல்வேன்.

ஆனால் துரதிருஷ்டவசமாகத் தமிழகத்தில் இன்று தீவிர மான வாசகர்கள் எண்ணிக்கையில் குறைவாகவே இருக்கிறார் கள். அந்தத் தீவிரமான வாசகர்களிலும் எழுத்தாளர்களாக இருப்பவர்களின் எண்ணிக்கையைக் கழித்துவிட்டால் வாசகர் களாக இருப்பவர்கள் மிகக் குறைவு. தமிழகத்தில் ஒரு தீவிர எழுத்தாளன் வாசகனுக்காக எழுதிக் கொண்டிருக்கிறானா அல்லது சக எழுத்தாளனுக்காக எழுதிக்கொண்டிருக்கிறானா என்று கேட்கும் நிலையில்தான் சூழல் இருந்துகொண்டிருக்கிறது. இதனால் எழுத்தாளர்கள் ஒருவருக்கொருவர் கொண்டிருக்கும் உறவு நிலை ஒரு படைப்பைச் சாதகமாகவோ அல்லது பாதக மாகவோ பாதித்துவிடுகிறது. படைப்பைச் சார்ந்த வாசக மதிப்பீடு ஒரு பாதிப்புச் சக்தியாகப் பெரும்பாலும் உருவாகி வருவதில்லை.

தமிழகத்தில் ஒவ்வொரு துறையும் அந்தந்தத் துறைகளில் நுட்பமான தேர்ச்சி பெறாதவர்கள் கைகளிலேயே இருந்து கொண்டிருக்கிறது. துறை சார்ந்த தேர்ச்சிகள் பெற்று அரிய காரியங்களைச் சாதிப்பதைப் பார்க்கிலும் குறுகிய நோக்கங்களை முன் வைத்து மேலோட்டமான காரியங்களைச் செய்து புகழும் பணமும் தேடிக் கொள்வதே ஒரு வாழ்க்கை முறையாக இன்று உருவாகிவிட்டது. தமிழ் வாழ்வின் கலை விமர்சனங்களாகத் தமிழ்த் திரைப்படங்கள் இல்லை. அவை வெறும் கேளிக்கை களாகவே இருக்கின்றன. அதிக விற்பனை கொண்ட பத்திரிகை கள் தமிழ் வாசகனுக்கு எதுவும் கற்றுத் தருவதில்லை. நுனிப் புல் மேய்பவர்களாக அவர்களை மாற்றிக்கொண்டிருக்கிறது. சகல வணிகக் கலைகளின் நோக்கமும் வாசகர்களை அல்லது பார்வையாளர்களின் பாலுணர்ச்சிகளை வெளிப்படையாகவோ அல்லது மறைமுகமாகவோ சுரண்டுவதாகவே இருக்கிறது. மக்கள் விரும்பிப் பார்க்கும் தொலைக்காட்சி நிகழ்ச்சிகள் அவர்களுடைய சிந்தனைகளையும் உணர்ச்சிகளையும் மழுங் கடிக்கக்கூடியதாக இருக்கின்றன. உழைப்பு, சாதனை, தொண்டு, உண்மை, மனித நேயம் போன்ற அரிய சொற்களுக்கு இன்று தமிழ் வாழ்வில் இடமில்லை. சீரழிந்த அரசியலைப் பந்தாடத் தெரிந்தவர்கள் சகல வெற்றிகளையும் இன்று தம் காலடிகளில் போட்டு மிதித்துவிட முடியும்.

தமிழ் வாழ்வில் இன்றையச் சீரழிந்த நிலையை 'ஜே.ஜே : சில குறிப்புகள்' ஒரு விவாதப் பொருளாக்குகிறது. விருப்பு வெறுப்பற்ற தீவிரமான வாசகர்கள்தான் 'ஜே.ஜே : சில குறிப்பு'களை ஒரு விவாதப் பொருளாக மாற்ற முடியும். சீரழிந்த தமிழ் வாழ்வு பல துறைகளையும் சீரழித்து நிற்பது போல் தமிழில் தீவிர வாசகர்களையும் முடிந்தவரையிலும் சீரழித்திருக்கிறது. இந்தச் சூழலில் அப்படைப்பை உருவாக்கிய நோக்கம் போதிய அளவு நிறைவேறவில்லை. காலத்தின் மாற்றத்தில் புதிய வாசகர்கள் உருவாகி வருகிறார்கள். அவர்களுடைய வருகைக்காகக் காத்துக்கொண்டிருக்கிறது 'ஜே.ஜே : சில குறிப்புகள்.'

(அகில இந்திய வானொலி அயல் நாட்டு ஒலிபரப்பு,
தில்லி – 15.6.1995)

என் படிப்பனுபவமும் படைப்பனுபவமும்

வாசகர்களை நேரடியாகச் சந்திக்கும் அனுபவங்களை அதிகம் நான் பெற்றதில்லை. அச்சந்திப்புகளைக் கூடுமான வரையிலும் தவிர்த்துக்கொண்டே வந்திருக்கிறேன். வாசிப்பினூடேயே வாசகன் படைப்பாளியுடன் முழுமையான உறவைக் கொள்ள முடியும் என்று நம்பிக்கை கொண்டிருக்கிறேன். வாசகனுக்கும் எழுத்தாளனுக்குமான நேர்ச் சந்திப்பு பல சந்தர்ப்பங்களில் வாசிப்பிலிருந்து கிடைக்கக்கூடிய அனுபவத்தை எதிர்மறையாகப் பாதிக்கிறது என்றும் கருதுகிறேன்.

காலத்தில் வாழும் ஆற்றல் பெற்றிருந்தால்தான் ஒருவன் படைப்பாளி. ஒரு படைப்பாளி அவன் படைப்புக்களின் மரணத்திற்குச் சாட்சியாக இருந்துவிட்டுக் கடைசியாக அவன் மறைகிறான் என்றால் அவனைப் படைப்பாளி என்று எப்படிச் சொல்ல முடியும்? படைப்பாளி மறைந்ததும் அவனைப் பின்தொடர்ந்து அவனுடைய படைப்புகளும் மறைந்துபோய்விட்டால் அப்போதும் அவனைப் படைப்பாளி என்று கூற முடியாது. தான் இல்லாத போதும் தன் சாராம்சத்தை வாழ வைத்துக் கொண்டிருப்பவன் தான் படைப்பாளி.

லியோ தோல்ஸ்த்தாய் இப்போது இருக்கிறாரா? மறைந்துவிட்டாரா? தோல்ஸ்தாய் என்ற மனிதன் மறைந்துவிட்டான். ஆனால் அவருடைய சாராம்சம் இப்போதும் இருந்துகொண்டிருக்கிறது. ‘போரும் காதலும்’, ‘அன்னா கரீனினா’, ‘புத்துயிர்ப்பு’ இவையெல்லாம் வாழ்ந்து கொண்டிருக்கும் காலம் வரையிலும் தோல்ஸ்தாயும்

வாழ்ந்து கொண்டிருப்பார். இவற்றைக் கற்றறிய தோல்ஸ்த்தாய் என்ற மனிதனின் உதவி இல்லாமல் இருப்பது நமக்குக் குறையாக இருக்கிறதா? எழுத்தாளனின் நேரடியான உறவு இல்லாமலேயே அவனது படைப்புக்களுடன் வாசகன் முழுமையான உறவு கொள்ள முடியும். படைப்புக்கு வெளியே எழுத்தாளனின் தேவையைப் படைப்பு உணர்த்தாமல் இருந்தால் தான் அது முழுமையானது. இது போன்ற எண்ணங்கள் – இவை சரியோ தவறோ – ஏற்பட்டது காரணமாக வாசகனுடன் உறவு கொள்ள வேண்டியவை புத்தகங்களே அன்றி எழுத்தாளன் அல்ல என்ற எண்ணம் ஏற்பட்டிருக்கலாம்.

இப்படியெல்லாம் வரையறை செய்துகொண்ட பின்பும் எழுத்தாளனுக்கு வாசகனைச் சந்திப்பதில் அறிவு ரீதியான நிலை தாண்டி உணர்வு பூர்வமான ஒரு மகிழ்ச்சி ஏற்படத்தான் செய்கிறது. எழுத்தாளனின் படைப்புக்களைப் பற்றி அவனிடமே வாசகன் பேசுகிறான். பாராட்டுகிறான். தன் மட்டற்ற மகிழ்ச்சியைத் தெரிவிக்கிறான். கூரான விமர்சனம் ஒன்றை முன் வைக்கிறான். குறைகளை அடுக்கிக்கொண்டேபோகிறான். சில சமயம் படைப்பையே மொத்தமாக நிராகரித்துவிடுகிறான். ஒரு விவாதத்தை உருவாக்க முடிகிறது. படைப்பைப் பற்றிய சில சூட்சுமங்களை எழுத்தாளனால் வாசகனுக்கு எடுத்துச் சொல்ல முடிகிறது. படைப்பைப் பற்றிச் சில குறைகளை வாசகன் மூலம் எழுத்தாளன் தெரிந்துகொள்ள முடிகிறது.

சேலத்தில் முதல் முறையாகப் பேசுகிறேன். அது உண்மை தான். ஆனால் சேலம் எனக்கு மிகவும் நெருக்கமான இடம். தொடர்ந்து என் இளம வயதிலிருந்து இங்கு வந்துகொண்டிருந்திருக்கிறேன். சேலம் தெருக்களும் ஹோட்டல்களும் எனக்குப் பழக்கமானவை. பல ஹோட்டல்களின் பெயர்கள், தெருக்களின் பெயர்கள், தங்கும் விடுதிகளின் பெயர்கள் இப்போதும் நினைவில் இருக்கின்றன. மிக மோசமான தெருச்சண்டைகளைச் சேலத்தில் பார்த்திருக்கிறேன். மிகச் சிறந்த காப்பியைச் சேலத்தில் அருந்தியிருக்கிறேன். 25, 30 வருடங்களுக்கு முன்னால் தமிழ்ப் படங்கள் வெளியாகிற அன்று கொட்டகை வாயிலில் களேபரமும் சந்தடியும் சண்டையும் உற்சாகமும் இருக்கும். அவற்றைப் பல முறை சேலத்தில் பார்க்கக் கிடைக்கும் பாக்கியம் பெற்றிருக்கிறேன். சுமார் 30 வருடங்களுக்கு முன் பெரியாரின் பேச்சு ஒன்றை இங்கு கேட்டிருக்கிறேன்.

ஒரு முறை நான் என் நண்பர்களுடன் இங்கு வந்து கவிஞர் சி. மணியுடன் இரண்டொரு நாட்கள் இருக்க நேர்ந்தது. 'அஃக்' பத்திரிகை வந்துகொண்டிருந்த காலத்தில் – வந்து

கொண்டிருந்த காலத்திலோ அதற்குப் பின்னாலோ எனக்கு நினைவில்லை –'அஃக்' பரந்தாமனைச் சந்தித்திருக்கிறேன். நீண்ட இடைவெளிக்குப் பின் இங்கு இப்போது வந்தபோது அந்த நினைவுகள் மனதில் சுழன்றுகொண்டிருக்கின்றன. இப்போது காலம் வெகுவாக மாறி விட்டது. ஊரே மாறிவிட்டது. புதிய எழுத்தாளர்களும் புதிய வாசகர்களும் தோன்றியிருக் கிறார்கள். புதிய எழுத்து முறைகள் தோன்றியிருக்கின்றன. தமிழ்ச் சூழலிலேயே ஒரு மாற்றம் நிகழ்ந்து கொண்டிருக்கிறது. நாம் விரும்பும் வகையிலான மாற்றங்கள். அவை பற்றி யெல்லாம் பேச இன்று நமக்குச் சந்தர்ப்பம் கிடைக்கும் என்று நினைக்கிறேன்.

படிப்பு அனுபவமும் படைப்பு அனுபவமும் ஒன்றிலிருந்து மற்றொன்றைப் பிரிக்க முடியாத அனுபவங்கள். படிப்புதான் படைக்க வேண்டும் என்ற ஆசையையே தூண்டுகிறது. நான் படித்த விஷயங்கள் என்னைப் படைக்கத் தூண்டின என்ற வாசகத்தைச் சொல்லாத எழுத்தாளர்கள் மிகக் குறைவாகத் தான் இருப்பார்கள். என்னுடைய அனுபவமும் அதுதான். என் பேட்டிகள், என் புத்தகங்களில் இணைக்கப்பட்டிருக்கின்றன. என் படிப்பு, என் படைப்பு பற்றிய விவரங்கள் அடங்கிய கட்டுரைகளும் என் புத்தகங்களில் சேர்க்கப்பட்டிருக்கின்றன. அவற்றில் நான் கூறியுள்ள விவரங்களை மிகச் சுருக்கமாகக் கூறிவிட்டு அவற்றில் சொல்லாத விஷயங்களை அதிகம் சொல்ல வேண்டும் என்று நினைக்கிறேன்.

என் படிப்பிலிருந்தோ படைப்பிலிருந்தோ புதுமைப் பித்தனைப் பிரிக்க முடியாது என்றுதான் சொல்ல வேண்டும். பள்ளிப் படிப்பு என்று எனக்குச் சொல்லும்படி ஒன்றும் இல்லை. ஒரு நிர்பந்தத்தை முன்னிட்டு நான் பள்ளிக்கு ஒரு சில வருடங்கள் சென்றிருக்கிறேன். அப்படிச் சென்ற காலங்களில் நான் விருப்பத்துடன் என் பாடங்களை ஒருநாள் கூடக் கற்ற நினைவில்லை. ஆசிரியர் பள்ளியில் பாடம் எடுக்கும்போது அவருடைய பேச்சு என் காதில் பெரும்பாலும் விழுந்ததேயில்லை. வகுப்பைக் கவனிக்காத மாணவன் என்று பெயர் பெற்று, மோசமான தண்டனைகள் பெற்றிருக்கிறேன். வகுப்பில் கவனத்தைச் செலுத்துவது என்னால் முடியாத ஒரு காரியமாகத்தான் இருந்தது. மனம் எப்போதும் வகுப்புக்கு வெளியே, மற்றொரு இடத்தில், மற்றொரு காலத்தில், உலக வாழ்க்கைக்கு அதீதமான ஜீவராசிகளுடன் சஞ்சரித்துக் கொண்டிருக்கும். வகுப்பில் என்ன நடக்கிறது என்றே எனக்குத் தெரியாது.

நான் படித்த பள்ளி மிகப் பெரிய கட்டடம். வகுப்பறைகள் எனக்குப் பிடிக்காவிட்டாலும் நீளமான வராண்டாக்கள் பிடிக்கும். படிக்கட்டுகள் பிடிக்கும். போர்டிகோ பிடிக்கும். ராட்சசத் தூண்கள் பிடிக்கும். முகப்புக் கோபுரங்கள் பிடிக்கும். நந்தவனம் பிடிக்கும். கால் பந்தாட்ட மைதானங்கள் – எண்ணிக்கை நான் படித்த காலத்தில் ஏழெட்டு என்று சொல்ல லாம் – இவையெல்லாம் பிடிக்கும். பள்ளியிலிருந்த எல்லா மரங்களுடனும் எனக்கு மானசீகமான உறவு இருந்தது. பள்ளிக் கட்டடத்தையும் அது இருக்கும் இடத்தையும் ஒரு நாள்கூட மறந்து இப்போது வாழ முடியவில்லை. அநேகமாக ஒவ்வொரு நாளும் காலையிலும் மாலையிலும் அங்கு போகிறேன். எனக்கு விருப்பமான வேப்ப மரத்தடியில் உட்கார்ந்துகொண்டிருப்பேன்.

பள்ளியில் வீரபத்திரத் தேவர் என்ற பெயரில் எனக்கு நண்பன் ஒருவன் இருந்தான். அவனுக்கு என் மீது ஆழ்ந்த பிரியம் இருந்தது. என்னை வகுப்பில் கேலி செய்யும் பையன் களை எண்ணி நான் உள்ளூர நடுங்கிக்கொண்டிருந்தேன். ‘உன்னை யாராவது கேலி செய்தா என்கிட்ட சொல்லு. அலகைத் திருப்பிடறேன்’ என்று வீரபத்திரத் தேவர் என்னிடம் சொன்னான். அவனுடைய இந்த நிலைப்பாட்டை பகிரங்கமாக வைத்துக்கொண்டிருந்தான். அவனுடைய இருப்பு எனக்குப் பெரிய ஆறுதலைத் தந்தது. 1945, 46 காலம். இந்தியச் சுதந்திரப் போராட்டத்தின் உச்ச கட்டம். 1942ல் நடந்த ஆகஸ்டுப் புரட்சியிலிருந்து தொடர்ந்து மாணவர்கள் பல்வேறுபட்ட காரணங்களை முன்னிட்டு ஜெயிலுக்குப் போய்க்கொண்டிருந் தார்கள். என்னுடைய பள்ளித் தோழர்களும் போய்க்கொண் டிருந்தார்கள். வீரபத்திரத் தேவர் ஜெயிலுக்குப் போகத் துடித்துக் கொண்டிருந்தான். ஒரு தடவை வீரபத்திரத் தேவர் அவன் கைதாவதற்கான அனைத்துக் காரியங்களையும் செய்த பின்பும்கூட போலீஸ் அவனை அலட்சியப்படுத்திவிட்டு, அவன் செய்த காரியங்களுக்குப் பாதிக் காரியம்கூடச் செய்யாத சுப்பையா என்ற மாணவனைக் கைதுசெய்து கொண்டுபோய் விட்டது.

வீரபத்திரத் தேவர் அவமானம் தாங்காமல் பள்ளிக்கே வரவில்லை. நான் அவனைத் தேடிக்கொண்டு அவனுடைய வீட்டிற்குப் போனேன். அவன் ஒரு நார்க்கட்டிலில் சம்மணம் கூட்டி உட்கார்ந்துகொண்டு ஒரு புத்தகத்தைப் படித்துக் கொண்டிருந்தான். பாட புத்தகம் அல்லாத ஒரு புத்தகத்தை என் சக மாணவன் படிப்பதை அப்போதுதான் முதன்முறை யாகப் பார்க்கிறேன். என் மனதில் மிகப் பெரிய கிளர்ச்சி

தோன்றிற்று. இவ்வளவு பெரிய புத்தகத்தை ஒரு மனிதனால் படிக்க முடியுமா? தேவர் புத்தகத்தைக் காட்டினான். 'எரிமலை அல்லது இந்திய சுதந்திரப் போர்' என்பதே புத்தகத்தின் தலைப்பு. சாவர்க்கர் எழுதியது. இரத்தம் கொதிக்கிறது என்றான் தேவர். வாழ்க்கையில் ஒரு புத்தகம் கிளர்ச்சியை ஏற்படுத்திய முதல் தருணம் அதுதான். இந்தப் புத்தகத்தைப் பற்றி 'ஒரு புளியமரத்தின் கதை'யில் குறிப்பிட்டிருக்கிறேன். 'எரிமலை'யை நான் படிக்கவில்லை. அந்தப் புத்தகத்தின் மீது எனக்கு பயம் இருந்ததுதான் காரணம். அதற்கு முன் நான் எந்தப் புத்தகத்தையும் படித்ததில்லை. கதை அல்லாத ஒன்றை, அதிகப் பக்கங்கள் கொண்ட ஒரு நூலை என்னால் படிக்க இயலுமென்றே அப்போது நான் நம்பவில்லை. தேவர் 'எரிமலை'யைப் பல நாட்கள் என்னிடம் தந்துவைத்திருந்தான்.

அந்தப் புத்தகத்தை நான் வெகு நேரம் அளைந்திருக்கிறேன். புத்தகங்களைக் கையில் வைத்துப் பக்கங்களை விசிறியிருக்கிறேன். முன் பக்கம், பின் பக்கம் உள்ள துண்டு துணுக்குகளைப் படித்திருக்கிறேன். இதிலிருந்து ஒன்று தெரிகிறது. மனிதர்கள் போல் தான் புத்தகங்களும். மனிதர்களிடம் நமக்கு விளக்கத் தெரியாத, முன் கூட்டி நாம் சேர்த்துவைத்துக்கொள்ளும், காரண காரியங்களுக்கு அப்பாற்பட்ட பயம் இருந்ததென்றால் நாம் நெருங்கிப் பழக முடியாது. உறவு கொள்ள சகஜம் வேண்டும். நிம்மதி வேண்டும். நெருக்கம் வேண்டும். நம்பிக்கை வேண்டும். இவையெல்லாமே புத்தகம் சார்ந்தும் தேவையான உறவுநிலைகள்தான். வாசகனுக்கும் புத்தகத்துக்குமான உறவு – பயமற்ற அன்னியோன்னியம் – மிக முக்கியமானது.

இந்த உறவை உருவாக்கத்தான் சிறந்த விமர்சகர்கள், மதிப்புரையாளர்கள் பணியாற்றியிருக்கிறார்கள். எந்தத் தொழிலில்தான் கோணலும் வக்கிரமும் இல்லை? அது போல் விமர்சனத்திலும் மதிப்பீட்டிலும் கோணல்களும் வக்கிரங்களும் இருக்கின்றன. இவர்கள் எழுத்தைப் படித்துவிட்டு விமர்சகர்களைப் பற்றியும் மதிப்புரையாளர்களைப் பற்றியும் தவறான கற்பனைக்கு ஆளாகிறோம். விமர்சனம் என்பது ஆரோக்கியம் சார்ந்தது. சமூக நலம் சார்ந்தது. நோய்க்குணம் கொண்டதல்ல.

என் வீட்டில் படிப்பவர்கள் அதிகம் இருந்தார்கள் என்று சொல்ல முடியாது. புத்தக அலமாரியைச் சுற்றித் தவழ்ந்து விளையாடியவன் அல்ல நான். தந்தைக்குப் புத்தக வாசிப்பில் நம்பிக்கை இருந்தது என்று சொல்வதற்கில்லை. தாயை ஆழமான வாசகி என்று சொல்ல முடியாவிட்டாலும் வாசிப்பில் ஆசை கொண்டவர் என்று சொல்லலாம்.

நீண்ட நாட்கள் நோய்வாய்ப்பட்டுப் படுத்துக்கொண்டிருந்த போது உறவினர் ஒருவர் என்னைப் பார்க்க வந்தார். பொழுது போகாத அலுப்புக்கு நான் மிகவும் ஆட்படுவதாக என் தாய் அவரிடம் சொல்லி வருந்தினார். அவர் ஒரு நூல் நிலையத்தின் தலைவராகச் செயல்பட்டுக் கொண்டிருந்தார். மறுமுறை என்னைப் பார்க்க வரும்போது ஒரு சில புத்தகங் களைக் கொண்டுவந்தார். அதில் ஒன்று புதுமைப்பித்தனின் 'காஞ்சனை' தொகுப்பு. அந்தச் சிறுகதைகளை எழுதியிருப்பவர் புதுமைப்பித்தன் என்பதே அப்போது எனக்குத் தெரியாது. புத்தகத்தைப் படிப்பதற்கு முன் ஆசிரியர் பெயரை கவனிக்க வேண்டும் என்பதும் அப்போது எனக்குத் தெரியாது. பள்ளியில் தமிழ் படிக்கவில்லை என்பதால் மிகவும் சிரமப்பட்டு அந்தக் கதைகளைப் படிக்கத் தொடங்கினேன். அதில் 'மகாமசானம்' என்ற கதை என்னை வெகுவாகக் கவர்ந்தது. எழுத்தின் மீதும் படிப்பின் மீதும் கனவு சார்ந்த அக்கறை முதலில் எப்போது தோன்றிற்று என்று எவரேனும் என்னிடம் கேட்டால் மகாமசானம் படித்தபோது என்றுதான் சொல்லுவேன். அப்போது ஏற்பட்ட கிளர்ச்சியை மனத்தளவில் மட்டுமல்ல உடல் ரீதியாகவும் நான் உணர்ந்தேன். மகாமசானத்தை உருவாக்கியவன் என்ன காரியத்தைச் செய்துகொண்டிருக் கிறானோ அந்தக் காரியத்தைத் தான் நானும் செய்ய வேண்டும் என்ற தீர்மானம் உருவாயிற்று.

தொடர்ந்து புத்தகங்களை நேசிக்கும் ஒரு வெறி மலர்ந்தது. இன்றளவும் அந்த வெறி இருந்து கொண்டிருக்கிறது என்று நினைக்கிறேன். அதை ஒருவிதமான காதல் என்றுதான் சொல்ல வேண்டும். கட்டுக்கடங்காத காதல். கண்மூடித்தனமான காதல். தறிகெட்டு அலை பாயும் காதல். புத்தகத்தைப் படிப்பதைவிட முக்கியமானதாக இருக்கிறது புத்தகங்களைப் பார்ப்பது. படிப்பதைவிட முக்கியமானதாக இருக்கிறது புத்தகங்களை ஸ்பரிசிப்பது. அவற்றின் அழகில் மனதைப் பறிகொடுப்பது. புத்தம்புதிய புத்தகங்கள் இறைந்து கிடக்கும் ஒரு மேஜை பூத்துக் குலுங்கும் ஒரு நந்தவனம் போல்தான் எனக்குத் தோன்றுகிறது. பூக்களின் அழகுக்குச் சற்றும் குறைந்த அழகு கொண்டவை அல்ல புத்தகங்கள் என்றுதான் தோன்றுகிறது. வாங்கும் புத்தகங்களில் பாதிதான் படிக்க முடிகிறது. இது தெரிந்தும் புத்தகங்களை வாங்கிக்கொண்டேயிருக்கிறேன். என்னுடைய இயற்கை அபூர்வமான ஒன்று என்பது அல்ல. பல வாசகர்களும் இந்தக் கண்மூடித்தனமான வெறிக்கு ஆட்பட்டுத்தான் இருக்கிறார்கள். புத்தகங்களின் மீது வாசகன் கொள்ளும் நேசம் தர்க்க ரீதியானது மட்டுமல்ல.

17, 18 வயதில் தமிழ் எழுதக் கற்றுக்கொண்டேன். அதற்குமுன் கையில் கிடைத்த வரையிலும் புதுமைப்பித்தனின் படைப்புக் களைப் பலமுறை படித்திருந்தேன். புதுமைப்பித்தனின் எழுத்து மீது நான் கொண்ட ஒரு ஆவேச உறவை மனநிலை சற்றுப் பிசகிய ஒரு வெளிப்பாடாகவே என் தாய் கருதினாள். ஒரு வாசகன் எழுத்தாளனாக மாறும்போது அவனுடைய மன நிலையில் பல மாற்றங்கள் நிகழ்கின்றன. எழுத்து ஒரு சமூகச் செயல்பாடு; லௌகீகச் செயல்பாடு அல்ல. லௌகீகச் செயல் பாட்டுக்கு எப்போதும் அடிப்படையாக இருப்பது நான் என்ற உணர்வு. படைப்புக்கு அடிப்படையாக இருப்பது நாம் என்ற உணர்வு. பிரபஞ்சத்திலிருந்து, சமூகத்திலிருந்து வேறுபடுத்தித் தன்னில் ஆழ்ந்து கிடப்பதுதான் லௌகீகம். ஊருடன் இணைந்து, உலகத்துடன் இணைந்து பிணைந்து கிடப்பது படைப்பு என்று சொல்லலாம்.

புதுமைப்பித்தன் மீது ஆவேச வெறி கொண்டிருந்த காலத்தில் – அந்த வெறி இப்போது இல்லை என்பது மட்டு மல்ல; அதைத் தீவிரமாக மறுபரிசீலனை செய்ய வேண்டும் என்ற நோக்கமும் இப்போது இருக்கிறது – வேறு பல எழுத் தாளர்களையும் படித்தேன். முக்கியமாக மணிக்கொடி எழுத் தாளர்கள் எல்லாரையும் படித்தேன். 1950இலிருந்து பதினைந்து இருபது வருடங்கள் நாள் ஒன்றுக்கு ஒரு புத்தகம் என்று படித்திருக்கிறேன். புத்தகங்கள் சார்ந்து சில விருப்பு வெறுப்பு கள் இருந்திருக்கின்றன. ஆனால் ஆரம்ப நாட்களில் பிரக்ஞை பூர்வமான தேர்வு என்பது இல்லை. புத்தகங்களின் தோற்றம் அன்றிலிருந்து இன்று வரையிலும் முக்கியமானதாக இருந்து வருகிறது. மோசமான தோற்றங்கொண்ட பல நல்ல புத்தகங்களை அவற்றின் தோற்றம் காரணமாகப் படிக்காமல் விட்டிருக்கிறேன்.

இன்றும் மோசமான புத்தகங்களைப் படிக்க மனது சங்கடப்படுகிறது. மற்றொரு விருப்பு வெறுப்பு, காகிதம் சம்பந்தப் பட்டது. நான் பொதுவுடமைக் கட்சியின் அனுதாபியாக இருந்த காலத்தில் சோவியத் யூனியனில் இருந்து வந்த பல புத்தகங்களையும் படிக்கச் சங்கடப்பட்டிருக்கிறேன். கட்டமைப்பை உருவாக்குவதில், அதாவது பைண்டிங்கை உருவாக்குவதில் அவர்கள் நிபுணர்கள். சோவியத் கம்யூனிசத் துக்கு முற்பட்ட காலத்திலும் சரி பிற்பட்ட காலத்திலும் சரி அவர்களுக்கு இணையான பைண்டிங்கை வேறு யாரும் உருவாக்கவில்லை. எனக்கும் அந்த பைண்டிங்மீது மிகுந்த மதிப்பு உண்டு. ஆனால் காகிதத்தின் மணத்தை என்னால் ஏற்றுக்கொள்ள முடியவில்லை. ஒவ்வொரு புத்தகமும் அதன்

பக்கங்களுக்குள்ளே ஒரு ரசாயனத் தொழிற்சாலையை நடத்து வது போல் ஒரு ரசாயன வாடை இருந்துகொண்டேயிருக்கும். ருஷ்ய எழுத்தாளர்களின் எழுத்துக்களைக்கூட நான் கூடுமான வரை சோவியத் பதிப்புகளில் படிக்காமல் வேறு நாட்டுப் பதிப்புகளில்தான் படித்தேன்.

முரட்டுத்தனமான மொழியில் எழுதப்பட்ட எந்தப் புத்தகத்தையும் படிக்கச் சிரமமாக இருக்கிறது. முரட்டுத் தனமான மொழி என்று சொல்லும்போது கெட்ட வார்த்தைகள், ஆபாசமான வார்த்தைகள் என்று கற்பனை செய்துகொள்ள வேண்டாம். மொழிக்கும் படைப்பாளிக்குமான உறவில் ஒரு முரட்டுத்தனம் இருக்கக்கூடாது. உறவு இணக்கமற்று இருந்தால், இங்கிதமற்று இருந்தால் ஒத்திசைவு என்பது அறவே இல்லா திருந்தால் அந்தப் புத்தகங்களைப் படிக்கக் கஷ்டமாக இருக்கிறது. சில தாம்பத்திய உறவுகள் மிகக் கோணலாக அமைந்திருப்பதை நீங்கள் பார்த்திருப்பீர்கள். கல்யாணம் ஆனதிலிருந்து ஓயாமல் கணவனுக்கும் மனைவிக்கும் இடையே சண்டை. எடுத்ததற் கெல்லாம் சச்சரவு என்று சில தாம்பத்தியங்கள் அமைந்து விடுகின்றன. அதைப் போன்றதொரு உறவு எழுத்தாளனுக்கும் மொழிக்கும் இருந்ததென்றால் அதைத்தான் நான் முரட்டுத் தனம் என்கிறேன். எப்படி கணவனும் மனைவியும் சண்டை போட்டுக்கொள்கிற இடத்தில் நிம்மதியாக நிற்க முடியாமல் போகிறதோ, அது போல் இந்தப் புத்தகங்களுடன் நமக்குத் தோழமை கொள்ள முடியாமல்போகிறது.

தமிழில் ஒரு அம்மையார் எழுதிக்கொண்டிருக்கிறார். நிறையவே எழுதியிருக்கிறார். முற்போக்கான முக்கியமான படைப்பாளி என்று பெயர் பெற்றவர். அவருடைய படைப்பில் ஒன்றைக்கூட என்னால் படிக்க முடியவில்லை. முரட்டுத்தனம் என்று நாம் எதைக் கற்பனை செய்துகொள்கிறோமோ அந்த அம்சமே அவர் எழுத்தில் கிடையாது. இருந்தாலும் அவருக்கும் மொழிக்குமான உறவு மிகுந்த சங்கடத்தை எனக்கு ஏற்படுத்து கிறது. ஒரு புத்தகத்தையேனும் முழுமையாகப் படித்துவிட்டு அந்தப் புத்தகத்தின் மீதான விமர்சனத்தை ஆதாரபூர்வமாகச் சொல்வோம் என்றால் அந்தக் காரியம் நடக்கவேயில்லை.

இந்த நூற்றாண்டில் முக்கியமானவர்கள் என்று கருதப் படும் பலருடைய நூல்களையும் நான் படித்திருக்கிறேன். முக்கியமாகச் சிறு கதைகள், நாவல்கள், சமூக விமர்சனங்கள், இலக்கிய விமர்சனங்கள், சமயம் சார்ந்த புத்தகங்கள், மொழி பெயர்ப்புகள், சமயத்துக் கெதிரான புத்தகங்கள், ஆன்மிகத்தைப் பற்றி விளக்கும் புத்தகங்கள் என்று பல. குறைந்தது இந்த

நூற்றாண்டைச் சேர்ந்த 50 ஆசிரியர்கள் மீதாவது மிகுந்த மதிப்பு வைத்திருக்கிறேன். உங்கள் முன் அந்த ஆசிரியர்களுடைய பெயர்களையெல்லாம் நான் வரிசைப்படுத்திக் கொண்டு போவது என் உணர்ச்சிகளை எதிர்மறையாகப் பாதிக்கக்கூடிய ஒரு விஷயம்.

நான் வாசிப்பில் நம்பிக்கை கொண்டவனே ஒழிய என்னை ஒரு படிப்பாளி என்று எடுத்துக் கொள்ளக்கூடாது. எனக்கு மூன்று தகுதிகள் இருக்கின்றன. அவை என்னுடைய இயற்கை சார்ந்த எளிமையான தகுதிகள். நான் வாசித்துக்கொண்டிருக் கிறேன். எழுதிக் கொண்டிருக்கிறேன். வாழ்ந்துகொண்டிருக் கிறேன். இதற்கு மேற்பட்ட எந்தத் தகுதிகளையும் நான் ஏற்றுக் கொள்ள விரும்பவில்லை. புலவர் என்றோ அறிவாளி என்றோ சிந்தனையாளர் என்றோ ஒருவர் என்னை அழைத்தால் நான் ஏற்றுக்கொள்ளமாட்டேன். அழைப்பது அவர் சுதந்திரம். ஏற்றுக்கொள்ளாமல் இருப்பது என் சுதந்திரம். அத்துடன் நான் சீரான படிப்பாளியும் அல்ல. ஒரு விஷயத்தைத் தேர்ந் தெடுத்து அந்த விஷயத்தைச் சார்ந்த புத்தகங்களைப் படிக்கும் பழக்கம் என்னிடம் கிடையாது. ஒரு பொருள் சார்ந்த தேர்ச்சியைப் புத்தகங்களின் மூலம் உருவாக்கிக் கொள்ளும் பழக்கம் என்னிடம் கிடையாது. ஒரு காலத்திலிருந்து மற்றொரு காலத்திற்கும், ஒரு விஷயத்திலிருந்து மற்றொரு விஷயத்திற்கும், ஒரு ஆசிரியரிடமிருந்து மற்றொரு ஆசிரியருக்கும், என் விருப்பு கள் சார்ந்து, என் மனோநிலை சார்ந்து, தாவிக்கொண்டே யிருப்பேன். எனக்குச் சில அக்கறைகள் இருக்கின்றன. இடங்கள் சார்ந்த அக்கறை. காலங்கள் சார்ந்த அக்கறை. கடவுள் சார்ந்த அக்கறை. கடவுள் மறுப்பு சார்ந்த அக்கறை. தத்துவம் சார்ந்த அக்கறை. மனிதர்கள் சார்ந்த அக்கறை. மனித உறவுகள் சார்ந்த அக்கறை. இவையெல்லாம் இருக்கின்றன. இந்த அக்கறைகள் மனதில் சில ஆவல்களை உருவாக்குகின்றன. இந்த ஆவல்களைத் தீர்க்க நான் புத்தகங்களைப் படிக்கிறேன்.

1952இலோ 53இலோ நான் புதுமைப்பித்தன் நினைவு மலரை வெளியிட்டேன். அந்த மலரில் சேர்ப்பதற்காக நான் ஒரு கதை எழுதினேன். அதுதான் என் முதல் படைப்பு. அது 'நிஜமும் நிழலும்' என்ற தலைப்பில் பின்னால் 'சாந்தி' யில் வெளிவந்தது. புதுமைப்பித்தனின் மொழி நடையும் பார்வை யும் ஊடுருவியிருந்த, அவருடைய பாதிப்பை வெகுவாகக் கொண்ட கதை. அப்போது தமிழில் வெளிவந்த முற்போக்கு எழுத்துக்களையும் – படைப்பு, இலக்கியங்கள் என்று சொல்வதை விட சிந்தனைகள் என்று சொல்ல வேண்டும் – தொடர்ந்து படித்துவந்தேன். மலையாளத்திலும் முற்போக்கு இலக்கியங்

கள் – அவை அதிகமும் படைப்புகள் – தொடர்ந்து படித்து வந்தேன். அப்போது நான் தகழி, வைக்கம் முகம்மது பஷீர், லலிதாம்பிகா அந்தர்ஜனம், கேசவதேவ், பொன்குன்னம் வர்க்கி, எஸ்.கே. பொற்றகாட் போன்ற பலரையும் படித்தேன். மலையாளத்தில் விமர்சனங்களையும் நிறையவே படித்தேன் என்று ஞாபகம். எம். பி. பாலின் புத்தகங்களும் சி. ஜே. தாமஸ், எம். கோவிந்தன் ஆகியோரின் எழுத்துக்களும் என்னை வெகுவாகக் கவர்ந்தன. படைப்பிலக்கியம் சார்ந்து புதுமைப்பித்தன் என்னை எந்த அளவுக்குப் பாதித்திருக்கிறாரோ அந்த அளவுக்கு எம். கோவிந்தன் என் சிந்தனைகளைப் பாதித்திருக்கிறார்.

ரகுநாதனுடனும் 'சாந்தி'யுடனும்தான் முதலில் எனக்குப் படைப்பு சார்ந்த உறவு ஏற்பட்டது. 'தண்ணீ'ரிலிருந்து தொடங்கி நான் எழுதிய பல கதைகள் அவர் வெளியிட்டவைதான். அந்தக் கதைகளெல்லாம் வாழ்க்கை என்னைப் பாதித்த விதத்திற்கு நான் தந்த எதிர்வினை என்று சொல்லலாம். புற உலகத்தில் மனித வாழ்க்கை எனக்கு மிகுந்த வேதனையைத் தந்தது. இடதுசாரிச் சிந்தனைகள், முக்கியமாக மார்க்சியம் சார்ந்த பார்வை என்னை வெகுவாக ஆட்கொண்டது. புதுமைப் பித்தனின் பார்வை, மலையாளத்தில் இடதுசாரி சிந்தனை கொண்டவர்கள் என்று கருதப்பட்ட எழுத்தாளர்களின் படைப் பிலக்கியம் சார்ந்த பார்வை, ஜீவாவுடன் நான் கொண்ட தோழமை, பின்னர் நெல்லையில் எனக்கு வாய்த்த நண்பர்கள் என். டி. வானமாமலை, அண்ணாச்சி சண்முகம்பிள்ளை, நா. வானமாமலை, தொ.மு.சி. ரகுநாதன், அண்மையில் மறைந்து போன கம்யூனிஸ்ட் தலைவர் ப. மாணிக்கம், பாலதண்டாயுதம், முருகானந்தம், தி. க. சி. ஆகியோருடன் ஏற்பட்ட தோழமை, அவர்களுடன் நிகழ்ந்த விவாதங்கள் எல்லாமே என் பார்வையை உருவாக்கியதில் பங்கு பெற்றிருக்கின்றன. இந்தக் காலத்தில் தான் நான் 'இன்றைய இந்தியா' என்ற நூலைப் படித்தேன். இரண்டு பாகங்கள். ரஜினி பாமிதத், பிரிட்டிஷ் பொது வுடைமைவாதி, எழுதியது. தமிழில் எஸ். ராமகிருஷ்ணன் மொழிபெயர்த்தது. பிரிட்டிஷ் ஏகாதிபத்தியம் இந்தியாவை ஒட்டச் சுரண்டிய பின் நாம் அடைந்துவிட்ட கேவலமான நிலைமையைப் பொருளாதார அளவுகோல் சார்ந்து விவரிக்கும் புத்தகம். இந்த நூல் என்னை வெகுவாகப் பாதித்தது.

மலையாள இலக்கியம், தமிழ் இலக்கியம் ஆகியவற்றுக்கு அடுத்தாற்போல் என் கவனத்தை வெகுவாகக் கவர்ந்தது ரஷ்ய இலக்கியம். புஷ்கின், துர்கனேவ், தோல்ஸ்தாய், அந்தான் செகாவ், அலெக்ஸாண்டர் குப்ரின், மார்க்சிம் கார்க்கி, ஷோலக்கோவ் எல்லோருமே என் மனதைக் கவர்ந்தவர்கள்.

மாக்சிம் கார்க்கியின் கதைகள் தமிழிலும் நிறைய மொழிபெயர்க்கப்பட்டு வெளிவந்திருக்கின்றன. அவருடைய 'அமெரிக்காவிலே' என்ற புத்தகத்தை நீங்கள் படித்திருக்கிறீர்களா என்பது எனக்குத் தெரியவில்லை. கு. அழகிரிசாமி அந்தக் கட்டுரைகளை அவருடைய 23ஆவது வயதில் மொழிபெயர்த்திருக்கிறார். மிகவும் அடர்த்தியான மொழியில், வர்ணனைகள் நிரம்பக் கொண்ட மொழியில் கார்க்கி அந்த நூலை எழுதியிருக்கிறார். கிராமியப் பின்னணி கொண்ட அழகிரிசாமி, உயர் கல்வி கற்பதற்கான வசதிகள்கூடப் பெற்றிராத அழகிரிசாமி, அதை மிகுந்த உழைப்பைச் செலுத்தி மொழிபெயர்த்திருக்கிறார். அந்த நூல் என்னை வெகுவாகப் பாதித்தது.

என்னை பாதித்த மற்றொரு புத்தகம் ஜான் ஸ்டீன்பெக் எழுதிய 'க்ரேப்ஸ் ஆஃப் ராத்' *(Grapes of Wrath)* என்ற அமெரிக்க நாவல். தமிழில் 'கோபத்தின் கனிகள்' என்று ஏகதேசமாக மொழிபெயர்த்துக் கொள்ளலாம். 'கோபத்தின் கனிகள்' நாவலால் கவரப்பட்ட நான் அவரின் வேறு பல நூல்களையும் படித்தேன். இவருடைய ஒரு சில நாவல்கள் தமிழில் மொழிபெயர்க்கப்பட்டு வந்திருக்கின்றன. 'கடல் முத்து,' 'சிவப்புக் குதிரைக்குட்டி' ஆகிய நாவல்கள்.

படைப்புமொழி என்பது எனக்கு ஆரம்ப நாட்களிலிருந்தே ஒரு சவாலாகத்தான் இருந்தது. என் ஆரம்ப காலச் சிறுகதைகளில் நான் பயன்படுத்திய மொழி எனக்கு அவ்வளவு திருப்திகரமாக அமையவில்லை. வசப்பட வேண்டிய மொழி பற்றி மனதில் ஒரு கனவு இருந்தது. அந்தக் கனவைப் பிறரிடம் சொல்லி விளக்கவும் முடியவில்லை. எனக்கு நானே சொல்லி விளக்கிக் கொள்ளவும் முடியவில்லை. ஆனால் கைவசம் இல்லாத ஒரு மொழி வந்துசேர வேண்டும் என்ற ஏக்கம் தொடர்ந்து இருந்துகொண்டே இருந்தது. என் இளமைக்காலத்தில் எனக்கு மிக நெருக்கமான நண்பராக இருந்தவர் கிருஷ்ணன் நம்பி. அவருக்கு ஆரம்பத்தில் என் மொழி மீது அதிருப்தி இருந்தது. 'ஒரு புளியமரத்தின் கதை'யில் முதல் அத்தியாயத்தைப் படித்து விட்டு மொழி திருப்தியாக இருக்கிறது என்று நம்பி என்னிடம் சொன்னார். அப்படி அவர் சொன்னபோது தான் என் மொழி மீது முன்புவரை அவருக்கு இருந்த ஒரு குறை தெரிந்தது. அதன்பின் அந்தக் குறை எனக்கு ஏற்படவேயில்லை.

ஏன் மனிதனால் சந்தோஷமாக இருக்க முடிவதில்லை? இதைப் பற்றி நான் ஒருவனிடம் விசாரிக்கும்போது அவன் தன்னிடம் இல்லாதவற்றைப் பற்றிச் சொல்கிறான். உணவு இல்லை என்கிறான். உறைவிடம் இல்லை என்கிறான். பணி

இல்லை, ஆரோக்கியம் இல்லை என்கிறான். இந்தக் குறைகள் எதுவும் இல்லாத ஒரு மனிதன் மற்றொரு விதத்தில் சந்தோஷம் இல்லாமல் இருக்கிறான். முதல் மனிதன் போல் இவனால் திட்டவட்டமான காரணங்களைச் சொல்ல முடிவதில்லை. எல்லாம் இருந்தும் தனக்கு ஏன் சந்தோஷம் இல்லை என்பது அவனுக்கே ஒரு கேள்வியாக இருக்கிறது.

மனிதனைச் சார்ந்த இந்த இரண்டு நிலைகளும் எனக்கு முக்கியமானவைதான். இந்த இரண்டு நிலைகளைப் பற்றியும் நான் மாறிமாறி எழுதியிருக்கிறேன் என்றுதான் நினைக்கிறேன். இல்லாமை காரணமாக உருவாகும் மனிதத் துக்கத்தைப் பற்றிச் சொன்னால் மட்டும்தான் முற்போக்கு என்று நான் நினைக்கவில்லை. மனிதத் துக்கத்தைச் சார்ந்த விசாரணை எல்லாமே முற்போக்கானதுதான். மனிதத் துக்கத்தை விசாரிப்பவன், எந்த நிலையிலும் மனிதத் துக்கத்திற்கு ஒரு விடை காண வேண்டும் என்று தேடிச் செல்பவன் எப்போதும் ஒரு முற்போக்காளன்தான். சாதி சார்ந்தும் சாதி தாண்டியும் மதம் சார்ந்தும் மதம் தாண்டியும் வர்க்கம் சார்ந்தும் வர்க்கம் தாண்டியும் தேசம் சார்ந்தும் தேசம் தாண்டியும் மனிதனுக்குப் பிரச்சனைகள் இருக்கின்றன. இந்தப் பிரச்சனைகள் எல்லாமே ஆராயப்பட வேண்டிய பிரச்சனைகள் தான்.

என் எழுத்துக்களை முழுமையாகப் படித்துப் பார்ப்பவர்களுக்கு என் படைப்புக் கருத்துக்கள் ஓரளவேனும் புரியும் என்றுதான் நினைக்கிறேன். இவையெல்லாம் படைப்பு விஷயம் சார்ந்த கருத்துக்கள். விஷயத்தை நேர்த்தியாக முன்வைத்தால் தான் படைப்பிற்குரிய ஆற்றலை அது பெறுகிறது.

இப்படிப் பார்க்கும்போது விஷயம் எந்த அளவுக்கு முக்கியமோ அந்த அளவுக்கு மொழி முக்கியம். மொழி எந்த அளவுக்கு முக்கியமோ அந்த அளவுக்கு வடிவம் முக்கியம். வடிவம் எந்த அளவுக்கு முக்கியமோ அந்த அளவுக்கு உத்தி முக்கியமானது. இவையெல்லாம் படைப்பில் ஒன்றிலிருந்து மற்றொன்றைப் பிரிக்க முடியாதபடி முயங்கிக் கிடக்கின்றன. இவ்வாறு ஒன்றுபட்டு, ஒன்றில் மற்றொன்று முயங்கி, ஒன்றிலிருந்து மற்றொன்றைப் பிரிக்க முடியாதபடி ஒன்றாக வார்த்தெடுத்தது போல் காட்சி தரும் படைப்புக்களில் எளிதில் விவரிக்க முடியாத சக்தி உள்ளார்ந்து கிடக்கிறது. சூட்சுமமான மனங்கள், மென்மையான மனங்கள், மொழியின் தொனியிலிருந்து எண்ணற்ற விஷயங்களை கிரகித்துக்கொள்ளும் மனங்கள், படைப்பை வெறும் படைப்பாக மட்டும் கருதாமல் வாழ்க்கையின் கரைக்கு நம்மைக் கொண்டுபோய்ச் சேர்க்கும்

தோணியாகப் பார்க்கின்றன. கரைசேர்ந்ததும் படைப்பெனும் தோணியிலிருந்து கீழே இறங்கி வாழ்க்கைக்குள் வெகு தூரம் போகின்றன.

படைப்புக்குப் படிப்பு எந்த அளவுக்கு முக்கியமோ அந்த அளவுக்கு வாழ்க்கை அனுபவங்களும் முக்கியம்தான். வாழ்க்கை அனுபவங்களை ஒரு இழை என்று சொன்னால் படிப்பை மற்றொரு இழை என்று சொல்லலாம். ஆனால் ஆதாரமான இழை அனுபவம் சார்ந்த இழைதான். அனுபவங்கள்தான் உங்கள் சூழல் சார்ந்து கேள்விகளை உருவாக்குகின்றன. புதிர்களை உருவாக்குகின்றன. விளக்க இயலாத துக்கத்தை வாழ்க்கை உருவாக்குகிறது. வியப்பை உருவாக்குகிறது. இதற்கான விடைகளைத் தேடும் மனம்தான் புத்தகங்களைத் தேடிக்கொண்டு போகிறது. உடனடியாகப் புத்தகங்களில் விடை கிடைத்துவிடுகிறது என்பதுமில்லை. நம் மனதில் ஒரு வினா எழும்போது தெரிந்தவர்களிடம் அதற்கு விடை தேடுகிறோம். அவர் ஒரு அபிப்ராயம் சொல்கிறார். அதில் நம்பிக்கை கொள்கிறோம். ஆறுதல் ஏற்படுகிறது. அதில் அவ நம்பிக்கை கொள்கிறோம். கேள்வி தொடர்கிறது. அபிப்ராயங் களின் தொகுப்புக்கள் தான் புத்தகங்கள். இறுதி விடையாகக் கருதத்தக்கவை அதில் ஒன்றும் இல்லை. நாம் ஒரு புத்தகத்தைக் கையில் எடுத்ததும் அதன் ஆசிரியர் பேசத் தொடங்குகிறார். அவருடைய பேச்சுக்குச் செவிசாய்க்கிறோம். தோல்ஸ்தாய் அவருடைய நாவல் மூலம் மிக விரிவாகப் பேசுகிறார். அரைப் பக்கம் ஒரு பக்கம் என்று கவிதைகள் இருக்கின்றன. அவ்வளவு சிறிய வடிவங்களில் கவிஞர்கள் பேசுகிறார்கள். 2000 வருடங் களுக்கு முன்பு வாழ்ந்த மனிதன் பேசுவதை இன்று கேட்க முடிகிறது.

ஒரு படைப்பாளியாகச் செயல்பட வாழ்க்கை அனுபவங் களும் புத்தகப் படிப்பும் எனக்கு எந்த அளவுக்குத் துணை செய்திருக்கின்றனவோ அந்த அளவுக்கு ஊர் சுற்றும் பழக்கமும் துணை செய்திருக்கிறது. ஊர் சுற்றும் பழக்கத்திலிருந்து 'ஒரு புளியமரத்தின் கதை'யைப் பிரித்துப் பார்க்க முடியவில்லை. என் ஊர் விரிந்து கிடக்கும் கோலம் எனக்கு ஒரு வியப்பைத் தந்துகொண்டிருக்கிறது. அதை வாரிச் சுருட்டிக் கட்டிக்கொள்ள ஊருக்குள் நான் ஒரு மையப்புள்ளியை உருவாக்கிக்கொண் டேன். அவ்வாறு ஒரு மையப் புள்ளியை உருவாக்கிக்கொண்டு ஊரின் பகுதிகளை அந்தப் புள்ளியுடன் சேர்த்து இணைத்துக் கொண்டேன். அந்தப் புள்ளிதான் புளியமரம். இடங்களுக்குச் சாட்சியாக உருவான அந்த மரம் காலத்திற்கும் சாட்சியாக விரிவு கொண்டது. படைப்பு தந்த புதிய பரிமாணம் இது.

காலத்திற்கும் இடத்திற்குமான உறவைக் கூறுவது புளிய மரத்தின் கதை. காலத்திற்கும் கருத்திற்குமான உறவைக் கூறுவது 'ஜே.ஜே : சில குறிப்புகள்.' காலத்துக்கும் உறவு நிலை களுக்குமான உறவைக் கூறுவது 'குழந்தைகள் பெண்கள் ஆண்கள்'. இவ்வாறு என் படைப்புகளை ஏகதேசமாக வகுத்துக் கொள்ளலாம்.

'ஜே.ஜே : சிலகுறிப்புக'ளைப் பற்றிப் பல்வேறு பார்வை களில் விமர்சனங்கள் வந்திருக்கின்றன. நவீனத்துவ நாவல், இருப்பியல் தத்துவத்தின் பாதிப்பைக் கொண்டது என்றெல்லாம் பல்வேறு விமர்சனங்கள் வந்திருக்கின்றன. இது போன்ற விவரிப்புகளை ஏற்று நான் எந்த எதிர் வினைகளையும் தந்ததில்லை. ஆனால் திரும்பத் திரும்ப ஒரு கருத்தைச் சொல்லிக் கொண்டுவந்திருக்கிறேன். அது தமிழ்க் கலாச்சார வாழ்வின்மீது வைக்கப்பட்ட ஒரு விமர்சனம். உங்கள் குறைகளை உங்கள் முகத்துக்கு எதிரே சொன்னால் நீங்கள் சுருங்கிப்போவீர்கள். ஆனால் உங்கள் குறைகளை மற்றொருவருக்கு இருக்கும் குறைகளாக நான் பாவித்துச் சொன்னால் அவற்றைச் செவி மடுக்கவும் அதைப் பற்றிச் சிறிது சிந்திக்கவும் உங்களுக்கு ஒரு சந்தர்ப்பம் இருக்கும் என்பதுதான் அதிலிருக்கும் உத்தி. இந்த நம்பிக்கை சார்ந்துதான் அந்த நாவலின் உத்தி உருவாகி யிருக்கிறது.

(சேலம் இலக்கிய வட்டம் – 17.8.1999)

நானும் என் எழுத்தும்

நான் இளைஞனாக இருந்த காலத்தில் 'நானும் என் எழுத்தும்' என்ற தலைப்புத் தரப்பட்டிருந்தால் இதைவிடவும் மகிழ்ச்சி அடைந்திருப்பேனோ என்னவோ. இப்போது என்னைப் பற்றியும் என் எழுத்துக்கள் பற்றியும் நானே சொல்லி அந்த ஆசை தீர்ந்துவிட்ட நிலையில் இருக்கிறேன். இப்போதும் பல வாசகர்களிடம் என்னை அறிமுகப்படுத்திக் கொள்ள வேண்டிய தேவை தமிழ்ச் சூழலில் இருப்பதை உணர்கிறேன். ஆனால் என் பேச்சு மூலம் வாசகர்கள் என்னைத் தெரிந்துகொள்வதைவிட மற்றொருவரின் பேச்சின் மூலமும், என் புத்தகங்களின் மூலமும் அவர்கள் தெரிந்துகொள்வது இன்னும் நன்றாக இருக்குமே என்றும் தோன்றுகிறது.

தமிழில் பொருட்படுத்தும்படி எழுதியவர்கள், சற்று சிந்திக்கும்படி எழுதியவர்கள், வாழ்க்கையின் துன்பியல் தன்மையைப் பற்றிச் சக மனிதர்களிடம் பகிர்ந்துகொள்ள முயல்கிறவர்கள் எல்லோருமே வாசகனின் வருகைக்காகக் காத்துக் கொண்டிருப்பவர்கள்தான். வாசகன் தன் முகத்தை எப்போது பார்ப்பான் என்ற எண்ணத்தில் சதா அவன் முகத்தைத் தேடி ஏங்குகிறவர்கள் தான். பாரதி, புதுமைப்பித்தன் போன்றவர்களுக்குக்கூட அவர்கள் வாழ்ந்திருந்த காலத்தில் வாசகர்கள் சார்ந்த ஏக்கம் இருக்கத்தான் இருந்திருக்கும் என்று தோன்றுகிறது.

'நானும் என் எழுத்தும்' என்ற தலைப்புடன் சில கேள்விகளும் வந்துவிடுகின்றன. சிறுவயதில் எழுத்துத் துறைக்கு எப்படி வந்து சேர்ந்தேன்? இலக்கியத் துறையால் எப்படிக் கவரப்பட்டேன்? ஒரு இளைஞன் செய்வதற்கு எவ்வளவோ காரியங்கள் இருக்கின்றன. நம் சூழல்

சார்ந்து பார்த்தால் அவன் இலக்கியத் துறைக்கு வருவதற்கான காரணங்கள் எதுவும் இருக்க நியாயமே இல்லை. இந்திய மொழிகள் ஒன்றிரண்டில் நிலைமை சற்று மாறாக இருக்கலாம். தமிழில் நிச்சயமாக அப்படி இல்லை.

எந்த இளைஞன் ஆழ்ந்து ஆராய்ந்து பார்த்து இலக்கியத் துறைக்கு வந்திருக்க முடியும்? இளமையிலேயே ஒரு கனவு உருவாகிவிடுகிறது. ஒரு ஆசை, வெறி, ஆவேசம் ஏற்பட்டு விடுகிறது. அந்த நேரத்தில் நாம் வேறு, கனவு வேறாக இருப்ப தில்லை. வெறியிலிருந்து விலகிநின்று யோசிப்பதற்கான முகாந் திரமே இருப்பதில்லை. இது போன்ற ஒரு ஆவேசம் எனக்கு ஏற்படக் காரணங்கள் அதிகம் இல்லை. தந்தை வழியில் அப்படி ஒன்றும் கலைகளிலோ இலக்கியத்திலோ யாருக்கும் ஈடுபாடு இருக்கவில்லை. அவர்கள் வாழ்ந்து கெட்டவர்கள். வாழ்ந்து கெட்டவர்களிடம் லௌகீகத் தளம் சார்ந்த அழுத்தம் தான் அதிகமாக இருக்கும். இழந்துபோன பிரதாபங்களை மீட்டெடுக்க அவர்கள் ஒவ்வொன்றையும் பரபரப்புடன் அள்ளிப் பிடித்துக்கொண்டிருப்பார்கள். வெற்றி அடைய வேண்டும் என்ற ஆசை வந்துவிட்டால் சில நியதிகள் உருவாகி விடுகின்றன. ஒழுக்கங்கள் உருவாகிவிடுகின்றன. சித்தாந்தங்கள் உருவாகிவிடுகின்றன. நம் சமூகத்தில் பெரும்பாலும் இவற்றிற் கெல்லாம் மதம் சார்ந்த ஒரு அடிப்படை இருக்கும்.

இவ்வாறு வெற்றியின் இலக்கை அடைய அதிகாரத்தைக் கையில் வைத்துக்கொண்டு இருப்பவர்கள் தெளிவான வழிமுறை களைப் பிரகடனப்படுத்திக் கொண்டே இருப்பார்கள். சந்தேகம் இல்லாமல் இருப்பார்கள். சந்தேகம் இல்லாதவர்கள் போல் ஆபத்தானவர்கள் யாரும் இல்லை என்பது என்னுடைய எளிய அபிப்ராயம். என் அனுபவம் சார்ந்து நான் இதைத் தெரிந்து கொண்டிருக்கிறேன். என் வாசிப்பு இந்த அனுபவத்தை ஊர்ஜிதப் படுத்தியிருக்கிறது.

நல்லதோ கெட்டதோ, நாம் விரும்புகிறோமோ விரும்ப வில்லையோ எல்லாவற்றிற்கும் ஊற்றுக் கண்ணாக இருப்பது குடும்பம் என்ற மையம் தான். அதிகாலையில் எழுந்து படித்தால் அப்படியே மூளையில் பதிந்துவிடும் என்பார்கள். இந்த வாக்கியத்தை என் சிறுவயதில் திரும்பத் திரும்பக் கேட்டிருக் கிறேன். அதிகாலையில் எழுந்து படிப்பது குழந்தைகளுக்குச் சிரமமாக இருக்குமே என்று ஒருவராவது ஒருதடவைகூடச் சொன்னதாக ஞாபகம் இல்லை. தூக்கம் கண்களைச் சொக்கும் போது படித்தால் எதுவுமே மனதில் பதியாது என்றும் எவரும் சொன்னதாக ஞாபகம் இல்லை. இவ்வாறு மாற்றுக் கருத்துக்கு

இடமில்லாத, தெளிவு சார்ந்த தீர்மானங்கள் குடும்பத்திலிருந்து கல்வித் துறைக்குப் போகின்றன. அரசியல் துறைக்கு வருகின்றன. தத்துவத்துக்குள் புகுந்து ஆட்டம் போடுகின்றன. குறுகிய காலத்தில் மனிதனை மாற்றி வாழ்க்கையை மாற்றிவிடலாம் என்று சொல்பவர்களிடம் போகின்றன. குறுகிய காலத்தில் வாழ்க்கையை மாற்றி மனிதனையே மாற்றிவிடலாம் என்று சொல்பவர்களிடமும் போகின்றன.

தந்தைக்கும் மகனுக்கும் இடையே வெவ்வேறு நோக்கங்கள் சார்ந்த மோதல், மனிதன் காட்டுமிராண்டியாக இருந்த காலத்திலிருந்தே தொடர்ந்துவந்துகொண்டிருக்கும் ஒரு பிரச்சனை என்று தான் நினைக்கிறேன். இந்த நூற்றாண்டில் அந்த மோதலுக்கு மொழி சார்ந்த ஒரு அழுத்தம் கிடைத்தது. இந்த மோதலை நம் நினைவுக்குக் கொண்டு வரும் நாவல்கள், சிறுகதைகள், கவிதைகள், வாழ்க்கை வரலாறுகள் என்று எண்ணற்றவை இருக்கின்றன. துர்கனேவ்வின் *Fathers and Sons* நினைவுக்கு வரும் ஒரு நாவல். ஃப்ரன்ஸ் காஃப்கா, 'தந்தைக்கு எழுதிய கடிதம்' மற்றொரு ஆவணம். என்னிடம் யாராவது எனக்கும் என் தந்தைக்கும் இடையிலான மோதலைப் பற்றிச் சொல்லச்சொன்னால் நான் அவர்களிடம் ஃப்ரன்ஸ் காஃப்கா 'தந்தைக்கு எழுதிய கடித'த்தைப் படிக்கச் சொல்வேன். இதுதான் மிக நியாயமான பதிலாக எனக்குத் தோன்றுகிறது. காஃப்கா அந்தக் கடிதத்தில் இரண்டு தரப்பைச் சேர்ந்த வாதங்களையும் முன்வைக்கிறார். தெளிவான, காஃப்கா தன்மை இல்லாத காஃப்காவின் நூல் அது.

அம்மா சற்று வேறு மாதிரி. அவரிடமும் அதிக மனவெளி இல்லை. இருக்கும் மனவெளியை முழுமையாகத் தருவதற்கான ஆரோக்கியமும் அவருக்கு இல்லை. அப்பாவிடம் நெருங்கவே முடியாதிருந்ததால் அம்மாவிடம் இருந்த சிறிய வெளியும் விசாலமாகவே எனக்கு இருந்தது. முக்காலியில் உட்கார்ந்து பழகிவிட்டால் கையில்லாத நாற்காலியும் சிம்மாசனம் போல் தான் இருக்கும். அம்மாவை அப்படி ஒன்றும் ஆழ்ந்த இலக்கிய ரசிகை என்று சொல்லிவிட முடியாது. வாசிப்பதில் ஆசை வைத்திருந்தவர் என்று சொல்லலாம். அவர் சில பெயர்கள் சொன்னார். தமிழ் எழுதப் படிக்கத் தெரியாத வயதில் அந்தப் பெயர்கள் என் மனதில் ஆழமாகப் பதிந்தன. மணிக்கொடி என்று ஒரு பெயர். ந. பிச்சமூர்த்தி, கு. ப. ராஜகோபாலன், பி. எஸ். ராமையா, புதுமைப்பித்தன் என்ற சில பெயர்கள்.

பிச்சமூர்த்தியின் 'தாய்' என்ற கதையை ஒன்றுக்கு மேற்பட்ட தடவைகள் சொல்லியிருக்கிறார். சம்பாஷணைகளைக்

கொச்சையாகச் சொல்லியிருக்கிறார். கக்குவான் இருமலில் அவதிப்படும் தன் குழந்தையைத் தூங்க வைக்க பிராந்தியை ஒருவன் கொடுக்க முயலும்போது, சக பயணியான நாயுடு ஸ்திரீ, குறுக்கிட்டு, 'பிராந்தியைத் தொடாதீங்க, பிள்ளையை இப்படி என்கிட்ட கொடுங்க' என்று சொன்னதை அம்மா கொஞ்சம் ஆவேசமாகவே சொல்வார். இந்த வாக்கியமும் இந்த வாக்கியம் சார்ந்த சித்திரமும் என் மனதில் ரொம்ப ஆழமாகப் பதிந்திருந்தன. பின்னால் இன்று வரையிலும் மனதில் இருந்த நாயுடு ஸ்திரீயின் சாடையில் பல பெண் களைத் தமிழ் நாட்டில் பல இடங்களில் பார்த்திருக்கிறேன். மதுரையைச் சுற்றிச் சற்று அதிகமாகவே பார்த்திருக்கிறேன். அவர்களுடைய முகங்களைப் பார்க்கும்போது அம்மாவுடைய கொச்சைப் பேச்சுக் குரல் காதில் கேட்கும். நாயுடு ஸ்திரீ குழந்தைக்கு முலை ஊட்டிவிடுகிறாள். 'அவள் நெஞ்சில் அருள் சுரந்தது. ஆனால் மார்பில் பால் சுரந்ததோ என்னவோ' என்று முத்தாய்ப்பாகப் பிச்சமூர்த்தி கூறியிருக்கும் வாக்கியங் களையும் அம்மா சொல்வார்.

கல்கியின் 'பார்த்திபன் கனவு' 'கல்கி' இதழில் தொடராக வந்தபோது எங்கள் குடும்பத்தில் எல்லோருமே கல்கியின் வாசகர்களாக ஆகிவிட்டிருந்தார்கள். கல்கியின் வாசகர்களாக இருப்பதில் அவர்களுக்கு ஒரு ஆனந்தக் களிப்பு இருந்தது. அந்தக் களிப்பு என் மனதில் தோன்றவில்லை. தொடர்கதைப் பகுதியை அம்மாவோ அக்காவோ படிக்கும்போது எல்லோரும் உட்கார்ந்து கேட்போம். அந்த வயதில் என்னால் அந்தக் கதையைச் சரிவர வாங்கிக்கொள்ள முடியவில்லை. மாறிமாறி வரும் கதை நிகழ்ச்சிகளையும் மர்மங்களையும் புரிந்துகொள் வதில் பிறருக்கு இருந்த திறன் எனக்கு இல்லாமல் இருப்பதை எண்ணி உள்ளூர வருத்தத்துடன் இருந்தேன். பல வருடங் களுக்குப் பின்னால் ஒருமுறை நோய்வாய்ப்பட்டுப் படுத்திருந்த போது என்னைப் பார்க்க வந்த உறவினர் மூலம் புதுமைப் பித்தனின் 'காஞ்சனை' தொகுப்பு கிடைத்தது. அந்தத் தொகுப்பு என்னை வெகுவாகப் பாதித்தது. அவருடைய எதார்த்தப் பாங்கு என் மனதில் ஒரு சிலிர்ப்பை ஏற்படுத்திற்று என்று சொல்லலாம்.

சுதந்திரம் கிடைத்த காலத்தில் வீட்டில் அடிக்கடி வ. ரா., கல்கி, ராஜாஜி, திரு. வி. க., ம. பொ. சி, ஜீவா, காமராஜர், பெரியார், அண்ணா, என். எஸ். கிருஷ்ணன், டி. கே. சண்முகம், கவிமணி, டி. கே. சி., முத்துராமலிங்கத் தேவர், அ. சீனிவாச ராகவன், தொ. மு. பாஸ்கரத் தொண்டைமான், பி. ஸ்ரீ., போன்ற

வர்களின் பெயர்கள் அடிபடத் தொடங்கின. இவர்களைப் பற்றிப் பல சுவையான சம்பவங்களை என் தாய் மாமா – அவர் பெயர் வெ. நாராயணன் – சொல்லிக்கொண்டே இருந்தார். மனதில் புதிரும் குழப்பமும் வியப்புமாக இருந்தது. இவர்கள் யாருமே எங்கள் உறவினர்கள் அல்ல. எங்கெங்கோ வெவ்வேறு ஊர்களில் இருப்பவர்கள். மாமா போல், பெரியப்பா போல், சித்தப்பா போல், தாத்தா போல், குடும்பத்துக்குள் எப்படி இவர்களுக்கும் ஒரு முக்கியத்துவம் ஏற்படுகிறது? அம்மா சிறு வயதில் சொல்லியிருந்த கு. ப. ராஜகோபாலன், பிச்சமூர்த்தி, பி. எஸ். ராமையா, புதுமைப்பித்தன் போன்ற பெயர்களையும் மாமா பின்னால் சொன்ன புகழ்பெற்ற ஆளுமைகளின் பெயர்களையும் நான் ஒன்றாக இணைத்துப் பார்த்துக்கொண்டிருந்தேன். இதில் புதுமைப்பித்தன் மட்டும் எனக்குச் சொந்தம் ஆகிவிட்டவராகவும் மற்றவர்களிடமெல் லாம் நான் உறவை ஏற்படுத்திக்கொள்ள வேண்டியவனாகவும் இருப்பதை உணர்ந்தேன்.

இந்த உறவை எப்படி ஏற்படுத்திக்கொள்வது? அப்போது எனக்கு வாசிப்பில் அதிக ருசி ஏற்பட்டிருக்கவில்லை. வாசிப்புப் பழக்கம் கொண்டிருந்த அக்கா இவர்களைப் பற்றியெல்லாம் வெகு வேகமாகத் தெரிந்துகொள்ளத் தொடங்கியிருந்தாள். அவள் புத்திசாலி. எந்த அளவுக்கு அவள் புத்திசாலியோ அதைவிட அவள் புத்திசாலி என்ற எண்ணம் எனக்கு அப்போது இருந்தது. மற்றொரு சுயஞானமும் தீர்மானமாக இருந்தது. எந்த விஷயத்தையும் கிரகித்துக்கொள்ள என் மூளைக்குச் சக்தி இல்லை. முக்கியமான ஆளுமைகளுடைய புகைப்படங் களையெல்லாம் திரட்டி அந்தப் புகைப்படங்களை என் அக்கா விடம் காட்டி அவர்களுடைய பெயர்களையும் சொல்வேன். இந்தச் சாகசத்தை அவள் வெகுவாக அலட்சியப்படுத்தினாள்.

இந்தச் சந்தர்ப்பத்தில்தான் சிறிய மாமா உதவிக்கு வந்து சேர்ந்தார். அவர் வீட்டோடு வந்துசேர்ந்ததால் மிக நெருக்கமான தோழமை கிடைத்தது. அவர் என்னைவிட இரண்டு வயதுக்குத் தான் மூத்தவர். அவரிடம் ஊர் அக்கப்போர்கள் நிறைய இருந்தன. எங்கள் ஊர்ப் பெரிய மனிதர்களைப் பற்றியும் சினிமா நடிகர்களைப் பற்றியும் நடிகைகளைப் பற்றியும் திரைக்குப் பின் செய்திகளை ஏகமாகச் சேர்த்து வைத்திருந்தார். அவருடைய மூளை ஒரு ரயில் எஞ்சின் போலவும் என்னுடைய மூளை ஒரு பலாப்பழ விதை போலவும் என் மனதில் தோன்றிக் கொண்டிருந்தது. ஊர் சுற்றுவதில் அவருக்கு அசாத்தியமான நம்பிக்கை இருந்தது. நானும் அவருடன் சேர்ந்து ஊர் சுற்றத் தொடங்கினேன். எழுத்து, வாசிப்பு ஆகியவற்றைத் தாண்டி

உங்களை அதிகமாகப் பாதித்த விஷயம் என்ன என்று கேட்டால் ஊர் சுற்றியது என்றுதான் சொல்வேன். ஊர் சுற்றுவது என்றால் மணிக்கணக்காகச் சுற்றுவோம். வீட்டிற்குப் போக இரண்டு காரணங்கள்தான் இருந்தன. பகல் என்றால் தாங்க முடியாத பசி. இரவு என்றால் தூங்க ஒரு இடம். மற்றபடி வீட்டிற்கு வர எந்தக் காரணமும் இருக்கவில்லை.

பிரதானத் தெருக்களில் நடை பயிலுவதில் மாமாவுக்கு நம்பிக்கையே இருக்கவில்லை. அவர் புகுந்து புறப்பட்டவை எல்லாம் சந்து பொந்துகள். முடுக்குகள். தெருவடைச்சான் சந்துகள். பள்ளமாக அதள பாதாளம் நோக்கி வழியும் குறுக்குப் பாதைகள். வெளியுலகம் தெரியாத எனக்கு ஒவ்வொன்றும் மிகுந்த ஆச்சரியத்தையும் கிளர்ச்சியையும் தந்தது. என் முன் தீர்மானங்கள் நொறுங்கிக் கொண்டே இருந்தன. பல தெருச் சண்டைகளைப் பார்த்தேன். அழகான பெண்கள் கெட்ட வார்த்தை சொல்ல மாட்டார்கள் என்ற எண்ணம் எனக்கு இருந்தது. ஏழைகள் பசி தாங்காமல் அழுதுகொண்டிருப்பார்கள் என்ற எண்ணம் இருந்தது. அம்மா கையால் அடிபடும் குழந்தை கள் அம்மாவை வெறுக்கத் தொடங்கிவிடும் என்ற எண்ணம் இருந்தது. எழுதப் படிக்கத் தெரியாதவர்கள் அடி முட்டாள் களாக இருப்பார்கள் என்ற எண்ணம் இருந்தது. தாடி, மீசை வைத்துக் கொள்பவர்களைப் பார்த்துக் குழந்தைகள் பயப்படும் என்று நினைத்துக்கொண்டிருந்தேன். இங்கிதமாகப் பேசுபவர்களை நம்பலாம் என்ற எண்ணம் இருந்தது. பெண்கள் ஆண்களை அடிக்க மாட்டார்கள் என்று நினைத்துக்கொண் டிருந்தேன். இது போன்ற பல எண்ணங்கள் கண்ணாடி ஜாடிகள் வைத்திருக்கும் அலமாரி கவிழ்ந்தால் ஜாடிகள் எப்படி நொறுங்குமோ அப்படி மூளைக்குள் கவிழ்ந்து நொறுங்கின. இந்த நொறுங்கல் ஏமாற்றத்தைத் தரக்கூடிய அளவுக்கு உவகையையும் தந்தது. நொறுங்க வேண்டியவை எல்லாம் நொறுங்கட்டும் என்று தோன்றிற்று.

விதம்விதமான பேச்சுக்கள் காதில் விழுந்து மனதில் படிந்தன. சந்து பொந்துகளில் சுற்றிவிட்டுப் பிரதான வீதிக்கு வரும்போது எங்கிருக்கிறோம் என்ற திகைப்பு எனக்கு ஏற்படும். அது ஒரு பெரிய தவிப்புதான். ஒரு நிமிடத்திற்குள் விடை தெரியாவிட்டால் தலை சுக்குநூறாக வெடித்துவிடும் என்று தோன்றும். அப்போது மாமாவிடம் ‘வேப்பமரம் எங்கிருக்கிறது?’ என்று கேட்பேன். வேப்பமரம் எங்கிருக்கிறது என்பதை மாமா சொல்லி எனக்கும் அது புரிந்துவிட்டால் உலகத்தில் எந்த இடத்தில் நான் இருக்கிறேன் என்பது எனக்குத் தெளிவாகப் புரிந்துவிடும். வேப்பமரம் இருக்குமிடம் தெரிந்தால் எனக்கு

எல்லாமே தெரிந்த மாதிரிதான். வேப்பமரத்திற்கு இந்தப் பக்கம் மணிமேடை. அந்தப் பக்கம் பூங்கா. வேப்பமரத்தைத் தாண்டிப்போனால் எஸ். எல். பி. பள்ளிக்குப் போய்விடலாம். பள்ளிக்குப் பின்பக்கம் எங்கள் வீடு. வேப்ப மரத்தோடு பிற இடங்களுக்கு இருக்கும் உறவை வைத்துத்தான் எங்கள் ஊரையே நான் புரிந்துகொண்டேன்.

ஊரில் ஒவ்வொரு இடமும் நினைவு வரும்போது அங்கு வசிக்கும் ஆண்கள் பெண்கள் குழந்தைகளின் நினைவு வரும். ஒரு சந்தில் ஒரு வீட்டு வாசலில் என் 15ஆவது வயதில் பார்த்த ஒரு 5 வயதுப் பெண் குழந்தையைக் கிட்டத்தட்ட 50 வருடங்களாக வெவ்வேறு இடங்களில் பார்த்துக்கொண்டிருக் கிறேன். அதே குழந்தையை ஒரு ஆரம்பப் பள்ளிக்கு முன்னால் அரைப் பாவாடையுடன், எஸ். எல். பி. பள்ளிக்கு முன்னால் முழுப் பாவாடையுடன், சேலையில் கல்லூரிக்குப் போகும் கோலத்தில், திருமணம் முடிந்து கணவனுடன் சினிமாவுக்குப் போகும் லகரியில், கர்ப்பிணிப் பெண்ணாக, அதன் பின் பல குழந்தைகளுடன், வகிடு ஓரங்களில் நரையுடன், தொய்ந்து போன முகத்துடன், முன் பற்களை இழந்துவிட்ட கோலத்தில், நெற்றியில் வைதவ்யம் பூசியிருந்த விபூதியுடன் என்று இன்று வரையிலும் பார்த்துக்கொண்டிருக்கிறேன். என் உலகத்தில் 50 வருடங்களாக முக்கியமான ஸ்தானத்தில் வாழ்ந்துகொண் டிருப்பது அவளுக்குத் தெரியாது. இது போல் எத்தனையோ பேர். நிச்சயமாகப் பெண்கள் மட்டுமல்ல. ஆண்களும் இருக் கிறார்கள். சில முக்கிய மரங்களும் இருக்கின்றன. கட்டடங்கள் இருக்கின்றன. படிக்கட்டுகள் இருக்கின்றன.

இந்த அனுபவங்களை எழுதத் தொடங்கும்போது சூட்சுமங் களைத் தொட முடியவில்லை என்ற எண்ணம்தான் எனக்கு ஏற்படுகிறது. அனுபவம் பல சந்தர்ப்பங்களில் ஏற்படுத்துகிற உவகைக்கு முன், மொழி தோற்றுக்கொண்டே இருக்கிறது. சுழலும் மின்விசிறியைத் தொட நீளும் கை எப்படித் தயங்குமோ அப்படி மொழி, அனுபவங்களின் சூட்சுமங்களைத் தொடத் தயங்கிப் பின்னகர்ந்துகொள்கிறது. இருந்தாலும் ஊர் சுற்றலின் விளைவுதான் ‘ஒரு புளியமரத்தின் கதை’ என்று பாதி சரியாகவும் பாதி தவறாகவும் கற்பனை செய்துகொள்ள முடிகிறது. அந்த அளவுக்கு அனுபவங்கள் ஒரு நிறைவைத் தருகின்றன.

2

சுய அனுபவம் சார்ந்துதான் ஒரு எழுத்தாளன் எழுத முடியும் என்ற எண்ணம் எனக்கு இருக்கிறது. சிறுவயதில்

ஏற்பட்ட எண்ணம் இது. இன்று வரையிலும் விசேஷப் பாதகம் இல்லாமல் அந்த எண்ணம் தொடர்ந்துகொண்டிருக்கிறது. சுல்பிகார் கோஷ் என்ற எழுத்தாளர் தீவிரமான படைப்பு இயக்கம் கொண்டவர். பிறந்த ஊர் பம்பாய். அமெரிக்காவில் டெக்ஸாஸில் பேராசிரியராகப் பணியாற்றுகிறார். அனுபவங்களை முற்றாக உதறிவிட்டுக் கற்பனை சார்ந்துதான் நாவல்களை உருவாக்க வேண்டும் என்பதில் திடமான நம்பிக்கை கொண்டவர். அவருடைய பேட்டி ஒன்றில் இதை வற்புறுத்துகிறார். இவ்வாறு அனுபவத்தைத் தாண்டி முழுக்கவும் கற்பனை சார்ந்து எழுதுவதாகச் சொல்லும் எழுத்தாளர்களின் படைப்புக்களைப் படிக்குபோது அவர்களுடைய எழுத்துக்கும் அடிப்படையாக அனுபவம் இருப்பது போல்தான் தெரிகிறது. படைப்பாளியின் குறிக்கோள் சார்ந்து அனுபவம் படைப்புக்குள் பெரும் குலைவுக்கு ஆட்பட்டுவிடுகிறது.

ஒரு பெரிய காகிதத்தைச் சுக்குநூறாகக் கிழித்துக் காற்றில் விசிறிவிட்டது போல் அனுபவம் சிதறடிக்கப்பட்டிருக்கிறது என்று வேண்டுமென்றால் சொல்லலாம். மூளைக்குள் வேறு என்ன பதிவுகள் இருக்க முடியும், அனுபவத்தைத் தவிர? எல்லாம் பொறிகள் வழியாகப் போன பதிவுகள் தானே? தொடர்ந்து இந்தப் பதிவுகள் நிகழ்ந்துகொண்டே இருக்கின்றன. அடுத்த கணம் நிகழப் போகும் பதிவைப் பற்றி நமக்கு இப்போது ஒன்றும் தெரியாது. இப்போது என் பேச்சைக் கேட்டுக்கொண்டிருக்கும் பதிவு நிகழ்ந்து கொண்டிருக்கிறது. நான் மூர்ச்சை போட்டு விழுந்துவிட்டால் வேறு பதிவுகள் தொடங்கிவிடும். இந்தக் கூடத்தில் நெருப்பு மூண்டுவிட்டதென்றால் எழுந்து ஓடத் தொடங்கிவிடுவோம். அப்போது களேபரம் சார்ந்த பதிவுகள் உருவாகின்றன. முன் கட்டுப்பாடு எதுவுமே இல்லாத பதிவுகள் நம்மை நோக்கி வந்துகொண்டேயிருக்கின்றன. விழிப்பு நிலையில் இது போன்ற பதிவுகள்; உறங்கும்போது கனவுகள். இவற்றின் மீதும் நமக்குப் பிடிமானம் எதுவும் இல்லை. இந்தப் பதிவுகளின் அர்த்தம் என்ன? இவற்றில் ஏதேனும் பொருள் இருக்கிறதா? இப்பதிவுகளின் சாராம்சம் என்ன என்பதுதான் படைப்பின் முக்கிய நோக்கமாக இருக்கிறது என்று நினைக்கிறேன். அப்படிப் பார்க்கும் போது அனுபவம் நேரடியாகப் பிரதிபலிக்காவிட்டாலும்கூட மறைமுகமாகவேனும், உருக்குலைந்த நிலையிலேனும், அல்லது உருக்குலைக்கப்பட்ட நிலையிலேனும் படைப்புக்குள் வந்தாக வேண்டும். மனிதனைக் கட்டுப்படுத்தும் விதிக்கு முற்றிலும் முரணான ஒரு விதியைப் படைப்புக்கு அடிப்படையாகக் கொள்ள முடியாது.

3

வாசிப்பின் மூலமும் நண்பர்களின் மூலமும் பல்வேறு பட்ட பாதிப்புக்களை அடைந்திருப்பேன் என்றுதான் நினைக் கிறேன். ஆனால் அவற்றைப் பற்றித் தெளிவாகச் சொல்ல முடியவில்லை. புதுமைப்பித்தனின் பாதிப்பைத் தெளிவாக உணர முடிவது போல் மற்ற பாதிப்புக்களை உணர முடிவ தில்லை. சிறிய வயதில் முற்போக்கு எழுத்தாளனாக ஆக வேண்டும் என்று ஆசைப்பட்டுக் கொண்டிருந்த காலத்தில் அமெரிக்க எழுத்தாளர் ஜான் ஸ்டீன்பக்கின் *Grapes of Wrath* என்ற நாவல் என்னைக் கணிசமாகப் பாதித்திருக்கிறது. அந்தக் காலத்தில் அவருடைய பல நாவல்களைப் படித்தேன். சமீபத்தில் அவருடைய ஒரு புத்தகத்தைப் படிக்க முற்பட்ட போது அதில் ஈடுபாடே ஏற்படவில்லை. சிறுவயதில் படித்த பலரைப் பற்றி இன்றும் மனதில் உயர்வான எண்ணம் இருக் கிறது. மீண்டும் அவர்களைப் படித்துப்பார்த்தால் அவர்கள் மீது வைத்திருக்கும் மதிப்பை இழந்துவிடுவேனோ என்று பயமாக இருக்கிறது. எழுத்தாளர்களைக் குறை சொல்லும் நோக்கில் நான் இதைச் சொல்லவில்லை. காலத்தைத் தாங்கும் எழுத்தை உருவாக்குவது கடினம் என்பதால் இதைச் சொல் கிறேன். ஒரு ஆமையின் ஆயுளோடு ஒப்பிடும் போது ஒரு சிறந்த நாவல் அல்லது ஒரு சிறந்த கதையின் ஆயுள் குறைவாக இருப்பது வருத்தத்தைத் தருகிறது.

பாரதியின் மீது எனக்கு எந்த அளவிற்கு மரியாதை இருக்கிறதோ அந்தளவுக்கு அவர் என்னைப் பாதிக்கவேயில்லை. நிச்சயமாக நண்பர்கள் என்னைப் பாதித்திருக்கக்கூடும். ஜீவா வுடன் இருந்த நெருக்கத்தினால் வாழ்க்கையைப் பற்றிய அக்கறை வலுப்பட்டிருக்கிறது என்று நினைக்கிறேன். இல்லாமை சார்ந்த கொடுமைகள் மனத்தில் முனைப்புக் கொள்ளவும் ஜீவா ஒரு காரணமாக இருந்தார். புதுமைப்பித்தன் மீது இருந்த மயக்கம் 50க்களின் ஆரம்பத்தில் ரகுநாதனைப் பார்க்க ஆவலைத் தூண்டிக் கொண்டிருந்தது. அது போன்ற ஒரு ஆவலைத் தூண்டியவர் அந்த நாட்களில் அவர் மட்டும்தான். அவர் புதுமைப்பித்தனின் சிஷ்யர், வாரிசு, பிரதிநிதி என்ற எண்ணம் எனக்கு இருந்தது. அவர் அதிகமாகப் பேசக்கூடியவர் அல்ல; பகிர்ந்துகொள்ளக்கூடியவரும் அல்ல. ஆனால் எங்களுக்குப் பொதுவாக இருந்த நண்பர்கள் வியந்து கூறும்படி அவர் என்னுடன் பேசினார். பகிர்ந்துகொண்டார். அவருடைய 'சாந்தி' இதழில் நான் எழுதித் தந்த எல்லாவற்றையுமே

வெளியிட்டார். அவை வெளி வந்ததைவிட சந்தோஷத்துடன் அவர் அவற்றை வெளியிட்டது முக்கியமாகப் பட்டது.

அவருடனும் ஜீவாவுடனுமான நெருக்கம் நெல்லையில் பல நண்பர்களைத் தேடித் தந்தது. எல்லோரும் வாசிப்பதில் அவரவர் அளவில் மிகுந்த நம்பிக்கை கொண்டவர்கள். அண்ணாச்சி சண்முகம் பிள்ளை, பாலதண்டாயுதம், கம்யூனிசத் தலைவர் ப.மாணிக்கம், ரகுநாதன், தி.க.சிவசங்கரன், என்.டி.வானமாமலை, ஜி.நாகராஜன், முருகானந்தம், என்.வானமாமலை எல்லோருமே வாசிப்பதில் நம்பிக்கை கொண்டிருந்தவர்கள். பேசுவதில் நம்பிக்கை கொண்டிருந்த வர்கள். கருத்துக்கள் சார்ந்து விவாதிப்பதில் நம்பிக்கை கொண் டிருந்தவர்கள். இந்தக் காரியங்கள் எல்லாம் நிச்சயமாக என்னைப் பாதித்திருக்க வேண்டும்.

என் 20 வயதிலிருந்து கிட்டத்தட்ட 45 வயது வரையிலும் சுமார் 25 வருடங்கள் சகல விஷயங்களையும் நான் கிருஷ்ணன் நம்பியுடன் பகிர்ந்துகொண்டிருந்தேன். நகைச்சுவை உணர்வு மிகுந்தவர். பேச்சு மூலம் காட்சி ரூபங்களை உருவாக்கிக் கொண்டே இருப்பார். அவருடன் இருக்கும்போது பேசாது இருக்கும் நேரங்களில்கூட ஒரு தோழமை, தோழமையின் தென்றல் அல்லது தோழமையின் நறுமணம் வீசிக்கொண்டே இருக்கும். மௌனி, ஜி.நாகராஜன், அசோகமித்திரன் போன் றோரது படைப்புக்களின் மீது என் கவனம் அழுத்தம் கொள்ள அவர் ஒரு காரணமாக இருந்தார். ஜானகிராமனுடைய மிகப் பெரிய ரசிகர். தான் நடத்திவரும் வியாபாரத்தில் அதிகப் பணம் ஈட்டும்போது ஜானகிராமனுக்கு ஒரு தங்க மோதிரத்தை அன்பளிப்பாகத் தர வேண்டும் என்று சொல்லிக்கொண்டிருந் தார். அவர் கனவு நிறைவேறவில்லை.

ரகுநாதன் மூலம் 'சாந்தி' யில் கிடைத்த இடத்திற்குச் சற்றும் குறையாத ஒரு இடம் விஜயபாஸ்கரன் மூலம் 'சரஸ்வதி' யில் கிடைத்தது. 'சரஸ்வதி' யில் எழுதத் தொடங்கிய பின் க.நா.சு., சி.சு.செல்லப்பா, பிச்சமூர்த்தி, சிதம்பர சுப்பிரமணியன் என்று பழைய தலைமுறையைச் சேர்ந்த பல எழுத்தாளர்களை யும் சந்தித்தேன். க.நா.சு. நண்பராகப் பாவித்து என்னுடன் பழகியது பெரிய விஷயம். அவர் என்னுடைய பார்வையைப் பாதித்திருப்பதாக நான் உணரவில்லை. ஆனால் வாசிப்பதில் எனக்கிருந்த ஆசை அவர் மூலம் பல மடங்கு பெருகிற்று. ஒரு புத்தகத்தைப் படித்ததும் மனதிற்குள் ஒரு கறாரான அபிப்ராயத்தை – என்னால் அதை எழுதவோ அல்லது

சொல்லவோ முடியாததாகக்கூட இருக்கலாம். அது வேறு விஷயம் – என் மனத்தளவிலேனும் உருவாக்கிக்கொள்ள கவனம் ஏற்பட்டதென்றால் அதற்கு க. நா. சு.தான் முக்கிய காரணம். சென்னையில் க. நா. சுவுடன் பழகிய காலத்தில் கு. அழகிரிசாமியும் நா. பார்த்தசாரதியும் மிக நெருக்கமான நண்பர்களாக இருந்தார்கள்.

எனக்கு இடங்கள்மீதும் காலத்தின்மீதும் மனிதர்களின் மீதும் மனித உறவுகளின்மீதும் அக்கறை உண்டு. ‘ஒரு புளிய மரத்தின் கதை’யை இடமும் காலமும் சார்ந்த படைப்பு என்றும், ‘ஜே. ஜே : சில குறிப்புக’ளைக் காலமும் கருத்தும் சார்ந்த படைப்பு என்றும், ‘குழந்தைகள் பெண்கள் ஆண்க’ளைக் காலமும் மனித உறவுகளும் சார்ந்த படைப்பு என்றும் பொதுவாகச் சொல்லலாம்.

சதங்கை, ஜனவரி – மார்ச் – 2001

(சாகித்திய அக்காதெமிக் கூட்டம், சென்னை – 9.7.1999)

என் மண்ணும் என் மொழியும்

'என் மண்' என்று குறிப்பிடுவது நான் பிறந்து வளர்ந்த தமிழகத்தை. விதை விழுந்த இடத்தில்தானே வேர் பாயும். தமிழக மண்ணில் மட்டும்தான் என் வேர் இறங்கியிருக்கிறது. எனக்கும் என் எழுத்திற்கும் ஒளியையும் காற்றையும் உரத்தையும் தந்த வேர் அது.

ஆனால் 'என் மொழி' என்று நான் குறிப்பிடும் போது அது தமிழகத்தின் எல்லையைத் தாண்டி உலக அளவிற்கு விரிகிறது. தமிழ் பேசும் மக்கள் எங்கு வாழ்ந் திருந்தாலும் அவர்கள் அனைவரையும் என் மொழி தழுவிக்கொள்ள விழைகிறது. அவர்களது அரசியல், சமூக, கலாச்சாரப் பிரச்சனைகளில் அக்கறையும் கவலை யும் கொள்ள விரும்புகிறது.

என் மொழியில் கூர்மையோ, நளினமோ, தெளிவோ இருந்தால், நான் என் படைப்புக்களில் வெளிப்படையாக வும் மறைவாகவும் சொல்லியிருப்பவற்றில் விவேகமோ, விமர்சனமோ இருந்தால் அவை என் அனுபவம் மூலமும் என் வாசிப்பு மூலமும் நான் திரட்டிக் கொண்டவையே தவிர கல்வி வழிப் பெற்றதல்ல. சொல்லிக்கொள்ளும் படி நான் கல்வி கற்றவனும் அல்ல. இளம் வயதில் பெயரளவில் பள்ளிக் கல்வியைச் சுமந்து கொண்டிருந் தேனே தவிர ஆழ்ந்து கற்க, நோயுற்றிருந்த என் உடல் நிலை இடந்தரவில்லை. உடல்நிலை இடந்தந்த அளவுக்குக் கூட மன நிலை இடந்தரவில்லை.

உண்மையில், பள்ளிக்குச் செல்லத் தடையாக வந்துசேர்ந்த நோய் பற்றி உள்ளூர சந்தோஷம்தான் இருந்தது. 'பள்ளிக்குப் போகாமல் இருப்பதற்கு நான்

ஒன்றும் பொறுப்பல்ல' என்ற பாவனையை மேற்கொள்ள வசதியாக இருந்தது. என் அரைகுறைப் படிப்பில் ஆங்கிலம், மலையாளம், சம்ஸ்கிருதம் ஆகிய மொழிகளைக் கற்றுத் தர மூன்று ஆசிரியர்கள் தலைகீழாக நின்றுபார்த்தார்கள். சிறிய அளவுகூட அம்முயற்சியில் அவர்கள் வெற்றி பெறவில்லை.

என் தாய்மொழியாகிய தமிழை எனது பதினெட்டாவது வயதில் சிலேட்டில் எழுதிச் சுயமாகக் கற்றுக்கொண்டேன். கட்டுப்பாடின்றி, மேற்பார்வையின்றித் தமிழைக் கற்றுக்கொள்ள நாள்தோறும் நீண்ட நேரம் உழைத்தது மிகுந்த நம்பிக்கையை அளித்தது. சுய கல்வி தரும் பெருமிதம் மனத்தில் விம்மிற்று. அன்று பெற்ற நம்பிக்கையும் பெருமிதமும் தான் இன்று வரையிலுமான என் வாழ்க்கையைத் தீர்மானித்துக் கொண் டிருக்கின்றன. வாசிப்பில் ஆர்வம் கொண்டு மனம் போன போக்கில் புத்தகக் காட்டில் திரிந்து வழி தவறித் தத்தளித்து, தத்தளிப்பின் வழியாகச் சுய வழியைத் தேடிப் பிடித்துப் பயணத்தைத் தொடருவது மன வெழுச்சியைத் தரும் செயலாகவே இன்று வரையிலும் இருக்கிறது.

நிறுவனம் சார்ந்த கல்விமீது இளம் வயதில் ஏற்பட்ட வெறுப்பு, காலப்போக்கில் கல்வி மீதான விமர்சனமாக என் மனதில் உருமாறி வந்திருக்கிறது. நிறுவனக் கல்வி சமூக வளர்ச்சியில் எந்தப் பங்களிப்பையும் ஆற்றவில்லை என்று நான் கருதவில்லை. நவீன சமூக அறிவு நம் கலாச்சாரத்தையே செம்மைப்படுத்தும் கருவியாக கல்வியைப் போற்றி வருவதால் அதன் மீதான விமர்சனங்களை மொத்த சமூகமும் அறியும் விதத்தில் ஆசிரியர்கள் வெளிப்படையாக வைத்துக்கொள்ள வேண்டுமென்று விரும்புகிறேன்.

தமிழர்கள் கல்வி கற்கும் நிறுவனங்கள் பொதுவாக சமயப் பார்வை கொண்டவை. சமயக் கூறுகளைத் தாண்டி நிற்க முயலும் கல்விக்கூடங்களில்கூட மதிப்பீடுகளை ஏற்பதிலும் மறுப்பதிலும் சமயப் பழமையின் எச்சங்களே ஆட்சி செலுத்து கின்றன. ஒழுக்கம் சார்ந்து அவை அறிவை பிரிக்கின்றன. ஒழுக்கத்தின் சாராம்சத்தைத் தீர்மானிப்பது பாலுறவு சார்ந்த நியதிகள் மட்டுமே. தமிழன் தான் அனுசரிப்பதாகக் கற்பனை செய்துகொள்ளும் பாலுறவு ஒழுக்கங்களை முன்னிறுத்தி மாற்றுக் கலாச்சாரங்கள் அனைத்தையும் மதிப்பிடுகிறான். பிற கலாச்சாரங்களின் சாதனைகள் முன் தன்னைப் போலி யாகத் தூக்கி நிறுத்திக்கொள்ள அவன் கண்டுபிடித்திருக்கும் யுக்தி இது. மேடம் க்யூரி அம்மையார் நோபல் பரிசு பெற்றிருப் பதைப் பற்றி நான் என் நண்பனிடம் ஒருமுறை கூறியபோது,

'கட்டின புருஷன் செத்தா அடுத்த புருஷனைக் கட்டிக்கிற ஜாதிதானே, நோபல் பரிசு வாங்கி எதற்கு?' என்றான்.

நவீன உலகில் அறிய வேண்டியவை, அறிய அவசிய மற்றவை என்று எதுவுமில்லை. நம்மால் விலக்கப்படும் கனிகளும் நம் வாழ்க்கையைப் பாதித்துக்கொண்டுதான் இருக்கின்றன. மனிதன் எதிர்கொள்ள வேண்டிய எதிர்காலச் சவால்கள் மிகச் சிக்கலாகிக் கொண்டிருக்கின்றன. சகல அறிவுத் துறைகளி லும் இந்த நூற்றாண்டில் நிகழவிருக்கின்ற தாண்டல்களைப் பற்றி விஞ்ஞானிகளின் கூற்றுக்கள் பிரமிப்பையும் திகைப்பையும் ஏற்படுத்துகின்றன.

முன்கூட்டித் தன் ஆற்றலைக் கண்டடையும் மனிதத் திறன் வரையறைக்கு உட்பட்டதுதான். முட்டி மோதும் முயற்சி யில்தான் புதிய ஆற்றல்கள் தோன்றி வீரியம் கொள்கின்றன. சுவர் எனக் கற்பனை செய்துகொண்டவை கதவுகளாகித் திறக்கின்றன. பரிணாமம் கற்றுத் தரும் பாடம் இது. மரத்தில் வாழ்ந்த பிராணிகளில் எந்த இனங்கள் ஓய்வொழிச்சலின்றிக் கிளைக்குக் கிளை தாவிக் கொண்டே இருந்தனவோ அவற்றிற்குத் தான் சிறகுகள் முளைத்தன.

கண்டடைந்த அறிவுகளில் உறைந்துபோய்விடாமல் புதிய அறிவுகளைத் தேடிக்கொண்டு நாம் போக வேண்டியிருக்கிறது. தாஜ்மஹால் உலக அதிசயங்களில் ஒன்று என ஆசிரியர் கற்றுத் தந்திருக்கிறார். ஒரு புழு தாஜ்மஹாலைவிட அதிசய மானது. ஒரு புழுவை முழுமையாக அறிந்துகொள்ள முயலும் விஞ்ஞானிக்கு 'டிமிக்கி' கொடுத்துவிட்டு அது நழுவிப் போய்க் கொண்டேயிருக்கிறது. உரிய முறையில் திட்டமிட்டால் நூறு தாஜ்மஹால்களை உலகின் வெவ்வேறு பகுதிகளில் இன்று எழுப்பிவிட முடியும்.

அறிவின் பயணத்திற்கு நம்மை நாம் தயார்படுத்திக்கொள்ள வேண்டுமென்றால் அனைத்து அறிவுகளையும் உள்ளடக்கிக் கொள்ளும் வல்லமை கொண்ட மொழியை நாம் உருவாக்கிக் கொள்ள வேண்டும். நாண் அறுந்த வில்லில் அம்பேற்ற முடியாது. புதிய அறிவுடன் இணைந்து வருவது புதிய மொழி. அல்லது புதிய மொழிதான் புதிய அறிவை ஏந்தியெடுக்கிறது என்றும் சொல்லலாம்.

மக்களுடைய குரல்கள் வழியாகக் காற்றில் வாழ்ந்து வருவது மொழி. அதன் அச்சுருவம் மொழியின் புகைப்படம் போன்றது. வாழ்வின் சோதனைகளையும் சவால்களையும் எதிர்கொள்ளும் மக்களிடமிருந்து வெளிப்படும் கருத்துக்களும்

அனுபவ உணர்வுகளும் கற்பனைகளும் மொழிக்கு உயிர்ப்பைத் தந்துகொண்டிருக்கின்றன. இந்த உயிர்ப்பின் முக்கியமான கூறு அதன் பல்குரல் தன்மை. வாழ்வின் நானாவிதமான போக்கிற்கு அடையாளமாக அம்மொழி துலங்குகிறது. படைப்பாளிகளும் அறிவுவாதிகளும் அறிவியல்வாதிகளும் மொழியின் எண்ணிறந்த வண்ணங்களைத் தங்கள் வெளியீட்டுப் பாங்கில் நிலைபெறச் செய்கிறார்கள். இம்மொழிக்கு எதிர் நிலையில் உருவாவது அதிகாரத்தின் மொழி. வாழ்க்கையைத் தட்டையாகவும் சிக்கலற்றதாகவும் பார்ப்பவர்களின் மொழி அது. வாழ்க்கைப் பிரச்சனைகள் அனைத்திற்கும் தங்களிடம் திட்டவட்டமான தீர்வுகள் இருப்பதாகவும் அத்தீர்வுகளை வலுக்கட்டாயமாக அமுல்படுத்துவதன் மூலம் மனித ராசியை இன்ப உலகத்திற்குள் அழைத்துச் சென்றுவிட முடியும் என்றும் நம்புகிறவர்களின் மொழி. சீருடை அணிந்து ஒரே போக்கில் அணிவகுக்கும் கும்பலின் ஒற்றைப்படைத் தன்மை இம்மொழி யில் படிந்துவிடுகிறது. தனி மனிதனின் அனுபவ அடையாளம் வெளியேற்றப்பட்டு மொழி தரப்படுத்தப்படுகிறது.

எங்களூர் கிராமியப் பெண்ணொருத்தி, காவல்படையில் பணியாற்றும் தன் கணவரின் அணிவகுப்புப் பயிற்சியில் அவரது சாகசங்களை ரகசியமாகப் பார்த்து வரச் சென்றாள். அணிவகுப்புப் பயிற்சி நடந்துகொண்டிருக்கும் போதே, 'என் புருஷன் எங்கே இருக்கார்னு எனக்குத் தெரியலையே' என்று கத்தத் தொடங்கினாள். வேறுபட்ட மனிதர்கள், மாறுபட்ட மொழிகள், பண்பாடுகள், நிலக் காட்சிகள், தட்ப வெப்ப நிலைகள், இயற்கைகள், நம்பிக்கைகள், கருத்துருவங்கள், அவை தரும் எதிர் வினைகள், கலகங்கள், சமூக நியதிகளை ஏற்காத மனிதர்களின் வாழ்க்கைகள், திரைக்குப்பின் நடக்கும் நாடகங் கள், அடிமனங்களில் ஊடாடும் ரகசியங்கள் போன்ற எண்ணற்ற வாழ்க்கைக் கூறுகளின் இருப்பை மனிதப் பிரக்ஞை யில் ஓயாமல் நினைவுபடுத்திக் கொண்டிருப்பது இலக்கியம். பல மனிதர்களின் இருப்பை மட்டுமல்ல, ஒரு மனிதனுக் குள்ளேயே பல மனிதன் இருப்பதையும் இலக்கியம் நம் நினைவில் அழுத்துகிறது.

மனிதர்களின் வேறுபாடுகளையும் முரண்பாடுகளையும் விவரித்துக் கொண்டே போகும் இலக்கியம் கடைசியில் நம் மனம் நெகிழ்ந்துபோகும் வகையில் மனித ராசிகளுக்கும் ஜீவராசிகளுக்கும் ஆதாரமாக நிற்கும் ஒரு சுருதியை ஸ்பரிசித்து விடுகிறது. சகல ஜீவன்களையும் ஒரே ஜீவனின் வண்ண அதிர்வுகளாகப் பார்க்கும் ஓர்மையை அழுத்துகிறது. பிறப்பையும், வளர்ப்பையும் கூடிவரும் குணங்களையும் குறைகளையும்

தாண்டி மனிதத் தன்மையின் சுடரைத் தூண்டுகிறது. சமத்துவத்தை இயற்கையின் நியதிக்கு உட்பட்டதாக மாற்றுகிறது. இப்படிப் பார்க்கும்போது சர்வாதிகாரத்திற்கும், ஏற்றத் தாழ்வுகளுக்கும், அடிமைத்தனத்திற்கும், அடக்கு முறைக்கும் எதிராக இலக்கியம் ஆடம்பரமான சாட்சியங்களோ, திடமான தடயங்களோ இன்றி வலிமையான மௌனத்துடன் போராடுகிறது. அனுபவப் பரிமாற்றங்களுக்கும் கருத்துப் பரிமாற்றங்களுக்கும் ஆதாரமாக நிற்கும் ஒரு மொழியை அதன் நுட்பங்களுடன் வண்ணங்களுடன் மௌனங்களுடன் தொனிகளுடன் உள்நின்று ஒளிரும் அர்த்தங்களுடன் நகைச்சுவை உணர்வுடன் இன்று வரையிலும் காப்பாற்றிவருகின்றன இலக்கியப் படைப்புகள்.

2

உலகெங்கும் பரந்து பரவிவிட்ட ஒரு இனமாகத் தமிழ் மக்கள் இன்று இருந்து கொண்டிருக்கிறார்கள். கடந்த காலத்தில் தமிழ் நாட்டுத் தமிழர்களுக்குப் பிழைப்பைத் தேடிக் கூட்டம் கூட்டமாகப் பல தேசங்களுக்கும் சென்று அல்லற்பட வேண்டிய நிர்பந்தம் ஏற்பட்டது. இன்று போர்ச்சூழல் காரணமாக இலங்கைத் தமிழர்கள் தங்கள் சொந்த மண்ணையும் உறவுகளையும் கலாச்சாரப் பின்னணியையும் துறந்து அன்னிய தேசங்கள் பலவற்றில் அரசியல் அகதிகளாகக் குடியேற வேண்டிய கட்டாயம் நிகழ்ந்துள்ளது. இன்று தமிழர்கள் உலகில் எந்தப் பகுதியில் வாழ்ந்திருந்தாலும் சரி, மொழி சார்ந்தும் பண்பாடு சார்ந்தும் ஒன்றுபட்டு நிற்க வேண்டியவர்கள். இவ்விணைப்பிலிருந்து தோன்றும் கூட்டு நடவடிக்கைகள் நவீன வாழ்க்கை தரவிருக்கும் சவால்களை எதிர்கொள்ள இன்றையத் தேவைகளாக உள்ளன. இதன் பொருள் தமிழர்கள் தங்கள் கருத்து வேற்றுமைகளை ஒளித்துவைத்துக்கொண்டு ஒற்றுமையை வலுக்கட்டாயமாகப் பேணி வர வேண்டும் என்பதல்ல. அதற்கு நேர்மாறாக, நாம் நம் கருத்து வேற்றுமைகளை வெளிப்படையான விவாதத்தின் மூலம் கூர்மைப்படுத்திப் பகிரங்கமாக வைத்துக் கொள்ள வேண்டியுள்ளது.

கருத்து வேற்றுமை கொண்டவர்களை எதிரிகளாகக் கருதி அழித் தொழிக்க முற்படுவது காட்டுமிராண்டித்தனமானது. கூச்சல்கள், கோப தாபங்கள், வசைகள், முத்திரை குத்தல்கள் ஆகியவற்றைத் தவிர்த்து நாகரிகமாகக் கருத்துப் பரிமாற்றங்கள் நிகழ்ந்தால் மட்டுமே சிந்தனைகளை நாம் மேலெடுத்துச் செல்ல முடியும். அதிகார வேட்கையை மட்டுமே குறியாகக் கொண்டு சகல திட்டங்களையும் தீட்டும் அரசியல்

வாதிகளின் தந்திரங்களை அம்பலப்படுத்தும் துணிச்சல் கொண்டவர்களாலேயே நான் குறிப்பிட்ட மொழி சார்ந்த ஒற்றுமையைக் கட்டி வளர்க்க முடியும். அரசியல்வாதிகளுடன் சுயலாபங்களுக்காக ஒட்டிக்கொண்டிருக்கும் கலாச்சாரவாதி கள் தங்கள் வீரியத்தை இழந்து அரசியல்வாதிகளின் பதவியைப் பிடிக்கும் சதுரங்க விளையாட்டில் காய்களாக மாறிவிடுகிறார் கள். தங்கள் பதவியைத் தக்கவைத்துக் கொள்வதற்காக அரசியல் வாதிகள் முன்னின்று உருவாக்கிய உலகத் தமிழ் இயக்கங்கள் ஏழைகளின் வரிப்பணத்தை வீணாக்கும் திருவிழாக்களாகச் சீரழிந்துபோய்விட்டன.

பல தேசங்களில் தமிழர்கள் இன்று வாழ்ந்துவந்தாலும் உலக இலக்கிய அரங்கில் அவர்கள் இன்று இல்லை. நேற்று வரையிலும் வெளி உலகத்திற்குத் தெரியாமலிருந்த பல இலக் கியங்கள் இன்று உலக அரங்கில் முக்கியத்துவம் பெற்றுவிட்டன. லத்தீன் அமெரிக்க இலக்கியம், ஆப்பிரிக்க இலக்கியம், மெக்சிகன் இலக்கியம், சீன, ஜப்பானிய இலக்கியங்கள் போன்றவை இன்று ஆங்கில மொழிபெயர்ப்புகள் வழியாக உலகப் பார்வைக்கு வந்துவிட்டன. ஆங்கிலத்தில் எழுதும் இந்திய, இலங்கை எழுத்தாளர்கள் போன்றவர்களின் படைப்புக்களும் சர்வதேச இலக்கியத்தில் இணைந்துகொண்டு வருகின்றன. தமிழ்ப் படைப்புக்களோ அவற்றின் அரசியல் வரைபடங்களுக்குள் முடங்கிவிடுகின்றன. ஈழத் தமிழ்ப் படைப்புக்கள் தமிழகத் திற்குள்கூட போதிய கவனம் பெறுவதில்லை. தமிழகப் படைப்புக்கள் இந்திய அளவில் முக்கியத்துவம் பெறுவதில்லை. உலக அரங்கில் தமிழ்ப் படைப்புக்களுக்கு இடமே இல்லை.

இப்போது உலக அரங்கில் ஏற, தமிழ் இலக்கியத்திற்குத் தகுதி இருக்கிறதா என்ற கேள்வி எழுகிறது. ஏறத்தாழ இரண் டாயிர வருட நீட்சி கொண்ட கவிதை மரபு நமக்கு இருக்கிறது. இந்த மரபு பல இலக்கியச் சிகரங்களைக் கொண்டது. நடு நிலைப் பார்வையும் உலக இலக்கியத்தில் தேர்ச்சியும் கொண்ட பல திறனாய்வாளர்கள் தொல்காப்பியர், வள்ளுவர், கம்பன், இளங்கோ, பாரதி போன்ற படைப்பாளிகள் பற்றிக் கூறியுள்ள கருத்துக்கள் உலக சாதனைகளுக்கு நிகரான சாதனைகளை நாம் நிகழ்த்தியிருக்கிறோம் என்பதற்குச் சான்றாக உள்ளன. நவீன இலக்கியத்தைச் சேர்ந்த சிறுகதைகளிலும் கவிதைகளிலும் நாவல்களிலும் நம் படைப்பாளிகளில் பலர் உலகத் தரத்திற்கு இணையானவற்றைப் படைத்திருக்கின்றனர் என்பதில் சந்தேக மில்லை. ஆங்கிலம் வழியாகவும், ஆங்கில மொழிபெயர்ப்புக்கள் வழியாகவும் நவீன உலக இலக்கியப் பரிச்சயம் கொண்ட

நுட்பமான வாசகர்கள் தங்கள் வாசிப்பனுபவங்கள் வாயிலாகவே இவ்வுண்மையை உணர்ந்திருக்கின்றனர். இந்நிலையில் தமிழ், உலக அரங்கில் இடம்பெறாத நிலை நம் இருப்பையே கேள்விக்கு உள்ளாக்குகிறது. இத்தாழ்வு பற்றிய விவாதம் நம்மிடையே இன்னும் வலுவாக உருவாகவில்லை.

பண்டைத் தமிழ் இலக்கியத்தின் சிறப்பையோ அல்லது நவீனத் தமிழ் இலக்கியத்தின் மேன்மையையோ வேற்று மொழியினர் அறிந்துகொள்ளும் வகையில் எடுத்துரைக்கும் ஆங்கில நூல் ஒன்றுகூட இல்லை. நவீனப் பார்வையோ, விமர்சன அளவுகோல்களோ இல்லாமல் நமது மரபையும் இலக்கியத்தையும் மிகையாகப் பாராட்டிக்கொள்ளும் எழுத்து முறை இன்று உலக அரங்கில் செல்லுபடியாகாது. ஆனால் வரலாற்றுப் பார்வையற்ற கற்பனையான மதிப்பீடுகளைக் கொண்ட சுயப்பிரதாபங்களைத்தான் தமிழ் அரசியல்வாதிகள் தங்கள் லாபத்தை முன்னிட்டு மக்களிடையே பரப்பிவருகிறார்கள். நீண்ட கவிதை மரபும் புராணங்களின் மரபும் சென்ற காலக் கற்பனைகளுக்குள் ஆழ்ந்து கிடக்கும் அவலத்தை நமக்குத் தந்திருக்கின்றன. இந்தக் கற்பனை சார்ந்த அதீத மனோபாவங்களைத்தான் வெகுஜன சஞ்சிகைகள், திரைப்படங்கள் போன்றவை தங்களுக்குச் சாதகமாகப் பயன்படுத்திக்கொள்கின்றன. யதார்த்த உலகைக் கண் திறந்து பார்த்து நமது சமகாலப் பிரக்ஞையைக் கூர்மைப்படுத்திக் கொள்ள வேண்டுமெனத் தமிழ் மக்களை முதலில் எச்சரிக்கை செய்த கலைஞன் புதுமைப்பித்தன். பிரச்சாரத் தளங்களுக்குரிய ஒரு பக்கப் பார்வையை ஏற்க மறுத்த கலைஞன் என்பதால் தமிழ் மக்களால் அவனுடைய பாதிப்பை உரிய முறையில் பெற்றுக்கொள்ள இயலவில்லை.

தமிழகத் தமிழர்களின் சிந்தனையை மழுங்கடித்த கேளிக்கையாளர்கள் இலங்கை மண்ணில் செல்வாக்குப் பெறவில்லை. இதனால் விளைந்த அனுகூலங்களை ஈழத்தமிழ் படைப்புக்களின் கருத்துருவங்களில் காண முடிகிறது. தமிழகத்தில் புறக்கணிப்புக்கு ஆட்பட்டு நிற்கும் படைப்பு முறைகளும் சிந்தனைக் கூறுகளும் மொழி வழிகளும் அங்கு பொது நீரோட்டத்தில் செல்வாக்குப் பெற்றிருக்கின்றன. மார்க்சியத் தத்துவம் சார்ந்த படைப்புப் பார்வையை முன்னிட்டும், தத்துவ இறுக்கங்களைத் தாண்டிச் செல்லும் சுதந்திரப் படைப்புப் பார்வையை முன்னிட்டும் பேராசிரியர் கைலாசபதி, தளையசிங்கம் ஆகியோரிடையே நடந்த விவாதங்களும் அவற்றிற்கு வேறுபட்ட பார்வைகள் கொண்ட எழுத்தாளர்கள் தந்த எதிர்வினைகளும் ஈழத் தமிழ்க்

கலாச்சாரத்தின் மையத்தில் நின்று பாதிப்புகள் நிகழ்த்தின. இது போன்ற விவாதங்கள் தமிழகத்தில் நடைபெறுகிறபோது, அவை சிற்றிதழ் வாசகர்களிடையே நடக்கும், பொது வாசகர் களுக்கு அக்கறையற்ற விவாதமாகச் சுருங்கிப்போய்விடுகிறது.

தமிழுக்கோ, தமிழர்களின் படைப்புக்களுக்கோ உலக அரங்கில் நவீனத்திற்குரிய படிமம் இன்று வரையிலும் கிடைக்க வில்லை. அதனால் அவர்கள் புறக்கணிப்பிற்கு ஆளாகி வருகின்றனர். மாதிரிக்கு ஒரு உதாரணத்தை மட்டும் தருகிறேன்.

சிலப்பதிகாரத்தை இந்திய ஆங்கிலக் கவிஞரான எஸ். பார்த்த சாரதி மொழிபெயர்த்திருக்கிறார். ஆங்கிலத்தில் தரமான கவிஞராகப் பெயர் பெற்ற தமிழர் பார்த்தசாரதி. பல ஆண்டுகள் உழைத்து நிறைவேற்றப்பட்ட இம்மொழி பெயர்ப்பு பற்றி நீங்கள் ஆங்கில இலக்கிய வாசகர்களிடம் விசாரித்து இப்படைப்பு பெற்றுள்ள ஆதரவு பற்றியோ அல்லது ஆதரவின்மை பற்றியோ தெரிந்துகொள்ளலாம். நான் அறிந்த வரையில் பலராலும் போற்றப்பட்ட இவ்வரிய முயற்சி வாசகர் களின் பரவலான கவனத்திற்கு வராமல் ஒதுங்கிப் போய் விட்டது என்று கருதுகிறேன்.

ஏறத்தாழ பார்த்தசாரதி சிலப்பதிகாரத்தை மொழிபெயர்த்த அதே காலத்தில் அமெரிக்க அறிவியல் பேராசிரியரான திமோதி ஃபெரிஸ் *(Timothy Ferris) 'Coming of Age in the Milky Way'* என்ற தலைப்பில் பிரபஞ்ச இயல் பற்றிப் பன்னிரண்டு ஆண்டுகள் உழைத்து எழுதிய தம் நூலை வெளியிட்டார். கடுமையான உள்ளடக்கம் கொண்ட இந்நூல் சுமார் முப்பது மொழிகளில் மொழிபெயர்க்கப்பட்டுப் பிரபஞ்ச இயலில் தீவிர அக்கறை கொண்ட உலக வாசகர்கள் மத்தியில் மிகப் பெரிய மதிப் பீட்டைப் பெற்றுள்ளது.

தமிழ்ச் சமூகம் மதப் பிரிவுகளும் ஜாதிப் பிரிவுகளும் மூட நம்பிக்கைகளும் நிறைந்த சமூகம். தமிழர்களிடையே சொல்லும் செயலும் வெவ்வேறு தளங்களில் பிரிந்துகிடக்கும் தாழ்வு ஒரு வாழ்க்கை முறை என்றாகிவிட்டது. அரசியல்வாதி களையும் மதவாதிகளையும் திரைப்படக் கலைஞர்களையும் ஆசிரியர்களையும் பத்திரிகையாளர்களையும் எழுத்தாளர் களையும் முன்மாதிரியாக வைத்து மக்கள் கற்றுக்கொண்ட 'வாழ்க்கை நெறி' இது. இவர்கள் எல்லோருக்கும் இன்று காசும் புகழுமே வாழ்க்கையின் குறிக்கோள்கள் ஆகிவிட்டன. குறுக்குவழியில் வெற்றிகளை ஈட்டும் போட்டாப் போட்டியில் மூழ்கிக் கிடக்கும் இவர்களுக்குத் தங்கள் அறிவைப் பெருக்கிக்

கொள்வதில் சிறிதும் நம்பிக்கையில்லை. தமிழகக் கல்லூரி ஒன்றில் அறிவியல் ஆசிரியர்கள் மத்தியில் புகழ்பெற்ற விஞ்ஞானி ஸ்டீபன் ஹாக்கிங்ஸ் *(Stephen Hawkings)* பற்றி ஒருவர் சொல்லத் தொடங்கிய போது, பேராசிரியர் ஒருவர் குறுக்கிட்டு, 'என் மனைவியிடமும் அதுதான் இருக்கிறது' என்றார். அவர் குறிப்பிட்டது இந்தியாவில் ஹாக்கின்ஸ் என்ற பெயரில் விற்கும் குக்கரைப் பற்றி. ஒரு தமிழ் எழுத்தாளர், 'பெண் விடுதலை வேண்டும்' என்று கூட்டத்தில் முழங்குகிறபோது, 'என் மனைவி நீங்கலாகச் சகல பெண்களும் விடுதலை அடையட்டும்' என்றுதான் அதற்குப் பொருள். நாஸ்திகர்களான என் நண்பர்கள் பலருக்கு ஆஸ்திகரான தம் மனைவியரின் கடவுள் நம்பிக்கையில் உள்ளூர சந்தோஷம் இருப்பதைப் பல முறை நான் கவனித்திருக்கிறேன்.

அறிவியலில் நம் பின்தங்கல் கவனிக்கத் தக்கது. அழகு, இலக்கணம், புராணம், ஒழுக்கம், பக்தி, சமூக நெறிகள் போன்றவற்றிற்கு அழுத்தம் தந்துள்ளது நம் கவிதை மரபு. தத்துவம், உளவியல், பிரபஞ்சவியல், புவியியல் போன்ற பல துறைகளில் நம் கவனம் போதிய அளவு பதியவில்லை. புத்தம்புதிய துறைகள் நூற்றுக்கணக்கில் ஊடுருவி வருகின்றன. இத்துறைகளின் வளர்ச்சியில் தமிழர்கள் ஆற்றும் பங்கு என்ன ?

ஒரு இனம் கவிதையில் அக்கறை கொண்டிருப்பதும் மற்றொரு இனம் கணிதத்திலும் தத்துவத்திலும் அக்கறை கொண்டிருப்பதும் சூழல் சார்ந்த காரணங்களால் உருவாகி வருபவை. ஆனால் இன்று ஒரு இனம் தன் குறைகளையும் பின்தங்கலையும் போதபூர்வமாக உணர்ந்து குறைகளைப் படிப்படியாய் அகற்றிக்கொண்டுவர வேண்டும். இது காலத்தின் கட்டாயம். இல்லாத வரையிலும் உலக இலக்கியத்தின் வரலாற்றில் பெரும் சாதனைகள் நிகழ்த்திய தமிழ் இனம் பின் தங்கிப் பிறரிடம் அறிவுப் பிச்சை கேட்டு வாழ வேண்டிய கூட்டமாகக் குன்றிப் போய்விடும்.

இங்கு நடைபெறும் இக்கூட்டம் என்னை ஊக்குவிக்கும் காரியமாக மட்டுமே முடிந்து போய்விடக் கூடாது என்று விரும்புகிறேன். இக்கூட்டத்தின் தொடர்ச்சியாக நாம் ஒன்று பட்டு நின்று தமிழின் மேம்பாட்டுக்காகச் சில எளிய பணிகளை யேனும் செய்யத் தொடங்க வேண்டும். பெரிய காரியங்களை முன்வைத்து எவற்றையும் நிறைவேற்ற இயலாமல் சுருங்கிப் போவதைவிடச் சிறிய பணிகளை முன்வைத்து அவற்றைச் சிறப்பாகச் செய்து முடித்து நம் செயல்பாடுகளில் நாம் நம்பிக்கை

பெற வேண்டும். தமிழின் வளர்ச்சியில் மிகுந்த ஆர்வம் கொண்ட பல எழுத்தாளர்கள் இங்கு இருக்கிறார்கள். லட்சக் கணக்காகத் தமிழர்கள் வாழும் இடம் இது. இங்கு ஒரு குழுவை அமைத்து நாம் நம் பணிகளைத் தொடங்கலாம். ஒரு சில படைப்புக் களை ஆங்கிலத்தில் மொழிபெயர்ப்பது நமது தொடக்க காலப் பணியாக அமையலாம். காலமும் சூழலும் கூடிவந்தால் காலப்போக்கில் பல திட்டங்களை விரித்து உலகத் தமிழர் களின் கலாச்சாரப் பிரதிநிதிகள் அக்குழுவில் இடம்பெறும் படி செய்யலாம்.

இப்பணிகளை முன்வைத்துச் செயல்படும் குழுவுடன் ஒத்துழைக்கவும் என்னால் இயன்ற எளிய உதவிகள் அனைத்தை யும் அவர்களுக்கு செய்துதரவும் மிஞ்சியிருக்கும் என் வாழ் நாளில் கணிசமான நேரத்தை அதற்காக எவ்விதப் பிரதி பலனையும் எதிர்பாராது ஒதுக்கவும் தயாராக இருக்கிறேன்.

_காலம்_, இதழ் 14, 2001

('இயல் விருது' (Distinguished Writer's Series) சிறப்புரை, டொரொன்டோ பல்கலைக்கழகம் – 25.5.2001)

குழந்தைகள் பெண்கள் ஆண்கள்

கதா நிறுவனத்தைச் சார்ந்த மதிப்பிற்குரிய கீதா தர்மராஜன் அவர்கள், 'குழந்தைகள் பெண்கள் ஆண்கள்' என்ற தலைப்பில் நான் இன்று பேச வேண்டும் என்று கேட்டுக்கொண்டிருக்கிறார்கள். இந்தத் தலைப்பைத் திட்டவட்டமாக அவர் யோசித்துத் தேர்வு செய்தது என்றே நாம் எடுத்துக்கொள்ள முடியும். ஏனெனில் நான் எழுதியுள்ள நாவலின் பெயர் இது.

நாவலின் சாராம்சத்தை, ஏகதேசமாக மனித உறவு களை, காலங்கள் முன்பும் காலமாற்றங்கள் முன்பும் வைத்து ஆராயும் ஒரு எளிய முயற்சி என்று சொல்லலாம். நாவலின் பக்கங்களில் நான் ஆராய்ந்துள்ள உறவுகள் சார்ந்து என் முடிவுகள் என்னென்ன? அம் முடிவுகளை நான் நாவலுக்கு வெளியே கொண்டு வந்து, நான் வாழ்ந்த காலத்தின் மீதும் எதிர்கொள்ளும் காலத்தின் மீதும் போட்டுப் பார்த்தால் என்னென்ன விடைகளை அவை கொண்டுவந்து சேர்க்கும்? இந்த இரண்டு நோக்கங் களும் அவர்கள் எதிர்பார்ப்பில் இருந்திருக்கக்கூடும்.

தான் படைத்த நாவல் சார்ந்து யோசிப்பதும் தான் வாழ்கிற காலம் சார்ந்து யோசிப்பதும் படைப் பாளிக்கு ஆர்வத்தைத் தூண்டும் காரியங்களே. அதனால் அவரது தலைப்பு நமக்கு உருவாக்கும் சிந்தனைகளுக்குள் நாம் ஆயாசம் இல்லாமலும் பதற்றம் இல்லாமலும் போகலாம் என்று நினைக்கிறேன்.

'குழந்தைகள் பெண்கள் ஆண்கள்' நாவல் பழைய திருவிதாங்கூர் சமஸ்தானத்தில் இருந்த கோட்டயத்தில் 1937, 38, 39இல் நடந்த கதையாகும். இந்த நாவலில்

ஐந்து குடும்பங்கள் வருகின்றன. எந்தக் குடும்பத்தைப் பற்றியும் முழுமையாக இந்த நாவல் சொல்லவில்லை. எதைப் பற்றியும் முழுமையாகச் சொல்வது என்பது நாவல்களின் குறிக்கோள் களில் ஒன்றல்ல. ஒரு நாவலில் எறும்புகளைப் பற்றி முழுமை யாகச் சொல்லத் தொடங்கினால் ஆயிரம் பக்கங்கள் முடிந்த பின்பும் அந்த நாவல் வளர்ந்துகொண்டே இருக்கும். வானம் விரிந்தது என்றும் எறும்பு சிறியது என்றும் எண்ணுகிறோம். உலகத்தில் உய்ய அந்தக் கற்பனை தேவை தான். ஆனால் எறும்புக்குள் பல வானங்கள் இருக்கின்றன. கண்டுபிடிக்கச் சில வானங்கள் இன்னும் மிச்சமும் இருக்கின்றன. இவ்வாறு இருக்கிறது இந்தப் பிரபஞ்சத்தின் கோலம்.

நாவலில் எஸ்.ஆர்.எஸ். குடும்பத்தைப் பற்றித்தான் சற்று அதிகமான விவரங்கள் தரப்பட்டிருக்கின்றன. மற்ற குடும்பங் களைப் பற்றித் தந்திருக்கும் விவரங்கள் குறைவானவைதான். மனித உறவுகள் பற்றிய கவலை இந்த நாவலில் வெளிப்படு கிறது. வாழ்க்கை ஆதாரங்களில் முக்கியமாக நிற்பது உறவு என்ற நம்பிக்கை கொண்ட ஒரு படைப்பாளியால் உருவாக்கப் பட்டது இந்நாவல் என்பதை மேலோட்டமான வாசகர்கள் கூடக் கண்டுகொள்ள முடியும். எப்போது மனித உறவுகளைப் பற்றி சற்று விரிவாக, தீர்க்கமாக ஆராய ஆசைப்படுகிறோமோ அப்போது பலவிதமான மனிதர்களை நாவலுக்குள் கடத்துவது தவிர்க்க முடியாத காரியமாகிவிடுகிறது. ஆண்களும், ஆண்களை விட அதிகமாகப் பெண்களும், பெண்களைவிட அதிகமாகக் குழந்தைகளும் இந்த நாவலில் வருகிறார்கள். ஆண்களுக்கும் பெண்களுக்குமான உறவு, பெண்களுக்கும் குழந்தைகளுக்குமான உறவு, ஆண்களுக்கும் குழந்தைகளுக்குமான உறவு, எல்லாக் குடும்பத்தினர்களும் பிற குடும்பத்தினர்களிடம் கொண்டிருக்கும் உறவு, உதிரியானவர்களிடமும் அன்னியமானவர்களிடமும் குடும்பங்கள் கொண்டிருக்கும் உறவு, வளர்ப்பு மிருகங்கள்மீது கொண்டிருக்கும் உறவுகள், கோயிலுடன், மழையுடன், வெயிலுடன், மண்ணுடன், தாவரங்களுடன் கொண்டிருக்கும் உறவுகள் எல்லாவற்றையும் விசாரிக்கும் போக்கு இந்நாவலை ஆட்கொண்டிருக்கிறது.

இப்போது இந்நாவலின் குறிக்கோள் பற்றிச் சொன்னேன். குறிக்கோள் உயர்வானதாக இருந்துவிட்டால் மட்டும் போதுமா? குறிக்கோள் உயர்வாக இருந்ததனாலேயே நாவல் உயர்வானதாகப் பரிணமித்துவிடுமா? ஊர் சார்ந்தும் மனிதர்கள் சார்ந்தும் அவர்கள் உறவுகள் சார்ந்தும் இயற்கை சார்ந்தும் இதில் தரப்பட்டிருக்கும் விவரணைகள் அளவில்

சற்று அதிகமானவை. அந்த விவரணைகள் உணர்த்தும் அர்த்தங்களை அறிகிற ஒரு வாசகனுக்கு அவை வெறும் விவரணைகள் மட்டுமல்ல. மனிதர்களின் தோற்றங்களுக்குப் பின்னால் இருந்து அவர்களை முடுக்கும் அந்தரங்கமான ஊடுபாவுகளை அந்த மனிதர்களும்கூட அறியாதிருக்கும் நிலையில், நாம் தெரிந்து கொள்வதற்கான வாய்ப்பைப் பெறுவது நாவல் என்ற தனித்தன்மை கொண்ட, முடிவை நோக்கி நகர அவசரம் காட்டாத, படைப்பு வடிவத்தின் அனுகூலமாக இருக்கிறது.

நான் எழுதியிருக்கும் மூன்று நாவல்களை எடுத்துக் கொண்டாலும் சரி, தமிழில் எழுதப்பட்டிருக்கும் மொத்த நாவல்களை எடுத்துக்கொண்டாலும் சரி, இந்நாவல் மிக முக்கியமான ஒன்றாகத்தான் எனக்குப் படுகிறது. நாவலைப் பற்றிய நாவலாசிரியரின் கருத்து இது. நாவலாசிரியன் தன் நாவலைப் புறநிலையில் நின்று பார்க்கத் தெம்பு கொண்டிருந்தால் நடுநிலை சார்ந்த ஒரு அபிப்பிராயத்தைச் சொல்வதில் வெற்றி அடைவான். இல்லை, தன் நாவல்மீது பந்தபாசம் கொண்டிருந்தான் என்றால் அதன் அடிப்படையில் அந்த நாவலை நெஞ்சோடு தழுவிக்கொண்டு நிற்பான். நான் எந்த வகையைச் சேர்ந்தவன் என்பதைத் தீர்மானிக்க வேண்டியவர்கள் வாசகர்கள்தான். எல்லாத் தளங்களிலும் எல்லாத் துறைகளிலும் நான்தான் உயர்ந்தவன் என்று சொல்லவோ, அடக்கமாக, உயர்ந்தவர்களில் நானும் ஒருவன் என்று சொல்லவோ எனக்கு விருப்பம் இருக்குமென்றால்கூட அதை வாசகன் ஏற்றுக்கொள்ள வேண்டும் என்பதில்லை. இச்சகம் பேசும் வாசகன் மூலம் அல்ல, சுதந்திரமான வாசகன் மூலம்தான் படைப்பாளி கௌரவம் பெறுகிறான்.

இந்நாவல் சார்ந்த என் ஆசையை என்னுடைய மொழியைச் சேர்ந்த வாசகர்களோ எழுத்தாளர்களோ பெருமளவில் இன்று வரையிலும் ஏற்றுக்கொண்டுவிடவில்லை என்பது எனக்குத் தெளிவாகத் தெரிகிறது. இன்று ஏற்றுக்கொள்ளாத படைப்புக்களை நாளை வாசகர்கள் ஏற்றுக்கொள்வார்கள் என்று சொல்வது படைப்பாளியின் பழக்கம். அது தீர்க்கதரிசனம் என்று அவன் கற்பனை செய்துகொள்ள விரும்புகிறான். ஆனால் பல சமயங்களில் அது வெறும் கனவாக முடிந்துவிடுகிறது.

இந்த நாவலை என் எதிர்பார்ப்புக்கு ஏற்ப, நுட்பமாகப் பார்த்து மதிப்பிட்ட சுமார் இருபது இலக்கிய அன்பர்களை நான் மறக்கவே முடியாது. இதற்கு மேல் ஒரு சிலர் என் நாவலைப் பாராட்டி எழுதியிருந்தாலும் கூட அவர்களது பாராட்டுக்களை என்னால் ஏற்றுக்கொள்ள முடியாமல்

போயிற்று. அவர்களுக்கு உமியும் பிடிக்கும், தானியங்களும் பிடிக்கும் என்றால் தானியங்களைப் பிறருக்காக அவர்கள் மிச்சப்படுத்தட்டும் என்றுதான் நான் சொல்வேன். என் நாவலைப் பாராட்டினார்கள் என்பதற்காக நான் அவர் களுடைய பார்வையை ஏற்றுக்கொள்ள வேண்டும் என்பதில்லை.

நான் ஏற்றுக்கொள்ளத் தகுந்த மதிப்பீடுகளை முன் வைத்தவர்களை இப்போது நான் நினைவுகூர்ந்து கொள்கிறேன். என் நாவலை ஆங்கிலத்தில் மொழிபெயர்த்துக்கொண்டிருக்கும் லக்ஷ்மி ஹோம்ஸ்ட்ராம், நாவலாசிரியரும் கட்டுரையாளருமான என் நண்பர் பி.ஏ. கிருஷ்ணன், தமிழ் நாவலாசிரியரான காசியபன், தலித் இலக்கியங்களையும் விமர்சனங்களையும் படைத்துவரும் ராஜ் கௌதமன், ‘கோவேறு கழுதைகள்’ என்ற சிறந்த நாவலை உருவாக்கிய இமையம், இளங்கவிஞர் களில் முன்னணியில் நிற்கும் ஒருவரான மனுஷ்ய புத்திரன், பெண் கவிதைக்கு ஒரு உத்வேகத்தை ஊட்டிய சல்மா, நேர்மை யான விமர்சனங்கள் எழுதிவரும் ராஜமார்த்தாண்டன், தன் முதல் தொகுப்பு மூலம் வாசகர்களைக் கவர்ந்திருக்கும் உமா மஹேஸ்வரி, புலமையும் படைப்பாற்றலும் ரசனையும் நிறை வான கலவையாகக் கொண்டிருக்கும் பிரபஞ்சன், இளம் எழுத்தாளரும் வாசகியுமான அருண்மொழி நங்கை, புதிய சிந்தனைகளில் ஈடுபாடு கொண்ட பேராசிரியர் பஞ்சாங்கம் ஆகியோர் இப்போது என் நினைவுக்கு வருகிறார்கள். ஒரு சிலரைப் பற்றிச் சொல்ல எனக்கு விட்டுப் போயிருக்கக்கூடும்.

என் நாவலில் வரும் கதாபாத்திரங்களைப் பொதுவாகப் பார்க்கிறபோது ஒன்று தெரிகிறது. அவர்களில் ஒருவர்கூட வாழ்க்கையை மனநிறைவோடு எதிர்கொள்பவர்கள் அல்ல. அவர்கள் வெளிக்குத் தங்களை எப்படிக் காட்டிக்கொள்கிறார்கள் என்பது முக்கியம்தான். உலக அரங்கில் நிகழும் நாடகம், நடிப்பைத் தவிர்க்கும் ஒன்றாக இருக்க முடியாது. ஆனால் அதைவிட முக்கியமானது அவர்கள் உள் மனங்களில் வெளிக்குத் தெரியாமல் வழிந்துகொண்டிருக்கும் கண்ணீர். தொலைவில் மட்டுமே நின்று பார்க்கும்போது அவர்கள் எல்லோருமே சில அதிர்ஷ்டங்களுக்கு ஆளானவர்கள்தான். அது பொய்யான தோற்றமும் அல்ல. ஆனால் அதைவிடவும் முக்கியமானது வெளிக்குத் தெரியாத அவர்களுடைய கேவல். விம்மல். திணறல். இவை சார்ந்த ஊடுருவலை உணரச் சாத்தியப்படும் ஒரு வாசக மனம் இந்நாவலை விரும்பிப் படிக்கக்கூடும். அவர்களுக்கு இந்நாவல் முக்கியமான ஒன்றாகத் தோன்றலாம். அல்லது முக்கியமான நாவல் ஒன்றை எழுத

முற்பட்டு அதில் வெற்றிபெற முடியாத என் தோல்வியை இந்நாவல் உணர்த்தலாம். புறக்கணிப்புக்கோ அலட்சியத்துக்கோ ஆட்பட வேண்டிய துரதிருஷ்டம் அந்த நாவலுக்கு வந்திருக்க வேண்டியதில்லை.

இப்போது நாவலுக்குள்ளே சென்று உறவுகளைப் பார்ப் போம். எஸ்.ஆர்.எஸ். தன் மகன், மனைவி காரணமாக சந்தோஷ மாக இல்லை. மகன் பாலு தன் தந்தையின் கெடுபிடி காரண மாகவும் நோயுற்ற தன் தாய் காரணமாகவும் மகிழ்வுடன் இல்லை. இளம் விதவையான ஆனந்தத்திற்கு எதிர்கால வாழ்க்கையே ஒரு புதிராக நிற்கிறது. அவள் நிறைய சிரிக்கிறாள். கலகலப்பாகப் பேசுகிறாள். கலகலப்பாக அவள் தன்னைக் காட்டிக்கொள்ளட்டும். தன் வாழ்க்கையில் எதுவும் நிகழாதது போல் அவள் நடிக்கட்டும். ஆனால் அவள் மனத்தில் துக்கத்தின் வற்றாத நதி சதா ஓடிக்கொண்டிருக்கிறது. இதைப் பார்ப்பதற்கு ஒருவருக்குப் பார்வை இல்லையென்றால், ஒருவரின் தோற்றமே அவரிடம் மனப்பதிவின் இறுதியாக இருக்குமென்றால், வாழ்க்கைப் புதிர் சார்ந்த சங்கடங்களில் அவருக்குக் கவனம் இல்லை என்றுதான் ஆகும்.

வள்ளிக்குப் புதிய வாழ்க்கையின் மொக்கு ஒன்று முகரக் கிடைக்கிறது. ஆனால் அதைப் பறித்து அவள் தன் தலையில் சூடிக்கொள்ள முடியுமா? சாமுவும் சீதாவும் லச்சமும் கோமுவும் இல்லாமையில் தத்தளிக்கிறார்கள். தரித்திரம் பிடுங்குகிறபோது உறவுகளும் தரித்திர உறவுகளாகத் தேய்ந்துவிடும். பசி எந்த நல்லுணர்வுகளையும் நிலைபெறச் செய்வதில்லை. சுகன்யா அவளுடைய பின்னணியில் அவளுடைய ஆளுமையை, தான் விரும்பும் அளவுக்குச் செழுமைப்படுத்திக்கொள்ள இயலுமா என்று சந்தேகப்படுகிறாள். ஸ்ரீதரன் சதா மனதில் ஜ்வாலை யுடன் இருக்கிறான். அவனுக்குத் தியாகத்தீயில் தன்னைப் பொசுக்கிக்கொள்ள வேண்டும். அதற்கான நெருப்பு எங்கே இருக்கிறது? எந்த நெருப்பில் விழுந்தால் அச்செயல் அவனுக்கு அர்த்தபூர்வமானதாக இருக்கும். வெறும் சாம்பலாவது அவன் நோக்கமல்ல.

பிரம்மச்சாரியான செல்லப்பாவுக்கு இளம் விதவையான ஆனந்தத்தின் மீது ஏகப்பட்ட ஆசை. அதில் என்ன தவறு? அவளுக்கும் அவர் மீது விருப்பம்தான். காந்தி காத்துக்கொண் டிருக்கிறார் அவர்களை ஆசீர்வதிக்க. அதற்கு மேல் என்ன வேண்டும்? ஆனால் சுற்றம் சொந்தம், சுற்றமும் சொந்தமும் அற்ற அன்னியர், அவள் ஒரு விதவை என்பதை மட்டுமே தெரிந்து கொண்டவர்கள், அதற்குமேல் அவள்மீது எந்த

அக்கறையும் இல்லாதவர்கள், இவர்கள் எல்லோரையும் அவள் காந்தியைவிடவும் அதிகம் கணக்கில் எடுத்துக்கொள்ள வேண்டி யிருக்கிறது. இவ்வாறு நான் சொல்லிக்கொண்டே போகலாம். மனித மனங்களில் தேங்கியிருக்கும் துக்கத்தைச் சொல்லத் தொடங்கினால் அதற்கு முடிவு என்பதே இல்லை.

எவ்வளவோ வெற்றிகளை நாம் கொண்டிருக்கிறோம். பரிணாமத்தில் நாம் அடைந்திருக்கும் வெற்றிகள் கொஞ்ச நஞ்சமல்ல. என் கவிதை ஒன்று இவ்வாறு சொல்கிறது:

கல்லும் பிராணன் இழுத்து
மேலெழுந்து பறந்தது.

அலைகள் பாதம் முளைத்துக்
கரையேறி வந்தன.

திசுக்கள் பரிணமித்து
வேதங்கள் கோஷித்தனர்.

மூளைச்சுடரின் அங்குசம் பட்டு
பிளிறி எழுந்தன யானைகள்.

மின்னலும் மழையும்
பின்பக்கம் நின்றன.

அத்தனையும் முடிந்து
ஒரு விசும்பல் எழுந்தது.

ஏன் என்றது வானம்
நான் யார் என்று கேட்டது.

மண்ணில் ஒரு குரல்
கடல் சிரித்தது.

வெற்றிகளுக்குப் பின்னால் அந்த விசும்பல். வெற்றிகளைப் பற்றி அறிவியல் பேசிக்கொண்டிருக்கிறது. விசும்பலைப் பற்றிப் பேசிக்கொண்டிருக்கிறது இலக்கியம்.

இன்னும் மனிதனுக்கு அவன் கனவு காணும் வாழ்க்கை வந்து சேரவில்லை. இன்னும் அவனுக்குச் சுதந்திரம் கிடைக்க வில்லை. சமத்துவம் வந்து சேரவில்லை.

மனிதர்கள் சமமாக வாழ வேண்டும் என்ற தத்துவம் ஒருவனை ஊடுருவத் தொடங்கிவிட்டால் அவன் ஆபத்தான வனாக மாறத் தொடங்குகிறான். அதன் பின் அந்த மனிதனுக்கு வாழ்க்கை ஒரு சோதனைதான்.

நாவலில் எல்லாம் இருந்தும் எதுவும் இல்லாமல் போன துக்கத்தை நாம் பார்ப்போம் என்றால் நாவலுக்கு வெளியே இந்த பரந்துபட்ட உலகில், வரலாற்றின் மிகப் பெரிய நீட்சியில் மனித குலத்தையே அழித்துவிட உருக்கொண்டு வரும் சக்தி களை நம்மால் கண் திறந்து பார்க்க முடியும். இன்று நேற்றல்ல, காலம் காலமாக மனிதர்கள் சக மனிதர்களை அழித்துத் தங்களையும் அழித்துக்கொண்டிருக்கிறார்கள்.

போரில் தங்களை அழித்துக்கொண்டிருக்கிறார்கள் ஆண்கள். அவர்கள் அழிவதற்கு முன் பெண்களையும் குழந்தை களையும் அழிக்கிறார்கள். மனித வாழ்க்கைக்காக நாம் உருவாக்கி வைத்திருக்கும் கட்டடங்களிலிருந்து நாகரிகம் வரை எல்லா வற்றையுமே அழிக்கிறார்கள். வெளி முழுக்கவும் மாசு படியும் படி செய்கிறார்கள். கொடிய நோய்களைப் பரப்புகிறார்கள். மனித இனம் தோன்றிய காலத்திலிருந்து இந்தக் கொடுமைகள் நடந்துகொண்டிருக்கின்றன.

பெண்கள் ஆண்களின் அதிகாரத்தால் சமத்துவ நிலையை அடைய முடியாத இழிவுக்கு ஆளாகிக்கொண்டிருக்கிறார்கள். உலகெங்கும் ஆயிரக்கணக்கில் குழந்தைகள் ஊட்டச் சத்தின்றி, ஒரு வேளைச் சோறின்றி இறந்துகொண்டிருக்கின்றன.

எல்லாரையும் பாரபட்சம் இல்லாமல் தாக்கிக்கொண்டிருக் கின்றன எண்ணற்ற நோய்கள். இந்த நூற்றாண்டில், முன்பிருந்த எல்லா நோய்களையும் சிறுமைக்கு ஆட்படுத்தி வெற்றிவாகை சூட எய்ட்ஸ் காத்துக்கொண்டிருக்கிறது. வறுமை என்று எடுத்துக் கொண்டாலும் சரி, கலாச்சார வறுமை என்று எடுத்துக்கொண் டாலும் சரி, சிந்தனை சார்ந்த வறுமையென்றாலும் சரி, ஆகக்கொடிய சாதி வேற்றுமை என்றாலும் சரி, தீண்டாமையை எடுத்துக்கொண்டாலும் சரி, கல்வியின் தரங்கெட்ட நிலை களை எடுத்துக்கொண்டாலும் சரி – இவையெல்லாவற்றையுமே இந்திய வாழ்க்கையிலிருந்து அகற்றுவது அவ்வளவு சுலபமல்ல என்ற எண்ணத்தையே காலம் நமக்கு உணர்த்திக் கொண்டு வருகிறது. வைத்தியம் பணக்காரனின் உயிரை விலைமதிப்பற்ற தாகவும் ஏழைகளின் உயிரை மலிந்தவையாகவும் கருதுவதிலும் சரி, அரசியல் ஊழல்களிலும் சரி, லஞ்சத்திலும் சரி, உலக வரை படத்தில் இந்தியா யாராலும் வெல்ல முடியாதபடி கொடிகட்டிப் பறந்துகொண்டிருக்கிறது.

நாம் பெற்ற சுதந்திரத்திற்கு 56 வயதாகிவிட்டது. ஒரு இந்தியக் குடிமகனின் சராசரி வாழ்வு அதிகபட்சம் அறுபது அறுபத்தைந்தாக இருக்கலாம். அப்படியென்றால் காலம்

இன்னும் அதிகமில்லை. இனங்களுக்குள் சண்டை மூட்டி, சாதிகளுக்குள் சண்டை மூட்டி, மூளும் சண்டைகள் எல்லா வற்றுக்கும் நெய் வார்த்து ஜுவாலைகளை எழுப்பிக் குளிர் காய விரும்பும் அரசியலின் அக்கிரமங்கள் உச்சகட்டங்களை எட்டிவிட்டன. வாழ்க்கையை அழிக்க ஒரு தேசத்தைக் கடல் கொள்ள வேண்டும் என்பதில்லை. அந்தத் தேசத்தினராலேயே அதைச் செய்து முடிக்க முடியும்.

பெண்கள் அடைய வேண்டிய சமத்துவத்தை முன்வைத்துப் பெண்களும் ஆண்களும் தீவிரமாகச் சிந்தித்துக்கொண்டிருக் கிறார்கள். பெண் விடுதலை பற்றிய சிந்தனைகள் கடந்த ஒரு நூற்றாண்டில் மிகப் பெரிய வீச்சை உருவாக்கியிருக்கின்றன. ஆண்களுக்கும் பெண்களுக்குமான சமத்துவமின்மையின் இடை வெளி குறைந்துகொண்டு வருகிறது. இருந்தாலும் இன்றைய நிலை என்ன? ஆண்களை விட இன்றும் பெண்களுக்கு ஆயுள் குறைவு. இன்றும் ஆண்களை விடவும் பெண்களுக்குப் படிப்புக் குறைவு. குடும்பங்களுக்குள் ஆண் குழந்தைகளைச் சொத்தாக வும் பெண் குழந்தைகளைச் சுமையாகவும் பார்க்கும் போக்கு இன்றும் இருக்கிறது. பெண் குழந்தைகள் திட்டமிட்டு அழிக்கப் படுகின்றன. வரதட்சிணை சார்ந்த பிரச்சினைகளில் எப்போதும் ஸ்டவ் அடுப்புக்களால் எரிக்கப்பட்டுக் கொண்டிருப்பவர்கள் பெண்கள்தான். கற்பைச் சூறையாடுவது ஆண்கள் வேலை. கற்பைக் காப்பாற்றுவது பெண்கள் வேலை. இதுதான் நம் நம்பிக்கை. இவ்வாறு நாம் சொல்லிக்கொண்டே போகலாம். இருந்தாலும் பெண்கள் தங்களது சமத்துவத்தை வென்றெடுப் பார்கள் என்பதில் சந்தேகமே இல்லை. அதற்குக் கால அவகாசம் அரை நூற்றாண்டாக இருக்கலாம். அல்லது ஒரு நூற்றாண்டாகக் கூட இருக்கலாம்.

குழந்தைகளை எடுத்துக்கொள்வோம். உயர்ந்த பள்ளி, உயர்ந்த மருத்துவமனை, சமூகக் கௌரவத்தைத் தரும் விளை யாட்டுக்கள், உல்லாசப் பயணங்கள், வானத்தில் பறப்பதற் கான வாய்ப்பு போன்ற எல்லாச் சந்தர்ப்பங்களுமே வசதியான குழந்தைகளைத் தேடித் தான் வருகின்றன. இவை ஒன்றும் ஏழைக் குழந்தைகளுக்குக் கிடைப்பதில்லை. வளர்ந்து வருப வர்கள் அல்ல குழந்தைகள், உருவாக்கப்படுபவர்கள்தான் குழந்தைகள் என்ற எண்ணம் சமூகத்தில் ஊடுருவிவிட்டது. இருபது வயதிலிருந்து இருபத்தைந்து வயதிற்குள்ளாக அமெரிக்காவுக்கு ஏற்றுமதி செய்யப்படுவதற்கான கச்சாப் பொருளாகத்தான் குழந்தைகள் பார்க்கப்படுகின்றன. உயர்வோ தாழ்வோ மேல்மட்டத்தைச் சேர்ந்தவர்களின்

பழக்கவழக்கங்களை நகல் செய்வதுதான் நடுத்தர வர்க்கத்தினரின் மயக்கமாக இருக்கிறது. நடுத்தர வர்க்கத்தினரை அவர்கள் கீழே இருப்பவர்கள் எல்லோருமே நகல் செய்து கொண்டிருக்கிறார்கள்.

இப்போது குழந்தைகளுக்குப் பொது அறிவு தேவையில்லை. தத்துவம், வரலாறு, இலக்கியம், அறிவியல், இசை, ஓவியம், நாடகம் எதுவுமே தேவையில்லை. கணினியில் அவர்கள் தேர்ச்சி பெற்றிருந்தால் மட்டுமே போதுமானது. கணினியில் மிக ஆழமான தேர்ச்சி பெற்றவர்கள் கணினிக்கு அப்பால் வாழ்க்கை தரும் சாதாரண விஷயங்களைக்கூட கிரகித்துக் கொள்ள முடியாதவர்களாக இருக்கிறார்கள். அல்லது தங்கள் தேர்ச்சிக்கு அப்பாற்பட்ட விஷயங்களின் மீது அலட்சியம் கொண்டவர்களாக இருக்கிறார்கள். வெகு சமீபத்தில்கூட நம்மால் கற்பனை செய்து பார்த்திருக்க முடியாத வருமானங்களைக் கணினித் தேர்ச்சியாளர்கள் பெற்றுக்கொண்டிருக்கிறார்கள். இதற்கு மேற்பட்ட அறிவுகள் எவையும் தங்களுக்குத் தேவையில்லை என்று அவர்கள் நினைக்கிறார்கள். இந்த நினைப்பைக் குடும்பம் ஆமோதிக்கிறது. சமூகம் போற்றுகிறது.

குடும்பத்தின் ஆரோக்கியம்தான் சமூக ஆரோக்கியத்தின் அடிப்படை. அலுவலகங்களின் ஆரோக்கியம் முற்றாகச் சீரழிந்து போய்விட்டது. என் சிறுவயதில் என் குடும்பத்தைச் சேர்ந்தவர்கள் ஒரு சம்பவத்தைச் சொல்வார்கள். எங்கள் உறவுகளில் ஒருவருக்கு அரசாங்கப் பணி கிடைத்தது. அவர் பணிக்குப் போவதற்கு முன் தந்தையை வணங்கியபோது, அவர் தந்தை தன் மகனிடம் அவன் பணியில் காலணாகூட லஞ்சம் வாங்க மாட்டேன் என்று தன் முன்னால் சபதம் எடுத்துக்கொள்ளச் சொன்னாராம். அவர் விருப்பத்திற்கு ஏற்ப சபதம் எடுத்துக் கொண்டு போன மகன் தன் வாழ்நாளில் லஞ்சம் வாங்கினாரா அல்லது வாங்கவில்லையா என்பது தெரியவில்லை. இன்று இந்தியாவில் எந்தத் தந்தைக்காவது தன் மகனிடம் அவன் பணிக்குச் செல்லும் அன்று லஞ்சம் வாங்கமாட்டேன் என்று சபதம் எடுத்துக்கொண்டு போகும்படி கூறத் தைரியம் இருக்குமா என்பதை யோசித்துப் பார்க்கிறேன்.

உலகத்தை ஒரு குடும்பமாகப் பார்த்தவர்கள் நம் மரபில் இருந்திருக்கிறார்கள். இன்று நேற்றல்ல, இரண்டாயிரம் வருடங்களுக்கு முன்பு இருந்திருக்கிறார்கள். நம் தேசத்தில் மட்டுமல்ல, எல்லா மொழிகளிலும் இவ்வாறு சிந்தித்தவர்கள் இருக்கிறார்கள். மேலான மனிதனின் தவிர்க்க முடியாத தாகம் அது. ஆழச் சிந்திப்பவர்களுக்கு மனிதகுலம் ஒன்றே என்று தோன்றியதில்

வியப்பில்லை. சமயங்களைத் தாண்டி, நிறங்களைத் தாண்டி, பட்டப் படிப்புகளைத் தாண்டி, கலாச்சார வேற்றுமைகளைத் தாண்டி மனிதனை ஒன்றுபடுத்தும் கூறுகள் இன்றும் இருக்கின்றன. இந்தக் கூறுகள் இன்று அழுத்தம் பெறுவதில்லை. ஒரு சமயத்தினருக்கும் மற்றொரு சமயத்தினருக்கும் சண்டை. ஒரு இனத்திற்கும் மற்றொரு இனத்திற்கும் இடையே தாங்க முடியாத வெறுப்பு. பணக்கார தேசங்கள் ஏழை தேசங்களைச் சுரண்டுவதற்கும் தங்கள் அதிகாரத்தின் கீழ் வைத்துக்கொள்வதற்கும் ஆடுகிற அரசியல் நாடகங்களை இன்றுவரை பார்த்துக் கொண்டிருக்கிறோம். போர்களிலும் பகையிலும் மோதல்களிலும் இறந்து போகும் உயிர்களின் எண்ணிக்கை நினைத்துப் பார்க்க இடம் தருவதல்ல. உலகத்தையே அழிப்பதற்கான தயாரிப்புகளை யார் யார் கொண்டிருக்கிறார்கள் என்பதையே தெளிவாகப் புரிந்துகொள்ள முடியவில்லை. 'எனக்கு அணு ஆயுதங்கள் உற்பத்தி செய்வதில் நம்பிக்கையில்லை. ஆனால் என்னை விடவும் பெரிய தேசம் என்னை அழித்துவிடக் கூடாது என்பதற்காகத் தான் நான் அணு ஆயுதங்களைத் தயாரித்துக்கொண்டிருக்கிறேன்' என்று ஒவ்வொரு நாடுமே கூறுகிறது. உலகத்தை அழிக்கும் இந்த விளையாட்டில் ஈடுபடவே எல்லோரும் விரும்புகிறார்கள். ஒரு சிலரால் ஈடுபட முடியவில்லையென்றால் அவர்களுக்குப் பொருளாதார பலம் இல்லை என்று அர்த்தம். பொருளாதார பலம் இருந்தால் பேரழிவுக்கு இட்டுச் செல்லும் எல்லா அறிவுகளையும் அவர்களாலும் பெற முடியும். அறிவை அழிவுக்குப் பயன்படுத்தத் துணிந்துவிட்ட விஞ்ஞானிகள் எல்லாத் தேசங்களிலும் உருவாகியிருக்கிறார்கள். ஆட்சியாளர்களிடம் செல்வாக்குப் பெற்றிருப்பவர்கள் பெரும்பாலும் இவர்கள்தான். அழிந்து போகும் மிருகங்களின் இனங்கள், தாவரங்களின் இனங்கள், புழு பூச்சிகளின் இனங்கள் நாள் தோறும் நம்மை ஏழையாக்கிக் கொண்டிருக்கின்றன. இந்த நூற்றாண்டிலேனும் இவற்றைப் பற்றியெல்லாம் சிந்திப்பதும் இக்கொடுமைகளுக்கு எதிராகச் செயல்படுவதும் எழுத்தாளர்களின் தவிர்க்க முடியாத பணியாகும். இங்கு கூடியிருக்கும் எழுத்தாளர்கள் இக்கொடுமைகள் பற்றி மேலும் சிந்தித்து ஆக்கபூர்வமான எதிர்ப்புணர்வையும் விழிப்புணர்வையும் மக்களிடையே உருவாக்குவார்கள் என்று நம்ப நான் ஆசைப் படுகிறேன்.

(2003 ஜனவரியில் தில்லி இந்தியா இண்டர்நேஷனல் சென்டரில் (IIC) நடைபெற்ற 'கதா' கருத்தரங்கில் ஆற்றிய உரை.)

கேள்வி - பதில்

உங்கள் முதல் இரு நாவல்கள் பெற்ற எதிர்வினையோடு ஒப்பிடும் போது மூன்றாவது நாவலான குழந்தைகள் பெண்கள் ஆண்களுக்கான எதிர்வினையை ஒன்றுமே இல்லை என்று சொல்லிவிடலாம். இது உங்களை பாதித்திருக்கிறதா?

அரவிந்தன், சென்னை

பாதித்திருக்கிறது. வெளியே காட்டிக்கொள்ள வில்லை. அவ்வளவு தான். நாவலை எழுதிக்கொண் டிருக்கும் காலத்தில் என் எழுத்தாளர் நண்பர்களில் (வாசகர்களுடன் நேர்த் தொடர்பு எனக்கேது?) யார் யாருக்கு இந்த நாவல் பிடிக்குமென கற்பனை செய்து கொண்டிருந்தேனோ, அவர்கள் அநேகமாக எல்லோருமே நாவல் வெளிவந்த பின் மௌனம் சாதித்தார்கள். அவர்களுடைய சங்கடத்தை என்னால் புரிந்துகொள்ள முடிந்தது. நான் என் நாவலைப் பற்றி அவர்களில் எவரிடமும் விசாரிக்கவில்லை. இந்த நெருக்கடியை எதிர்கொண்ட முறைதான், நான் படைப்பாளியின் கௌரவத்தை விட்டுக்கொடுக்கக் கூடியவன் அல்ல என்பதை எனக்கு உறுதிப்படுத்திற்று. நண்பர்கள் வெளிப் படையாகப் பேசத் தயங்கியபோது, நான் அவர்களுக்கு எப்போதும் அளித்து வந்திருப்பதாக எண்ணிக்கொண் டிருந்த கருத்துச் சுதந்திரம் என் கற்பனைதான் என்பதை உணர்ந்ததில் சங்கடம் ஏற்பட்டது. ஜே.ஜே.க்கு வந்த ஐம்பதிற்கும் மேற்பட்ட பத்தரை மாற்று வசை விமர் சனங்கள் எவற்றுக்கும், பதில் சொல்ல இருந்தும், பதில் சொல்லாமல் நான் இருந்ததை என் நண்பர்கள் ஏன் மறந்தார்கள் என்று என்னையே கேட்டுக் கொண்டேன்.

கு.ஆ. பெண்களைப் பற்றி பொதுவாகப் பாராட்டும் விமர்சனங்களாக சுமார் பத்து எனக்குப் படிக்கக் கிடைத்தன. இவற்றில் பிரபஞ்சன், அருண்மொழி நங்கை, பஞ்சாங்கம், மனுஷ்யபுத்திரன், சல்மா போன்ற சிலரது மதிப்புரைகள் நாவலின் ஜீவனைத் தொட்டுப் பேசி யிருந்தது எனக்குத் திருப்தியைத் தந்தது. இவர்களை

விடத் தூக்கிப் பேசியிருந்த விமர்சனங்கள் அவரவர் பார்வையில் நாவலை சமூகத் தளத்தில் மட்டுமே வைத்துப் பேசின. படைப்பில் எனக்குச் சமூகத்தளம் முக்கியமானதுதான். ஆனால் அது மட்டுமே அல்ல நாவல். மனித மனத்தின் சிக்கலை உதறி நின்ற நாவல், நானறியத் தோன்றியது இல்லை (நாவல் என்று நான் கூறுவது நாவல் போன்றவற்றை அல்ல). அதே நேரத்தில் நேராகவோ மறைமுகமாகவோ சமூகத்தைக் கணக்கில் எடுத்துக் கொள்ளாத எழுத்தை நான் படைப்பு என்று ஏற்றுக்கொள்ளவும் மாட்டேன்.

நான் எப்போதும் எதிர்த்து வந்திருப்பது மனித மனத்தைப் பாதிக்க முடியாத, கலையாற்றல் அற்ற படைப்புகளை. சமூகத்தைப் பாதிப்பது என்றால் மனிதனைப் பாதிப்பதுதான். சிம்பன்சியோ, உறாங் உட்டானோ இன்றுவரையிலும் ஒரு நாவல்கூடப் படித்ததில்லை. யதார்த்தப் படைப்புகளை யார் தூக்கிப் பிடிக்கிறார்களோ, அவர்கள்தான் யதார்த்தத்தைச் சீரழித்தார்கள். முற்போக்கு என இளம் படைப்பாளிகள் ஆத்மார்த்தமாக நம்பியது சில சூத்திரங்களை. இந்தச் சூத்திரத் தின் பீஜ மந்திரங்களாக அவர்கள் நம்பியது, ஒரு கதையை உருட்டி, கதாபாத்திரங்களைக் கொச்சையில் பேசச் செய்து, அவர்களைத் தங்கள் பார்வையில் உயிர் வாழ இம்சித்து, முற்போக்கு என உள்ளூர் மார்க்சீய ஆச்சாரியர்கள் (காரல் மார்க்ஸ் அல்ல) அடையாளம் காட்டியுள்ள கருத்துகளை ஆங்காங்கு தூவி வைத்தால் நாவல் தானாகவே புடைத்துக் கொண்டு மேலெழுந்து வரும் என்பதுதான். சாதனை புரிய ஏங்கிய, படைப்பாளியாக கனவுகள் கண்ட, வாசிப்பில் நம்பிக்கை கொண்ட, காசு தந்து புத்தகங்கள் வாங்கிய இளம் படைப்பாளிகளை கனவற்றவர்களாகவும், சாதனைக்கான தயாரிப்பற்றவர்களாவும் மழுங்கடிக்கும் பொறுப்பை ஏற்றுக்கொண்டிருக்கும் விமர்சனப் பெருந்தகைகள் நமக்கு இருக்கிறார்கள்.

மற்றொரு பக்கம் யதார்த்தம் செத்துவிட்டது என்று விடாது முழங்குகிறவர்கள் தோன்றினார்கள். உண்மையாகவே யதார்த்தம் செத்துவிட்டது என்றால் அதைச் சொல்லிச் சொல்லிக் கொல்ல வேண்டிய அவசியமுண்டா? யாராவது புதைகுழியைத் தோண்டி, பிணத்தின் குரல் வளையை நெரிப் பார்களா? கு.பெ. ஆண்கள் யதார்த்த தளத்தைச் சேர்ந்த நாவலென்றும், யதார்த்தத்தைப் புதைத்த இடத்தில் புல் முளைத்துவிட்ட பின், இந்தப் பாடாவதிக்கு இங்கு என்ன வேலை என்றும் விமர்சனப் பெருந்தகைகள் கார்வார் செய்வ

தாக எனக்குக் காற்றில் செய்தி வந்தது. உள்ளூர பீதி படர்ந்தது. யதார்த்த நாவல்கள் எழுதப்படுவதற்கு எதிராகச் சட்டம் இயற்றப்பட்டுவிடுமோ என அஞ்சினேன்.

யதார்த்த தளத்தில் மட்டும்தான் படைப்புகள் கொடி வீசிப் படரும் முடியும் என்று நான் ஒருபோதும் நம்பியது இல்லை. யதார்த்தத்தைத் தாண்டி நிற்கும் படைப்புருவங்களை வரவேற்கும் மனநிலையிலேயே எப்போதும் இருந்து வந்திருக் கிறேன். என் இலக்கிய முன்னோடிகளான பாரதி, புதுமைப் பித்தன், பிச்சமூர்த்தி, கு.ப.ரா எல்லோருமே யதார்த்தத்தைத் தாண்டிய படைப்புகளையும் சிருஷ்டித்துப் பார்த்திருக்கிறார்கள். நீண்டதும், மேற்கொண்டு தேவைக்கேற்ப நீளுவதுமான அதி அற்புத வாலை, அனுமன், ஆயிரக்கணக்கான ஆண்டுகளாக சுழற்றிக்கொண்டிருக்கும் நம் மரபில், ஒரு குழந்தை காலே அரைக்கால் அங்குல வாலுடன் *(Gabriel Garcia Marquez: One Hundred Years of Solitude 1967)* பிறந்ததை மாஜிக் ரியலிசம் என்று புல்லரிக்க அவசியமென்ன என்று கேட்டேன். அறியாமையால் கேட்டிருந்தால் அறிஞர்கள் மன்னிக்க வேண்டும்.

பழைமை அழிந்து புதுமை பூக்காத மரபு உளுத்துப்போய் விட்டது என்றுதான் அர்த்தம். ஆனால் மொழி எப்போதும் அர்த்தம் சார்ந்த ஓசை என்பதால், புதுமைப் படைப்பு என்ற பெயரால் மொழியை வெறும் சத்தமாகக் கீழிறக்கி விட்டால் அதன் பின் அதில் என்ன அர்த்தம் பாக்கி நிற்கும்? அர்த்தத்தைத் துறந்தால் மொழிக்கு வாழ்வில்லை. எனவே சொற்களின் கூட்டுத்தொகை படைப்பில் ஆழ்ந்த அர்த்தத் தளத்தை நோக்கி நகர்ந்தாக வேண்டும் என்று எண்ணத் தலைப்பட்டேன். அர்த்தம் என்பது வாசகன் மனத்தில் ஏற்படும் அனுபவம். வாசகன் அர்த்தம் ஆகவில்லை என்று சொன்னால் அவனுக்கு அனுபவம் கிடைக்கவில்லை என்றுதான் பொருள். அனுபவம் தராதது என்றால் அதற்குச் சமூக முகம் இல்லை. அது நோக்கமற்றது. குறிக்கோள் அற்றது. அது விளையாட் டாகவோ, விநோதமாக இருக்கலாம். படைப்பாக இருக்க முடியாது.

யதார்த்தத்தையும் நவீனத்துவத்தையும் தாண்டி, இன்று வரையிலும் தமிழ் மூடங்கள் அறியாத, எண்ணற்ற படைப்புத் தத்துவங்களூடாகக் கற்பனை சாம்ராஜ்யங்களுக்குள் நம்மை அழைத்துப் போகவிருப்பதாக மார்தட்டியவர்கள் படைத்திருப் பவற்றை, மிகுந்த பொறுமையுடன் நான் படித்தபோது எனக்கு மூச்சுத் திணறிற்று. எனக்கு மூச்சுத் திணறும் என்றால், என்னை யொத்த நடுத்தர வாசகர்களுக்கும் மூச்சுத் திணறத்தானே

செய்யும்? இருந்தாலும் ஒரு நன்மை பிறந்தது. தெரிதா *(Derrida)*, பூக்கோ *(Foucault)*, ரிச்சேர்டு ரார்டி *(Richard Rorty)*, சஸூர் (Saussure), லெவி ஸ்ட்ராஸ் *(Levi-Strauss)*, லக்கான் *(Lacan)*, ஜூலியா க்ரிஸ்தேவா *(Julia Kristeva)*, ஹெலன் ஸிக்ஸஸ் *(Helene Cixous)* போன்றவர்களுடைய பெயர்களை எல்லாம் இளம் எழுத்தாளர்கள், ஆறுமுகம், அண்ணாசாமி, வள்ளிக்குட்டி, மூக்காயி என்பது போல் சொல்லத் தொடங்கினார்கள். எவ்வளவு சந்தோஷமாக இருந்தது கேட்பதற்கு!

இவர்கள் படைத்த நாவல்களைப் பற்றி நான் என் நண்பரொருவரிடம் கேட்டபோது, நன்றாகத்தான் இருக்கின்றன, ஒன்றும் புரியவில்லை என்றார். வாசகனுக்கு மதிநுட்பம் இல்லையென்றால் படைப்பாளி என்ன செய்ய முடியும்? மரியாதைராமன் கதைகளைப் படித்துக்கொண்டிருக்க வேண்டியதுதான்.

இவற்றையெல்லாம் எதற்கு இங்கு விவரிக்கிறேன் என்றால் எவ்வளவு துரதிருஷ்டமான காலத்தில் வந்து பிறந்தது இந்த கு.பெ. ஆண்கள் என்ற அமலாங்கு என்பதை வாசகர் புரிந்து கொள்ளத்தான். முதலில் படித்த என் நண்பர் ஏன் இவ்வளவு தெளிவாக எழுதியிருக்கிறீர்கள், கொஞ்சம் வக்கிரம் வேண்டாமா என்று கேட்டார். நீங்கள் நினைப்பதுபோல் என் நாவல் அவ்வளவு சாது அல்ல, நிறைய விஷயங்களை ஒளித்துவைத்துக் கொண்டிருக்கிறது என்றேன். அவருக்கு ஒப்புக்கொள்ள விருப்பமில்லை. சிலர், நீங்கள் ஒரு புளியமரத்தின் கதைக்கு முன்பே இதைப் படைத்திருக்க வேண்டும் என்றார்கள். முன்கூட்டி ஜனன வரிசை எனக்குத் தெரியவில்லையே என்றேன். ஜே.ஜே. மாதிரி இன்னொரு ஜே.ஜே. யைப் படைத்திருக்கக் கூடாதா என்று பலரும் கேட்டார்கள். ஜே.ஜே. யின் மொழி, நடை, பார்வை, சத்தம், ஜபதர்ஸ்து எல்லாம் என்னை விட்டு ஒழிவதற்கு நான் பதினேழு ஆண்டுகள் காத்துக் கொண்டிருக்க நேர்ந்தது என்றேன். மற்றொருவரிடம் என் மூன்று நாவல்களில் எனக்கு அதிகம் பிடித்தது கு. பெ. ஆண்கள்தான் என்று சொன்னபோது, தோல்வி அடைந்தவர்கள் இப்படி ஏதாவது ஒரு சமாதானத்தைக் கண்டுபிடித்துக்கொள்வார்கள் என்றார்.

தமிழ் நாட்டில் பொதுவாக விமர்சகர்களின் குதறல்களுக்கும் வாசகர்களின் அரவணைப்புகளுக்கும் எந்தச் சம்பந்தமும் இருப்பதில்லை. கிடக்கிறார்கள் கழுதைகள் என்று நினைத்துக் கொண்டு, தங்களை ஆட்கொள்ளுவதை வாசகர் படித்துக் கொண்டிருக்கிறார்கள். நான் எழுதியவற்றில் விமர்சகர்கள் அதிகம் கிழித்தது ஜே.ஜே. என்றால், வாசகர்களுக்கு அதிகம்

பிடித்ததும் ஜே.ஜே தான். அந்த நாவலைக் கொன்று புதைத்து விட்டேன் என்று ஒரு ஆக்ரோஷ விமர்சகர் கொக்கரித்த பின்பு அது மூன்று பதிப்புகள் விற்றிருக்கிறது.

கு. பெ. ஆண்கள் நாவலை நிறையத் தமிழ்ப் பெண்கள் விரும்பிப் படித்தார்கள். என் பாக்கியம்! நான்–லீனியர் எழுத்தில் மட்டுமே நம்பிக்கைகொண்டவர்கள் என நான் கற்பனை செய்துகொண்டிருந்த இரு நண்பர்களுக்கு கு. பெ. ஆண்கள் பிடித்திருப்பதாக அறிந்ததும் மகிழ்ச்சி அடைந்தேன். முதல் பதிப்பு ஐந்தாறு மாதங்களில் விற்று முடிந்துவிட்டது. அடுத்த பதிப்பு வந்தாலும் வாங்கவும் வாசிக்கவும் வாசகர்கள் இருக்கிறார்கள் என்று நம்புகிறேன். கு. பெ. ஆண்கள் நாவல் போல் மற்றொன்றை எழுத உந்துதல் தோன்றினால் நிச்சயம் எழுதுவேன். வாசகர் விடைபெற்றுக் கொள்ளுங்கள் என்று சொல்ல நினைக்கும்போதே, என் நாற்காலியைக் காலி செய்து விட, எப்போதும் தயாராக இருக்கிறேன். பங்கு விலை சரிந்தால் ஆண்டிக்கென்ன நட்டம்!

_தீராநதி_, ஆகஸ்ட் 2002

('வாழ்க சந்தேகங்கள்', நூலிலிருந்து)

உமா வரதராஜன் 1990களின் பிற்பகுதியில் தான் அப்போது செய்து வந்த வானொலி நிகழ்ச்சிக்காக சு.ரா.விடமிருந்து ஒரு கேள்வி பதிலைப் பெற்றிருந்தார். 'இதைவிடவும் விரும்பும் நாவல் ஒன்றை நான் பின்னால் எழுதக் கூடும்' என சுந்தர ராமசாமி 'ஒரு புளியமரத்தின் கதை' நாவல் முன்னுரையில் குறிப்பிட்டிருந்ததைச் சுட்டிக்காட்டி 'அதன்படி உங்கள் இரண்டாவது நாவலான ஜே. ஜே. சில குறிப்புக்கள் சிறந்த நாவல்தான் என்பது அபிப்பிராயமா' என்று கேட்டிருந்தார். அதற்கு டிசம்பர் 1, 1990இல் சுந்தர ராமசாமி, உமா வரதராஜனுக்கு எழுதிய பதில் இது. இப்பதிலை உமா வரதராஜன் வானொலி நிகழ்ச்சிக்காகப் பயன்படுத்தாமல் அப்போது *வீரகேசரி* ஞாயிறு வெளியீட்டில் அவர் எழுதிவந்த 'காலரதம்' என்னும் பத்தியில் பிரசுரித்திருந்தார்.

– **கண்ணன்**

ஒரு படைப்பை முடித்ததும் அதில் கூடிவிடும் தரம் சார்ந்து ஒரு திருப்தி; நம் கனவுகளுக்கேற்ப அது உயரவில்லை என்பதில் அதிருப்தி; இவை இரண்டும் படைப்பாளியின் பொதுவான மனநிலையாகும். ஒரு புளியமரத்தின் கதையில் நான் வெளிப்படையாகப் பகிர்ந்துகொண்டிருக்கும் ஆசுவாசம் – 'இதைவிடவும் விரும்பும் நாவல் ஒன்றை பின்னால் எழுதக் கூடும்' – ஒரு தீவிர மனநிலையில் எழுதப்பட்டுள்ள எல்லாப் படைப்புகளுக்குப் பின்னாலும் எழுதாமல் எழுதப்பட்டிருப்பதாகும். இருபது வருடங்களுக்குப் பின் ஜே. ஜே. எழுதிக்கொண்டிருக்கும்போது முதல் நாவலின் முன்னுரையில் நான் தேடிக்கொண்டிருந்த ஆசுவாசம் என் நினைவில் இல்லை. மனவெளி முழுக்க ஜே. ஜே. நிரம்பியிருக்க அந்த நாவல் எனக்கு அளித்த சவாலை எதிர்கொள்ள என் முழு சக்தியையும் திரட்டி எழுதினேன். அச்சேறிவிட்ட என் படைப்பைப் படிப்பதில் எனக்கு எப்போதும் ஒரு சங்கடம் இருந்துவந்திருக்கிறது. பெரும்பாலும் இதைத் தவிர்த்தே வந்திருக்கின்றேன். இதற்கு மாறாக அச்சேறிய ஜே. ஜே.யைப் பார்த்தேன். ஒரு முறைக்கு

இருமுறை. வெவ்வேறு சந்தர்ப்பங்களில். நன்றாகவே வந்திருப்பது போலவே பட்டது. வேறு யாரேனும் எழுதிய நாவலாக ஜே. ஜே. இருந்திருந்தால், நான் எழுதியதாக அது இல்லையே என்று வெகுவாக ஆதங்கப்பட்டிருப்பேன் என்று பட்டது. ஜே. ஜே.யின் நாட்குறிப்பில் பல பகுதிகள் நவீனக் கவிதைகள் பற்றிய எனது கோட்பாடுகளுக்கு ஏற்ப கவிதைகளாகப் பரிண மித்திருப்பதை உணர்ந்தேன். பன்முகம். பல அடுக்குகள். ஒரு தளத்திலிருந்து மற்றொரு தளத்திற்குத் தாவி அனுபவத்தின் வெளியை விரித்தல். இவை மிகுந்த மன நிறைவைத் தந்தன.

பாரதிக்குப் பின் தமிழில் எழுதப்பட்ட ஆகப் பெரிய கவிதைகள் இவைதாம் என்று எண்ணத் தொடங்கினேன். தாழ்வுமனப்பான்மையை அடக்கத்தின் அடையாளமாகவும் தன் திறன் மதித்தலை அகங்காரத்தின் சின்னமாகவும் கருதப் படும் மரபு நமக்கு என்பதால் என் கூற்று தவறாக எடுத்துக் கொள்ளப்படும் அபாயம் கொண்டது. விமர்சன அளவுகோலைக் கூர்மையாக வளர்த்துக்கொள்ள விரும்பும் ஒரு ஆசிரியன் அவன் வாழும் காலத்தில் எப்போதும் அபாயமான சூழ்நிலை யைத்தான் எதிர்கொள்கிறான். காலம் மாறும். விமர்சனப் படைப்பாளியும் அந்தக் காலத்தில் ஒரு பகுதியாக மாறுகிறான். இன்றைய சக எழுத்தாளன் ஏற்றுக்கொள்ளத் திமிறும் உண்மைகள் அன்றைய வாசகனுக்கு சகஜமாகப்படும்.

'இதைவிடவும் விரும்பும் நாவல் ஒன்றைப் பின்னால் எழுதக்கூடும்' என்ற வாசகம் எழுதப்படாமல் ஜே. ஜே.யிலும் தொற்றி நிற்கிறது. இப்போது அந்த நாவலை எழுதிக்கொண் டிருக்கின்றேன். எழுதப் போகும் விஷயம் நிழலாடிய பின்னும் உருவம் பிடிபடாமல் பத்தாண்டுகள் அலைக்கழிந்துக்கொண் டிருந்தேன். இப்போது எழுத எழுத விஷயத்தின் உக்கிரம் அதன் வடிவத்தைத் தேடிச் சென்றடைவதில் நிம்மதி ஏற்படு கிறது. அளவில் இது பெரிய படைப்பு. ஆழத்திலும் இதுவொரு பெரிய படைப்பாகப் பரிணமிக்க வேண்டும் என்பது என் கனவு. இதுதான் என் படைப்புகளில் ஆகச் சிறந்ததாக இருக்க வேண்டும். அப்படி இல்லையென்றாலும் அதற்குமேல் ஒன்றும் செய்வதற்கு இல்லை. ஏனெனில் இந்தப் படைப்பின் மூலம் என்னை முற்றாக நான் காலி செய்துகொண்டுவிடுவேன் என்று நினைக்கிறேன்.

காலச்சுவடு, ஏப்ரல் 2011

நாட்குறிப்பு

ஜுவாலையை எழுப்ப முடியுமா?

26.2.99 தேதியன்று பு.பி. யின் 'செவ்வாய் தோஷம்' கதையின் நிகழ்வுகள் மற்றும் *Comments* எழுதி விட்டு,

'இந்த *Comments* எழுதிக்கொண்டிருந்தபோது ஏற்பட்ட வெளிச்சத்தை இந்த நோட்டுப் புத்தகத்தில் டயரிப் பக்கத்தில் இன்றைய தேதி போட்டு எழுதி யிருக்கிறேன்.

இன்று எழுதிய வரிகள் மிக முக்கியமானவை. ஒவ்வொரு நாளும் படிக்க வேண்டியவை.

மேற்கொண்டு பல வரிகள் எழுதவும் உள்ளன.

நாள்தோறும் இந்தக் காரியம் தொடர வேண்டும்.

தொடரும். உறுதி.'

26.2.99 வெள்ளி

காலை 10.30 மணி

சிந்தனையின் தளத்தில் அடுத்த படிக்குச் செல்ல வேண்டும்.

செல்ல வேண்டுமா? தாவ வேண்டுமா?

அப்படி என்றால் முதலில் செய்ய வேண்டிய காரியம் என்ன?

மனதைக் கட்டவிழ்த்துவிட வேண்டும்.

மனதைச் செயலில் கட்டவிழ்த்துவிட வேண்டுமா? அல்லது எழுத்தில் கட்டவிழ்த்துவிட வேண்டுமா?

செயலில் கட்டவிழ்த்துவிட இளமை இல்லை. அவகாசம் இல்லை.

ஊர் வாய்க்கு மதிப்புத் தரும் வயது முகத்தில் தொங்குகிறது.

எழுத்தில் மனதைக் கட்டவிழ்த்துவிட முடியும்.

எழுத்தில் மனதைக் கட்டவிழ்த்துவிடுவதால் என்ன லாபம் கூடப்போகிறது.

எழுத்தில் மனதைக் கட்டவிழ்த்துவிடுவதால் மனம் இன்னும் கூடுதலாகத் தெரியப்போகிறது.

கூடுதலாகத் தெரியப்போவது ஸ்தூல மனமா? சூக்ஷ்ம மனமா?

ஸ்தூல மனம் எப்போதும் எந்த முயற்சியும் மேற்கொள்ளாமல் ஏதோ ஒரு விதத்தில், அரையும் குறையுமாகத் தெரிந்து கொண்டு தான் இருக்கிறது. சூக்ஷ்ம மனம் தான் தெரிய வேண்டும்.

எது அதிக வலுக்கொண்டது?

சூக்ஷ்ம மனம்தான்.

சூக்ஷ்ம மனம் தெரியும்போது மனதின் உள்ளறைகள் வெட்ட வெளிச்சத்திற்கு வருகின்றன.

உள்ளறைகள் புலப்பட என்ன செய்ய வேண்டும்?

உள்ளறைகளைப் பாரு.

உள்ளறைகளை ஈவிரக்கமின்றிப் பாரு.

எண்ணங்களிலும் சரி, செயல்களிலும் சரி உயர்வானது,

தாழ்வானது என்று எதுவும் கிடையாது.

எண்ணங்கள் பற்றியும், செயல்கள் பற்றியும் தெரிந்து கொள்வது, சூட்சுமமாகப் புரிந்துகொள்வது சமூக நியதிக்குச் சம்பந்தமுள்ளது அல்ல.

சமூக நியதி என்பது ஒரு கோடு.

கடற்கரையில் அலைகளின் ஆட்சிக்குட்பட்ட இடத்தில்

கூட்டு வாழ்க்கை கிழித்த தெளிவற்ற, கருத்தொருமை அற்ற, வலுவற்ற ஒரு கோடு.

வலுவற்ற அந்தக் கோட்டை மிகவும் வலுவு கொண்டதாகக் காட்டுவதுதான் சமூக நியதியின் பணி.

சமூக நியதி என்பது மேலோட்டமானது. சட்டம், நியதி, நீதி, காவல் துறை, குண்டாந்தடி, துப்பாக்கி, உத்தரவு, அதிகாரம் சம்பந்தப்பட்டது. மனமோ காற்றில் தன் இச்சைக்குப் பறந்து திரியும் இறகு போன்றது. அந்த இறகு வலுவற்றதுதானே? வலுவற்றதுதான். ஆனால் அதை இயக்கும் காற்று வலுவற்றதா?

யோசித்துப் பாரு, காற்று வலுவற்றதா?

இன்று காலை இவை பீறிட்டு எழுத்தில் வெளிப்படுவதற்கான காரணம் என்ன?

மனவெளியில் ஜுவாலை பற்றிக்கொண்டு எரிகிறது.

வான முகட்டைத் தொடும் அளவுக்கு அந்த ஜுவாலை எழுமா?

வான முகட்டைக் கரிக்கும் அளவுக்கு அந்த ஜுவாலையை உன்னால் எழுப்ப இயலுமா?

இயலும்.

எப்போது?

இந்த நிமிஷமே.

இந்த நிமிஷத்திலேயா?

ஆம். இந்த நொடியில்.

செய்.

செய்கிறேன்.

இப்போது என்ன என்ன நியதிகளில் ஈடுபடப் போகிறாய்?

ஒவ்வொன்றையும் மிகத் தெளிவாகச் சொல்லு.

முதலில் மௌனம்.

மௌனம் என்பது ஊமையின் கையாலாகத்தனமல்ல.

மௌனம் என்பது உற்றுப் பார்த்தல்.

மௌனம் என்பது உற்று உணர்ந்துகொள்ளுதல்.

மௌனம் என்பது தேர்வு செய்வதை மூளையில் ஒட்டி வைத்துக்கொள்ளுவது.

அது உன்னால் சாத்தியமா?

சாத்தியம்.

எப்போது?

இந்த நொடியிலிருந்து.

செய்.

செய்து காட்டுகிறேன்.

இனியும் தள்ளிப் போட உத்தேசமுண்டா?

உத்தேசமில்லை.

ஏன்?

தள்ளிப்போடுதல் என்பது மரணம்.

தள்ளிப்போடும்போது அதன்பின் செயல் என்று எதுவு மில்லை.

அதன்பின் எப்போதும் இருப்பது பச்சாதாபம்.

நடைமுறைக்கு வா.

கனவிலிருந்து மண்ணில் காலூன்று.

மண்ணில் காலூன்றி நில்.

மண்ணில் காலூன்றி நின்று, மண்ணையும் பாரு, வானத்தையும் பாரு. பார்க்கக் கிடைத்த ஒவ்வொன்றையும் உயர்வு தாழ்வு ஒழித்து உன்னிப்பாகப் பாரு. ஆனால் காலூன்றி மண்ணில் நில்.

பறக்கலாமா? பறக்காதே. ஒருபோதும் பறக்காதே.

பறக்கும் சக்தி படைத்தவை இரையை மட்டுமே தேடுகின்றன.

மனிதனுக்கு இரை தேடுவது தொழிலல்ல.

எதற்காக இரை தேடுகிறோம் என்ற கேள்விதான் மனிதனுக்கு முக்கியமானது.

காலூன்றி மண்ணில் நின்று இந்த நிமிடத்திலிருந்து என்ன என்ன செய்யப் போகிறாய்?

1. மனம் போன போக்கில் எழுது. தினமும் சிறிது நேரம்.

   மனதின் உள்ளறைகளில் உலாவி வரும் பயிற்சி இது.
2. தத்துவ நூல்களை மிகக் கூர்மையாகக் கற்றுணர்தல்.
3. கடுமையான வாசிப்புப் பழக்கத்திற்கு வரிந்துகட்டிக் கொள்ளுதல்.
4. தமிழ்ச் சமூகம் சார்ந்த மேலோட்டங்களையும் போலி களையும் அடையாளப்படுத்துதல் (உரித்துக் காட்டுதல் அல்ல. உரிக்க அங்கு எதுவும் இல்லை. வலுவற்ற எதற்கும் எதிரிக்குரிய கௌரவத்தைத் தர இயலாது).
5. பு.பி. புத்தகத்தை ஒரு சாசனமாக அமைக்க முயல வேண்டும்.

இவ்வளவுதான் இன்றைக்கு.

இந்தப் பகுதியை ஒவ்வொரு நாளும் படிக்க வேண்டும்.

இங்கு வெளிப்படையாக எழுதியிருப்பது கடுகளவு.

உள்ளே கட்டி வைத்துக்கொண்டிருப்பது மலையளவு.

காலச்சுவடு, டிசம்பர் 2005

சு.ரா. திட்டமிட்டிருந்த தனது அடுத்த படைப்புப் பற்றிய குறிப்புகள்

13.09.05. காலை 10 மணி.
ஆகி வந்த உலகம்

ஆகி வந்து நிற்கும் என் உலகத்தைப் பற்றிச் சில பக்கங்கள் எழுதலாம் என்றுதான். இது நாவலோ, கட்டுரையோ, கவிதையோ அல்ல. எண்ணங்கள் மனதிற்கு வரும் பாங்கில் சில பக்கங்கள். அதற்கு மேல் ஒன்றுமில்லை.

கே.வி. கோபால அய்யரின் பெயர்தான் இப்போது நினைவுக்கு வருகிறது. அவருக்கு இப்போது அவசரமாக என் மூளையில் என்ன வேலை என்று கேட்டால் எனக்குப் பதில் சொல்லத் தெரியாது. இவர் சென்ற நூற்றாண்டில் இந்தியாவுக்குச் சுதந்திரம் கிடைத்துச் சில வருஷங்களுக்குப் பின் காலமானவர்.

இரண்டு விஷயங்கள் இவரைப் பற்றி நினைவுக்கு வருகின்றன.

1. இவர் தனது 70ஐ ஓட்டிய வயதில் ருக்மணி என்ற சுமார் 15 வயதுப் பெண்ணைக் கல்யாணம் – எத்தனாவது தொடர்பு? – செய்துகொண்டார். பங்களாவின் படுக்கை அறை அதன் மாடியில். இரவு வேலைக்காரர்கள் சாய்வு நாற்காலியோடு அவரைத் தூக்கி மாடியில் கொண்டு போய்ச் சேர்ப்பார்கள். மூட்டு வலி. கொஞ்சம் மூச்சுத் திணறல்.

2. இவரது மகனுக்கு – செல்லப் பெயர் பாப்பா – குழந்தை இல்லை. கே.வி.கே.க்கு ஏகப்பட்ட சொத்து. ஒரு இளம் பெண்ணைக் கர்ப்பவதியாக்கி மகனுக்குக் கல்யாணம் செய்து வைக்க நினைத்தார். அது நடைபெறவில்லை.

இவை தலைப்புச் செய்திகள்.

கே.வி.கே. என் தாய் வழியில் எனக்குத் தூரத்து மாமா முறை. விவகாரமான மூளை. பணம் சம்பாதிப்பதில் கில்லாடி.

கே.வி.கே. சதா காந்தியைத் திட்டிப் பேசிக்கொண்டிருந்தவர். காங்கிரசுக்கு எதிராக இருந்தவர். சுதந்திரம் பெற்று காங்கிரஸ் கவுன்சிலர்கள் முனிசிபாலிட்டியைக் கைப்பற்ற முயன்றபோது கேட்ட பணத்தைக் கொடுத்து தேவையானவர்களை விலைக்கு வாங்கி முனிசிபல் தலைவரானார்.

ஊரில் தனக்கு நல்ல பெயர் இல்லை என்பது கே.வி.கே.க்குத் தெரியும். அதை மாற்ற நினைத்தார். அந்தச் சந்தர்ப்பத்தில் வாசவேஸ்வரத்திலிருந்து அவருக்கு ஒரு அனாமதேயப் புகார் கடிதம் வந்தது. இத்தனாம் நம்பர் வீட்டில் தொழுநோய்க்காரர் ஒருவர் குடியிருப்பதாகவும் அவர் அழுகிச் சொட்டிக்கொண் டிருப்பதாகவும் அவரை அகற்ற வேண்டும் என்றும் புகார். கே.வி.கே.யும் வாசவேஸ்வரத்தில் குடியிருப்பவர்தானே?

அவருக்கு அந்தக் குடும்பத்தைப் பற்றித் தெரியும். காமாட்சி யைப் பற்றியும் தெரியும். எதற்கும் போய் பார்ப்போமே. அதிலிருந்து அடிமன ஆசை ஒன்று நிறைவேறலாம். கே.வி.கே. ஒருநாள் காமாட்சி வீட்டுக்குப் புகார் கடிதத்துடன் போனார்.

காமாட்சியின் வறுமை ஆங்கிலத்தில் கிளாசிக்கல் வறுமை என்று சொல்லக்கூடியது. கணவருக்குச் சிகிச்சை என்று சொல்ல ஒன்றுமில்லை. மகன் மகாதேவன் பிட்சாடணம் எடுத்துக்கொண்டிருந்தான். ருக்மணி ருதுவாகி இருக்கவில்லை. காமாட்சியின் உடலசைவுகளில் உடலுறவுக்கேற்ற சங்கேதங்கள் இருந்தன.

கே.வி.கே.க்கும் காமாட்சிக்கும் உடலுறவு ஏற்பட்டது. வாசவேஸ்வரத்திலிருந்து அந்தக் குடும்பத்தை கே.வி.கே. ஊருக்கு வெளியே ஆசாரிப்பள்ளத்திற்குத் தூக்கி விட்டார். மகாதேவன் கே.வி.கே.யின் வீட்டோடு வந்து சேர்ந்தான். கே.வி.கே. மதிய போஜனம் முடிந்து சயனிக்கும்போது கால் பிடித்துவிடுவான். காரின் பின் கதவை கே.வி.கே.க்குத் திறந்துவிட்டு கார் நகரத்

தொடங்கியதும் விரைந்து முன் சீட்டில் போய் நுழைந்து கொள்வான்.

ருக்மணி ருதுவானதும் கே.வி.கே. அவ்வப்போது அவளை ருசி பார்க்கத் தொடங்கினார். ருக்மணி பதினைந்து வயதில் கர்ப்பவதியானாள். பாப்பா அவளைக் கல்யாணம் செய்து கொள்ளச் சம்மதம் தெரிவித்திருந்தான். ஆனால் சொத்து சம்பந்தமாக அப்பாவுக்கும் பிள்ளைக்கும் ஏதோ சண்டை மூளவே – என்ன சண்டை என்று எனக்கு மறந்து போய் விட்டது – பாப்பா, அப்பா பேச்சை உதறிவிட்டான்.

கே.வி.கே.க்கு ருக்மணி மூலம் ஒரு பெண் குழந்தையும் நான்கு ஆண் குழந்தைகளும் பிறந்தன. முதுமையில் விந்து பலவீனமாக இருக்கும் என்றும் அவரைக்காய் போல் குழந்தைகள் பிறக்குமென்றும் என் காதில் விழுந்திருந்தது. அது வெறும் அபத்தம் என்பதை நான் தெரிந்துகொண்டேன்.

www.ingramcontent.com/pod-product-compliance
Lightning Source LLC
LaVergne TN
LVHW100812051026
849519LV00006B/2051
* 9 7 8 9 3 8 1 9 6 9 4 2 7 *